ഇരുട്ട്

Iruttu
Novel

B M Zuhara

CHINTHA PUBLISHERS
Thiruvananthapuram

First Chintha Edition
April 2008

Second Edition
December 2023

Second Impression
April 2024

Published & Typesetting
Chintha Publishers, Thiruvananthapuram

Printed at
Repro India Ltd, Mumbai

Cover Design
Vinod Mangoes

ISBN : 978-81-968475-7-9

CR - 3414 / 6887

₹ 200

Email: chinthapublishers@gmail. com
Website: www. chinthapublishers. com

A version is available at National Libraries
Kolkata, Mumbai, Chennai and Delhi

Distribution
DESHABHIMANI BOOKHOUSE
H O Thiruvananthapuram 695035

Branch
Head Office Kunnukuzhi • Statue Thiruvananthapuram
KSRTC Bus Terminal Thampanoor • Saphalyam Complex Thiruvananthapuram
KSRTC Bus Station Ernakulam • Machingal Lane Thrissur • IG Road Kozhikode
Mavoor Road Kozhikode • NGO Union Building Kannur
Central Bus Terminal Complex Thavakkara Kannur

ഇരുട്ട്

ബി എം സുഹറ

ചിന്ത പബ്ലിഷേഴ്സ്
തിരുവനന്തപുരം-695 035
വില : ₹ 200

ബി എം സുഹറ

കോഴിക്കോട് ജില്ലയിൽ തിക്കോടിയിൽ ജനിച്ചു. പിതാവ്: വൈദ്യേരകത്ത് മമ്മദുകുട്ടി ഹാജി. മാതാവ്: ബടയക്കണ്ടി മാളിയേക്കൽ മറിയുമ്മ.

തിക്കോടി പ്രൈമറി സ്കൂൾ, കോഴിക്കോട് പ്രോവിഡൻസ് ഹൈസ്കൂൾ, പ്രോവിഡൻസ് കോളേജ് - എന്നിവിടങ്ങളിൽ വിദ്യാഭ്യാസം.

കൃതികൾ: *കിനാവ്, മൊഴി, ഇരുട്ട്, നിലാവ്, നിഴൽ, ആകാശഭൂമികളുടെ താക്കോൽ, വർത്തമാനം, പെണ്ണുങ്ങൾ* (നോവൽ), *ചോയിച്ചി, ഭ്രാന്ത്, കൂഹു കൂഹു..., സുഹറയുടെ കഥകൾ* (കഥകൾ), *മലമുകളിലെ അപ്പൂപ്പൻ, കുട്ടികളുടെ അറബിക്കഥകൾ, ഏഴാങ്ങളമാരും ഒരു കുഞ്ഞിപ്പെങ്ങളും, നീലക്കുറുക്കനും മറ്റുകഥകളും, പവിഴപ്പുറ്റ്, പഞ്ചതന്ത്ര കഥകൾ, മന്ത്രമോതിരം, റഷ്യൻ നാടോടിക്കഥകൾ* (ബാലസാഹിത്യം), *അമൃതപുത്രി, കൊട്ടാരത്തെരുവ്, സൈനിന്റെ കല്യാണം, റഷ്യൻ നാടോടിക്കഥകൾ* (പരിഭാഷ).

പുരസ്കാരങ്ങൾ: ലളിതാംബിക അന്തർജ്ജനം സ്മാരക വിശേഷാൽ പുരസ്കാരം (1992), കെ ബാലകൃഷ്ണൻ സ്മാരക അവാർഡ് (2004), കേരളസാഹിത്യ അക്കാദമി സമഗ്രസംഭാവന അവാർഡ്.

ഇരുട്ട്, നിലാവ്, മൊഴി എന്നീ നോവലുകൾ ഇംഗ്ലീഷിലേക്കും അറബിയിലേക്കും പരിഭാഷപ്പെടുത്തിയിട്ടുണ്ട്. *മൊഴി* കന്നടയിലേക്ക് പരിഭാഷപ്പെടുത്തിയിട്ടുണ്ട്.

ഭർത്താവ് : ഡോ. എം എം ബഷീർ
മക്കൾ : അജ്മൽ ബഷീർ, അനീസ് ബഷീർ
വിലാസം : മാളിയേക്കൽ, ചേവായൂർ പി ഒ
കോഴിക്കോട് -673017.
E-mail : bmzuhara10@hotmail.com

അവതാരിക

സുഹറയുടെ നോവലുകൾക്ക് ഒരാമുഖം

ഡോ. കെ അയ്യപ്പപ്പണിക്കർ

കോഴിക്കോട്ടും ചുറ്റുവട്ടത്തുമുള്ള മുസ്ലീം സമുദായത്തെക്കുറിച്ച് ഇന്ന് ചെറുകഥകളും നീണ്ടകഥകളും എഴുതുന്നവരിൽ ഏറ്റവും പ്രധാനപ്പെട്ട മുസ്ലീം എഴുത്തുകാരിയാണ് ബി എം സുഹറ. തന്റെ സമുദായത്തിന്റെ ചരിത്രപരമായ ഒരാഖ്യാനം മാത്രമാണ് അവരുടെ കൃതികൾ എന്നല്ല അർത്ഥമാക്കുന്നത്. കഥകളെ ഡോക്യുമെന്ററികളായി മാത്രം വായിക്കാനിഷ്ടപ്പെടുന്ന ധാരാളം പണ്ഡിതർ ഇക്കാലത്തുണ്ട്. ആഖ്യാനങ്ങൾക്കുള്ളിൽ നിത്യജീവിതത്തിലെ വ്യക്തിപരവും സാമൂഹികവും സാംസ്കാരികവും രാഷ്ട്രീയവുമായ സൂക്ഷ്മതകളും സങ്കീർണതകളും അന്തസ്സന്നിവേശം ചെയ്യപ്പെട്ടിട്ടുണ്ടെന്ന കാര്യം ഈ ചരിത്രകാരന്മാർ തങ്ങളുടെ സാമാന്യവൽക്കൃതങ്ങളായ അവലോകനങ്ങളിൽ വിട്ടുപോകാറുണ്ട്. ഉപരിതലസ്പർശിയായ ആഖ്യാനങ്ങൾക്ക് കാണാൻ കഴിയാത്ത സൂക്ഷ്മപ്രപഞ്ചത്തിന്റെ ഉൽക്കണ്ഠകളും സ്പന്ദനങ്ങളും പിടിച്ചെടുക്കാൻ സുഹറയ്ക്ക് കഴിവുണ്ട്. ലളിതവൽക്കരണം യാഥാർഥ്യത്തെ വികൃതമാക്കാനേ ഉപകരിക്കൂ എന്ന് അവർക്കറിയാം. വെറും ചരിത്രവായനകൾക്ക് കഥാഖ്യാനത്തിന്റെ ഊടിനും പാവിനും പകരമാക്കാൻ കഴിയില്ല. തീർച്ചയായും, വായനക്കാർക്ക് സാമൂഹ്യജീവിതത്തിന്റെ അടരുകൾ ഈ കഥകളിൽ പ്രത്യക്ഷപ്പെടുന്നത് വായിച്ചെടുക്കാവുന്നതാണ്. ഈ വസ്തുതകൾക്ക് രൂപംനൽകുന്ന ഭാവന, അവയെ പരിരക്ഷിക്കുന്നതോടൊപ്പം ഇപ്പോഴത്തെയും ഭാവിയിലെയും ചരിത്രപശ്ചാത്തലത്തിൽ വായിച്ചെടുക്കാൻ വായനക്കാരനെ സഹായിക്കുകയും ചെയ്യുന്നു. അതു

കൊണ്ടാണല്ലോ *ഇന്ദുലേഖ* 19-ാം നൂറ്റാണ്ടിലെ നായർ തറവാടുകളുടെ പതനത്തിന്റെ ചരിത്രമായി ഇന്ന് വായിക്കപ്പെടുന്നത്; ചന്തുമേനോന്റെ പ്രഖ്യാപിതലക്ഷ്യം എന്തായിരുന്നാലും സുഹറയുടെ നോവലുകളും അത്തരത്തിലൊരു വായനയ്ക്ക് വഴങ്ങുന്നതാണ്. കോഴിക്കോട്ടും ചുറ്റുവട്ടത്തുമുള്ള മുസ്ലീം സമുദായത്തിന്റെ ജീവിതമാണ് ഈ നോവലുകളുടെ പശ്ചാത്തലമെന്നുള്ള വ്യത്യാസം തീർച്ചയായുമുണ്ട്.

സുഹറയുടെ *കിനാവ്, നിലാവ്, മൊഴി, നിഴൽ, ഇരുട്ട്* എന്നീ അഞ്ചു നോവലുകൾ ഇത്തരമൊരു അന്വേഷണത്തിന്റെ പരിധിയിൽപ്പെടും. ഇവയിൽ *നിഴൽ* ഒഴിച്ചുള്ള നോവലുകളുടെ പശ്ചാത്തലം എഴുത്തുകാരിയുടെ ജന്മദേശമായ കോഴിക്കോടും പരിസരവുമാണ്. *നിഴൽ* ആകട്ടെ തികച്ചും വ്യത്യസ്തമായ തിരുവനന്തപുരത്തിന്റെ പശ്ചാത്തലത്തിലാണ്. എങ്കിലും ഈ നോവലുകൾക്കെല്ലാംതന്നെ പൊതുവായ ഒരു പരിസരമുണ്ട്. കാരണം കഥാപാത്രങ്ങളെല്ലാംതന്നെ സമാനപശ്ചാത്തലത്തിലാണ് പെരുമാറുന്നത്. ഈ നോവലുകളുടെ വ്യത്യസ്തസ്വത്വങ്ങൾ വെളിവാകുന്നത് അവയുടെ അന്തരത്തിൽ തന്നെയാണ്. നോവലുകളുടെ ശീർഷകങ്ങളെല്ലാംതന്നെ രാത്രിയെയും ഇരുട്ടിനെയും സൂചിപ്പിക്കുന്നു. വെളിച്ചം പ്രായോഗികാവശ്യങ്ങൾക്കും വക്രബുദ്ധിക്കും വഴങ്ങി മങ്ങി മങ്ങി ഇരുട്ടായി, ഒടുവിൽ കൂരിരുട്ടായി മാറുന്നു.

ഒറ്റയൊറ്റ കഥകളാണെങ്കിലും, *കിനാവിൽ*നിന്നും *ഇരുട്ടി*ലേക്ക് നീങ്ങവേ, കൃതികളിലുടനീളം കുറേശ്ശെയായി പെരുകിപ്പെരുകി ആധിപത്യം സ്ഥാപിക്കുന്ന ദുരന്തബോധത്തിന്റെ സാന്നിധ്യം അനുഭവപ്പെടും. ദുരന്തബോധം വക്രബുദ്ധിയുടെ രൂപത്തിൽ *കിനാവി*ലുണ്ട്. *നിലാവിൽ* മാനസികവിഭ്രാന്തിയുടെ സൂചനയുണ്ട്. എന്നാൽ *മൊഴി*ചൊല്ലലിൽ പുരുഷമേധാവിത്വം വ്യക്തിപരവും കുടുംബപരവുമായ നിയോഗങ്ങളെ താറുമാറാക്കുന്നു. പുതിയ സ്ഥലരാശിയിലെ *നിഴൽ*, എല്ലാം പൊതിയുന്ന തിന്മയുടെ നേരിട്ടുള്ള തുടർച്ചയല്ലെങ്കിലും തിരുവനന്തപുരത്തിനോ ദുബായിക്കോ അപകടങ്ങൾ മാറ്റിനിറുത്താൻ കഴിയുന്നില്ല. സുഹറയുടെ കഥാലോകത്തിൽ ഒന്നും സാധാരണമല്ല എങ്കിലും ആഖ്യാതാവ് തടസ്സങ്ങളുടെയും തകർച്ചയുടെയും ശക്തികളെ വരുതിയിൽ നിറുത്തുന്നു. ഒടുവിലത്തെ നോവലാകുമ്പോഴേക്കും പ്രതീക്ഷയുടെ നേരിയ വെളിച്ചംപോലും അപ്രത്യക്ഷമാവുന്നു. സുഹറയുടെ കാഴ്ചപ്പാടിൽ ജീവിതത്തിൽ അന്തർലീനമായ ഒന്നാണ് വേദന. തിന്മയ്ക്കാണ് മിക്ക സന്ദർഭങ്ങളിലും മേൽക്കോയ്മ. എങ്കിലും കഥാപാത്രങ്ങളുടെയും കഥാസന്ദർഭങ്ങളുടെയും സ്നേഹദുഃഖങ്ങളുടെ ദൃഷ്ടാന്തങ്ങളിലൂടെയും ആഖ്യാനം പ്രസന്നത നിലനിറുത്തുന്നു. കഷ്ടതയനുഭവിക്കുകയും അനുഭവിപ്പിക്കുകയും ചെയ്യുന്ന നായികാനായകന്മാർക്കുചുറ്റും അവരുടെ അച്ഛനമ്മമാരും കുട്ടികളും സ്നേഹസമർപ്പണങ്ങളാൽ പ്രഭ കോരിച്ചൊരിയുന്നു.

നിസ്വാർത്ഥമായ സ്നേഹോദാരതകളുടെ സാധ്യതകളാണ് കഥാപാത്ര ങ്ങൾ സൂചിപ്പിക്കുന്നത്. ജോലിക്കാരുൾപ്പെടെയുള്ള അന്തേവാസികളുടെ സുഖസൗകര്യങ്ങൾ ശ്രദ്ധിച്ച് വീട് നോക്കുന്ന ബീപാത്തുഹാജ്ജുമ്മയെ പ്പോലുള്ള ഉമ്മമാർ *കിനാവി*ലെ കുടുബങ്ങളിൽ നിറഞ്ഞുനിൽക്കുന്നു.

ആവാസകേന്ദ്രങ്ങളുടെ വാസ്തുശൈലി - കവാടം, കിടപ്പറകൾ, ഹാളുകൾ, അടുക്കള - എഴുത്തുകാരി ശ്രദ്ധയോടെ വർണ്ണിക്കുന്നു. കഥാ തന്തുവിന്റെ ഘടനയും കഥാഗതിയിലെ മാറ്റങ്ങളും രേഖപ്പെടുത്തുന്ന ഒന്നാണ് വാസ്തുഘടന. കുടുംബത്തിന്റെ തകർച്ച പഴയ കെട്ടിടത്തിന്റെ പൊളിച്ചടുക്കലിൽ നിന്നുമറിയാം. പാരമ്പര്യത്തിന്റെ നിരാസമാണ് ഓരോ നോവലിലും സംഭവിക്കുന്നതെന്ന് തോന്നുന്നു. ഈ മാറ്റത്തെ സുഹറ വർണ്ണിക്കുന്നത് നിസ്സംഗതയോടെയും, എന്നാൽ അന്തസ്സ് കൈവെടിയാ തെയും സൂക്ഷ്മസംവേദനക്ഷമത പുലർത്തിക്കൊണ്ടുമാണ്. ആഢ്യരീ തികളും ധനാഡംബരങ്ങളും വിശദമായി രേഖപ്പെടുത്തിയിട്ടുണ്ട്. ഉമ്മ-ബാപ്പമാരുടെ സ്നേഹലാളനങ്ങളുടെ ഉദ്ഘോഷണത്തോടൊപ്പം കുടും ബബന്ധങ്ങളുടെ തകർച്ചയും വ്യക്തിദുഃഖവും സുഹറ രേഖപ്പെടുത്തു ന്നുണ്ട്. മുൻകൂട്ടി നിശ്ചയിച്ച ഒരുമട്ട്, കഥാപാത്രങ്ങളുടെ സാന്നിധ്യത്തിൽ ദർശിക്കാം. തുടക്കത്തിലെ പൊരുത്തവും പിന്നീടുണ്ടാവുന്ന പൊരുത്ത ക്കേടുകളും സൂചിപ്പിക്കുന്നതാണ് ഈ രീതി.

ഉമ്മ, വാപ്പ - മകൻ, മകൾ, മരുമകൻ - വേലക്കാർ, പാചകക്കാർ

മൊത്തത്തിൽ മിക്ക കഥകളിലും കേന്ദ്രബിന്ദു സന്തുലിതാവസ്ഥ നിലനിർത്തുന്നു. എന്നാൽ, *ഇരുട്ടിൽ* അമ്മായിയമ്മ സൃഷ്ടിക്കുന്ന അസ ന്തുലിതാവസ്ഥ കഥാന്തരീക്ഷത്തിലെ ഇരുട്ടിനെ ശക്തിപ്പെടുത്തുന്നു. ഗാർഹികജീവിതമാണ് ഈ നോവലുകളിലെ മുഖ്യാന്തരീക്ഷം. പെണ്ണു ങ്ങൾക്ക് ആണുങ്ങളെക്കാൾ കഥാപാത്രങ്ങളെന്ന നിലയിൽ പ്രാധാന്യ വുമുണ്ട്. സുഹറയുടെ രചനാസാമർത്ഥ്യം ഏറ്റവും പ്രകടമാവുന്നത് പ്രായംകൂടിയവരെ - പ്രത്യേകിച്ചും കുടുംബങ്ങളിലെ ഉമ്മമാരെ, അവർ പരിചയിച്ച സാഹചര്യങ്ങളിൽ വേരുറപ്പിച്ച് കാര്യങ്ങൾ നിയന്ത്രിച്ച് ചിത്രീ കരിക്കുമ്പോഴാണ്. അവർ മങ്ങിത്തുടങ്ങുമ്പോൾ കുടുംബത്തിനാകെ ത്തന്നെ മങ്ങൂഴമായി. ചെറുപ്പക്കാർ തന്നിഷ്ടപ്രകാരം പെരുമാറിത്തുട ങ്ങുമ്പോൾ സന്തുലിതാവസ്ഥ അട്ടിമറിക്കപ്പെടുന്നു; അവർക്കുതന്നെ ബുദ്ധിമുട്ടുകളുണ്ടാകുന്നു. *മൊഴി*യിലെ നായിക ഒരുദാഹരണം. അവ ളുടെ ദുരന്തത്തെ കഥാകൃത്ത് ചിത്രീകരിക്കുന്നത് ധാർമ്മികാപചയമാ യിട്ടല്ല; അവളെ ഒരു വൃത്തികെട്ട കഥാപാത്രമായിട്ടോ വില്ലത്തിയായിട്ടോ അല്ല എടുത്തുകാട്ടുന്നത്. ഈ സംയമനം സുഹറയുടെ ശ്രദ്ധേയമായ പ്രത്യേകതയാണ്. അന്യാപദേശത്തിന്റെയോ സാമൂഹ്യ വിമർശനത്തി ന്റെയോ അമിതസാന്നിധ്യം ഈ രചനകളിലില്ല. നല്ലതും ചീത്തയുമായ

കഥാപാത്രങ്ങളെ അവരവരുടേതായ രീതിയിൽ എഴുത്തുകാരി മനസ്സിലാക്കാൻ ശ്രമിക്കുന്നു; വായനക്കാർക്ക് തങ്ങളുടേതായ നിഗമനങ്ങളിലെത്തിച്ചേരാൻ അനുവദിക്കയും ചെയ്യുന്നു. മാറിവരുന്ന കുടുംബപരിതസ്ഥിതികൾ, ധനാന്വേഷികളുടെ ഉയർത്തതാഴ്ചകൾ, കച്ചവടം തുടങ്ങൽ മുതൽ വസ്തുവാങ്ങൽ വരെയുള്ള ഇടപാടുകൾ, ഗൾഫിലും മറ്റിടങ്ങളിലുമുള്ള തൊഴിലന്വേഷണങ്ങൾ - ഇവയൊക്കെ ആധികാരികതയോടെ ആഖ്യാനങ്ങളിൽ കടന്നുവരുന്നു. *നിഴലിൽ* യഥാതഥ ആഖ്യാനത്തിൽ നിന്നും കഥ വ്യതിചലിക്കുന്നു. ഫാന്റസിയെയോ മാനസിക വിഭ്രാന്തിയെയോ മറ്റോ സൂചിപ്പിക്കുന്ന മട്ടിൽ കഥാതന്തുവിൽ കടന്നുവരുന്നു. ഈ വ്യതിയാനം കഥാകൃത്ത് ഭംഗിയായി കൈകാര്യം ചെയ്തിരിക്കുന്നു. *നിലാവ്* എന്ന തലക്കെട്ട് അന്വർത്ഥമാക്കുകയും കഥാകാരിയുടെ ആഖ്യാനകലയിലെ ഒരു പ്രത്യേകാംശത്തെ വെളിവാക്കുകയും ചെയ്യുന്നു.

ഭ്രാന്ത് എന്ന തലക്കെട്ടിൽ ഒരു കഥതന്നെ സുഹറ എഴുതിയിട്ടുണ്ട്. മാനസികവിഭ്രാന്തിയുടെ ചിത്രങ്ങൾ നോവലുകളിൽ മിന്നിമറയുന്നുണ്ട്. വലിയ കുടുംബങ്ങളിൽ ഉൾച്ചേർന്നിരിക്കുന്ന മാനസിക പിരിമുറുക്കങ്ങൾ എഴുത്തുകാരി ഒഴിവാക്കുന്നില്ല. *നിഴലി*ലെ അഗമ്യഗമനത്തെക്കുറിച്ചുള്ള സൂചന ആഖ്യാനത്തിന് തടസ്സമുണ്ടാക്കാത്ത രീതിയിൽ വകതിരിവോടെ, എന്നാൽ കാര്യങ്ങൾ പറഞ്ഞുംകൊണ്ടാണ്. സുഹറയുടെ സമകാലീനർ പലരും ഈ വിഷയങ്ങൾ കച്ചവടക്കണ്ണുമായി പെരുപ്പിച്ച് എഴുതിയേക്കാം. സുഹറയ്ക്ക് പക്വമായ ദർശനവും ധാരണയുമുണ്ട്. കഥാസന്ദർഭങ്ങൾ വിവരിക്കുന്നതിലോ കഥാപാത്രങ്ങളുടെ പ്രതികരണം ആവിഷ്കരിക്കുന്നതിലോ അവർ ആരുടെയും പിന്നിലല്ല. മാതാപിതാക്കളുടെ വരുതിയിൽനിന്നും മക്കൾ വഴിമാറുമ്പോൾ കുടുംബങ്ങളിലും വ്യക്തികളിലും എന്തൊക്കെ മാറ്റങ്ങൾ സംഭവിക്കാമെന്ന് അവർ കാട്ടിത്തരുന്നു. കുടുംബമാണ് സുഹറയുടെ ശ്രദ്ധാകേന്ദ്രം, ആ അവലംബം തകരുന്നതോടെ എല്ലാം തകിടംമറിയുന്നു.

സാമ്പത്തികമേഖലയിലും സുഹറയ്ക്കൊരു കണ്ണുണ്ട്. വരവുചെലവുകൾ, കൊടുക്കൽ വാങ്ങലുകൾ, കട-കച്ചവട ഇടപാടുകൾ, തോട്ടം, വീടുപണി - ആഖ്യാനത്തിൽ ഇവയെല്ലാം കടന്നുവരുന്നുണ്ട്. വിവാഹാഘോഷങ്ങൾ, പാരമ്പര്യത്തോടുള്ള ആഭിമുഖ്യം, ആഭരണ പ്രദർശനം, അതിഥി സൽക്കാരം, പാട്ടും നൃത്തവുമൊക്കെ ചേർന്ന ആഘോഷങ്ങൾ. വാദ്യോപകരണങ്ങളുടെ ഉപയോഗം, പന്തൽകെട്ട്, ദീപാലങ്കാരം അങ്ങനെ അനവധി വിവരണങ്ങളിലൂടെ ഒരു സമൂഹത്തിന്റെ പ്രതാപകാലത്തെ വർണ്ണിച്ചിരിക്കുന്നു. ഉള്ളപ്പോൾ അടുക്കളയിൽ സദ്യയാണ്; വറുതിയിലോ നിശ്ശബ്ദം; പണിക്കാർ കുറച്ചുമാത്രം. എന്നാൽ, ആഖ്യാനത്തിന്റെ പിരിമുറുക്കം അയയുന്നില്ല, ശൈലിയുടെ ഊർജസ്വലത നഷ്ടപ്പെടുന്നില്ല.

ദാമ്പത്യത്തിലെ പൊരുത്തക്കേടുകൾ - പ്രത്യേകിച്ചും ചെറുപ്പക്കാർക്കിടയിൽ - മിക്കവാറും കഥകളിലെ കലഹകാരണങ്ങളാണ്. മുതിർന്നവർ വൈകാരികതയുടെയും അവിശ്വാസത്തിന്റെയുമൊക്കെ പ്രായംകടന്ന് കൊടുക്കൽ വാങ്ങലുകൾക്ക് പാകമായിരിക്കുന്നു. ചെറുപ്പക്കാർക്ക് കണക്കുതീർക്കാൻ ഏറെയുണ്ട്. തെറ്റിദ്ധാരണകളും ആഗ്രഹങ്ങളും തോന്നലുകളുമൊക്കെ അവർക്ക് ദിനചര്യയിൽ ഉൾപ്പെടുത്താൻ കഴിയുന്നില്ല. പുരുഷന്മാർക്ക് അവരുടെ പങ്കാളികളോട് സ്നേഹത്തോടെ പെരുമാറാൻ കഴിയാതാവുന്നു. സ്ത്രീകളാവട്ടെ നാഗരികജീവിതത്തിന്റെ മാസ്മരികതയിലേക്ക് കുടുംബജീവിതത്തെ ബാധിക്കുന്ന തരത്തിൽ ആകർഷിക്കപ്പെടുന്നു.

*മൊഴി*യിൽ പുരുഷനോളംതന്നെ സ്ത്രീയും തന്റെ ദുരിതങ്ങൾക്ക് കാരണമാണ്. എന്നാൽ, പുരുഷന് സ്വന്തമായി രക്ഷോപായങ്ങൾ തേടാൻ കഴിയും. സ്ത്രീക്കാവട്ടെ താറുമാറായ ദാമ്പത്യത്തിൽനിന്നും രക്ഷപ്പെടാൻ പുരുഷന്റെ അനുവാദം ആവശ്യമാണ്. എല്ലാം വിധിയാണെന്ന വിശ്വാസം എല്ലാറ്റിനും മീതെ തങ്ങിനിൽക്കുന്നു. തീവ്രമായ പ്രാർത്ഥനകളിലൂടെയും മതാചാരങ്ങളും നിഷ്ഠകളും കർശനമായി പാലിച്ചും അള്ളാഹുവിന്റെ അനുഗ്രഹം തേടുന്നു. പിശാചിനെ ഓടിക്കാൻ തങ്ങളുമാരും മുസല്യാക്കന്മാരും കൂടുന്നുമുണ്ട്.

കോഴിക്കോട്ടും ചുറ്റുവട്ടത്തുമുള്ള മുസ്ലീം കുലീനവർഗത്തിന്റെ ജീവിതമാണ് സുഹറയുടെ താൽപ്പര്യമെന്ന് എൻ പി മുഹമ്മദ് പരാമർശിച്ചിട്ടുണ്ട്. ചില കഥാപാത്രങ്ങളുടെ കാര്യത്തിൽ ഇത് ശരിയാണ്. പക്ഷേ സമൂഹത്തിന്റെ താഴേക്കിടയിലുള്ള മനുഷ്യരുടെ ദൈനംദിന ജീവിതത്തിന്റെ ചിത്രീകരണവും ധാരാളമായി സുഹറയുടെ നോവലുകളിലുണ്ട്. പ്രഭുകുടുംബങ്ങൾ തന്നെയാണ് ഈ കൃതികൾക്ക് തെളിച്ചമുള്ള പശ്ചാത്തലമൊരുക്കുന്നത്. പക്ഷെ അവയൊക്കെ പ്രതാപകാലം പിന്നിട്ടവയാണ്. കൂടാതെ അദ്ധ്യാപകരും സർക്കാരുദ്യോഗസ്ഥരും ഡോക്ടർമാരും വൈദ്യന്മാരും ചെറുകിട കച്ചവടക്കാരുമൊക്കെയായി ഉപരിവർഗ കഥാപാത്രങ്ങളുടെ ജീവിതശൈലിക്ക് മിഴിവുനൽകുന്നു. സാമൂഹികമായ ഉയർച്ച ഉണ്ടാകുന്നില്ല എന്നല്ല; അത് കൂടുതൽ കാണുന്നത് ഒടുവിൽ എഴുതിയ കൃതികളിലാണ്. മുസ്ലീം സമുദായത്തിനു ചുറ്റുമുള്ള അമുസ്ലീങ്ങളും സുഹറയുടെ ശ്രദ്ധ പിടിച്ചുപറ്റിയിട്ടുണ്ട്. അങ്ങനെ വടക്കെമലബാറിലെ നഗരങ്ങളിലും പട്ടണങ്ങളിലും തോട്ടംമേഖലയിലുമൊക്കെയുള്ള വൈവിധ്യമാർന്ന സാമൂഹ്യജീവിതത്തിന്റെ ഒരു പരിച്ഛേദംതന്നെ നമുക്ക് ലഭിക്കുന്നു. *തൊൽക്കാപ്പിയ*ത്തിലെ 'തിണസങ്കൽപ്പം' - ജീവിതാവസ്ഥകളെ സസ്യജീവജാലമുൾപ്പെടെ ഭൂമിയുമായും ഭൂപ്രകൃതിയുമായും ബന്ധിപ്പിച്ചുള്ള പഠനപദ്ധതി - ചില കൃതികൾ പഠിക്കാനുതകും. വിദ്യാഭ്യാസം, ധനം, മനുഷ്യബന്ധങ്ങൾ എന്നിവയിലൂടെ

മാറുന്ന രുചികളും ശീലങ്ങളും ആഖ്യാനത്തിലെ സൂക്ഷ്മമായ മാറ്റങ്ങളിലൂടെ വിവൃതമാകുന്നു. മാറ്റത്തെ ഒപ്പിയെടുക്കാനുതകുന്ന വൈകാരികമായ ഒരു ശൈലി തീർച്ചയായും സുഹറയ്ക്കുണ്ട്.

എല്ലാ കൃതികളുടെയും തലക്കെട്ടുകൾ രാത്രിയെയും ഇരുട്ടിനെയുമാണ് പരാമർശിക്കുന്നത്. *കിനാവിൽ* നിന്നും *ഇരുട്ടി*ലേക്കെത്തുമ്പോൾ തിന്മയും തീരാവേദനയും നിരന്തരചിന്തയായി മാറുന്നു. അവസാനത്തെ രണ്ട് കൃതികളിൽ പ്രത്യാശയുടെ കിരണങ്ങളൊന്നുംതന്നെ കാണാനില്ല. ആമിനയുടെയും ജമാലിന്റെയും ദുഃഖകരമായ കഥ ഏറെക്കുറെ വിചാരിച്ചപോലെ തന്നെയാണ് വികസിക്കുന്നത്. അമ്മായിയമ്മ ജമാലിനെ മാനസികമായി തകർക്കുന്നു, ആമിനയുടെ സ്നേഹം മനസിലാക്കാൻ ജമാലിന് കഴിയുന്നുമില്ല. വിവാഹത്തിനുള്ള ഒരുക്കങ്ങൾ വർണ്ണിച്ചുകൊണ്ട് നോവൽ തുടങ്ങുമ്പോൾ, വധുവിന്റെ ബാപ്പ അവളുടെ അമ്മായിയമ്മ ഐഷുവിന്റെ അടുത്താണ്. അവരാകട്ടെ മരുമകൾ ആമിനയെ ഭീഷണിയും കുത്തുവാക്കുകളുംകൊണ്ട് നിരന്തരം ശല്യപ്പെടുത്തിക്കൊണ്ടിരിക്കുന്നു. ഒരു ചെറുപ്പക്കാരന്റെ ദൗർബല്യം മാത്രമായി ആമിന തുടക്കത്തിൽ കരുതിയത് ഒരസുഖം തന്നെയായി മാറുന്നു. ഉമ്മയുടെ സാരിത്തുമ്പിൽ തൂങ്ങിനടക്കുന്ന അയാൾക്ക് കാര്യപ്രാപ്തി ഇല്ലെന്നു മാത്രമല്ല, ഭാര്യയെയും കുട്ടികളെയും ഉപദ്രവിക്കുകയുംകൂടി ചെയ്യുന്നു. അളവറ്റ ധനം, പലപ്പോഴും ഉമ്മയുടെ ഒത്താശയോടെ, അയാളെ തെറ്റിലേക്ക് നയിക്കുന്നു. മദ്യവും മദിരയും അയാളുടെ ജീവിതം തകർക്കുന്നു. ദുരന്തങ്ങളോരോന്നായി ആമിനയുടെയും മുനീറയുടെയും നസീറയുടെയും ജീവിതം തകർക്കുന്നു. അവരുമായി ബന്ധപ്പെട്ടവർക്കുപോലും ഈ ദുരന്തങ്ങളിൽനിന്ന് ഒഴിയാനാവുന്നില്ല. നിത്യജീവിതത്തിലെ സാധാരണ സംഭവങ്ങളിൽക്കൂടി എഴുത്തുകാരി ഒരു വലനെയ്യുന്നു. ജമാലിനൊ ആമിനയ്ക്കൊ ഐഷുവിനൊ ഇതൊന്നുമൊഴിവാക്കാനാവുന്നില്ല. അവിടവിടെയായി ചിതറിക്കിടക്കുന്ന കാർമേഘങ്ങൾ ഉരുണ്ടുകൂടി ഒരിരുണ്ട രാത്രി രൂപംകൊള്ളുന്നു. ജമാലിന് തന്നെത്തന്നെ നിയന്ത്രിക്കാനാവുന്നില്ല. ആശുപത്രിയിലെ അയാളുടെ വിചിത്രമായ പെരുമാറ്റത്തോടെ നോവൽ അതിന്റെ തലക്കെട്ട് സാധൂകരിക്കുന്നു. ആമിനയ്ക്ക് ഇത് താങ്ങാവുന്നതിനപ്പുറമാണ്. അവൾ തകരുന്നു; ജമാലും. അയാൾ മരുന്നുകളുടെ അകമ്പടിയോടെ ആശുപത്രിയിലേക്ക് മാറ്റപ്പെടുന്നു. ഈ കാളരാത്രി അവസാനിക്കുകയാവും എന്ന് വായനക്കാരൻ പ്രത്യാശിക്കുന്നു.

സുഹറയുടെ നോവലുകളിൽ ചിത്രീകരിക്കുന്ന സാമൂഹികചലനങ്ങൾ കോഴിക്കോട്ടെ മുസ്ലിം പ്രഭുത്വത്തിന്റെ പതനത്തെയാണ് സൂചിപ്പിക്കുന്നതെന്ന് കരുതാവുന്നതാണ്. ഒരൊഴുക്കൻ മട്ടിലല്ലാതെതന്നെ, നോവലിസ്റ്റിന്റെ ദൗത്യത്തോട് സുഹറ നീതിപുലർത്തിയിരിക്കുന്നു എന്നുപറയാം. അതിനിടയിൽ ജീവിതത്തിനു നേർക്ക് ഒരു കണ്ണാടി ഉയർത്തിപ്പി

ടിക്കുകയും ചെയ്യുന്നുണ്ട്. കുടുംബങ്ങളും സ്ഥാപനങ്ങളും തോട്ടങ്ങളും ഫാക്ടറികളുമൊക്കെ അതാതുകളുടെ കഴിവിനനുസരിച്ച് നിലനിൽക്കുകയോ തകരുകയോ ചെയ്യുന്നു. തെളിഞ്ഞ ആഖ്യാനത്തിലൂടെ, ചെറിയ വിവരണാത്മകമായ ഖണ്ഡികകളിലൂടെ ചടുലമായ സംഭാഷണങ്ങളിലൂടെ ഇത് നമുക്ക് വെളിവാകുന്നു. വീടിന്റെ അകവും പുറവും ജീവിതഗന്ധിയായി അനുഭവപ്പെടുന്നു. മുഖ്യമല്ലാത്ത കഥാപാത്രങ്ങൾ പോലും ആഖ്യായികയ്ക്ക് മിഴിവേകുന്നു. എല്ലാ ഉമ്മമാരും, അയൽപക്കക്കാരികളും ആഖ്യാനത്തിന് വൈചിത്ര്യം നൽകുന്നു; ഒട്ടുംതന്നെ അതിഭാവുകത്വമോ അനുകമ്പയോ ചേർക്കാതെ!

പരിഭാഷ : അമൃത്ലാൽ

ഒന്ന്

ചുറ്റും തിരക്കും ബഹളവും. ഉറക്കെയുള്ള സംസാരം. അങ്ങോട്ടുമിങ്ങോട്ടും ഓടി നടക്കുന്ന പണിക്കാർ. പെയിന്റിങ് കഴിഞ്ഞപ്പോൾ വീടിനു ഭംഗി കൂടി. അണിഞ്ഞൊരുങ്ങിയ പുതിയ പെണ്ണിനെപ്പോലെ.

ഏഴാംകടലിന്റെ നടുവിൽ ഒറ്റയ്ക്കകപ്പെട്ടതുപോലെ. ആമിനയുടെ മനസ്സ് പുകയുന്നു. കുറ്റവും കുറവും പറയിക്കാതെ കല്യാണം കഴിഞ്ഞുകണ്ടെങ്കിൽ! എല്ലാം വിചാരിച്ചതുപോലെ നേരെചൊവ്വേ ആയാൽ മതിയായിരുന്നു. അതിനു വേണ്ടി നേരാത്ത നേർച്ചകളില്ല.

പന്തൽ കണ്ട് വരുന്നവർ അതിശയപ്പെടണം. എത്ര പണം ചെലവായാലും വേണ്ടില്ല. ഒരാഴ്ചയായി പന്തൽപ്പണി തുടങ്ങിയിട്ട്. ഓലകൊണ്ടുള്ള നെടുമ്പുരയ്ക്ക് വെള്ള മേലാപ്പ്. ചുറ്റും ചുവന്ന ഞൊറി. ടാർപ്പോളിൻ പന്തൽ വേണ്ടന്നുവച്ചു. ഒക്ടോബർ മാസമാണ്. തുലാമഴ വീണാൽ ആകെ അലങ്കോലമാകും. ഇനി പേടിക്കാനില്ല. ട്യൂബ്ലൈറ്റും ഫാനും വച്ചുകഴിഞ്ഞു. അലങ്കാരപ്പണികൾ ഇനിയും ബാക്കി. പണിക്കാർ വെള്ളമേലാപ്പിൽ വർണ്ണപ്പൂക്കളും രസക്കുടുക്കകളും കെട്ടിത്തൂക്കുകയാണ്.

“കൈ കയ്കാനുള്ള പയിപ്പ് ഏട്യാ പിടിപ്പക്കണ്ടത്?”

“ദാ ആ കാണുന്ന മൊയിലാഞ്ചിച്ചെടികളില്ലേ, അവിടെ. അത് പെണ്ണുങ്ങക്കാട്ടോ. ആണുങ്ങൾക്ക് ആ വലിയ പന്തലിന്റെ പിന്നിലായിക്കോട്ടെ.”

മണവാട്ടിയെ ഇരുത്താൻ സ്ത്രീകളുടെ പന്തലിൽ രണ്ടടി ഉയര

ത്തിൽ സ്റ്റേജ് കെട്ടിയിട്ടുണ്ട്. അവിടെ മുഴുവൻ മുല്ലപ്പൂമാലകൊണ്ട് അലങ്കരിക്കണം. ഇടയ്ക്കിടെ നക്ഷത്രങ്ങൾ പോലെ കണ്ണുചിമ്മുന്ന വർണ്ണബൾബുകൾ. നാളെ മതി. നാളെയാണ് 'മയിലാഞ്ചി'. അത് സ്ത്രീകളുടെ പരിപാടിയാണ്. ബന്ധുക്കളും വേണ്ടപ്പെട്ടവരുമായി സ്ത്രീകൾ ഏറെയുണ്ടാകും. നാളത്തേയ്ക്ക് മാത്രമായി മുനീറയ്ക്ക് പ്രത്യേകം ഡ്രസ്സും എടുത്തിട്ടുണ്ട്.

ധാരാളം ഞൊറികളുള്ള ഇളംചുവപ്പ് പട്ടുപാവാട. അരികിന് വീതിയുള്ള കസവുബോർഡർ. പാവാടയിൽ നിറയെ കസവുപൂക്കൾ. അതേ നിറത്തിലുള്ള മുഴുക്കൈ ബ്ലൗസിനു മാറത്തും കൈക്കും കസവുപണി. തലയിൽ നാലരികിലും കസവുഞൊറികളുള്ള ചുവന്ന നെറ്റ്. നെറ്റിൽ നിറയെ കസവുപൊട്ടുകൾ. അടിമുടി തിളങ്ങും. ഈയിടെ കല്യാണത്തിനു പോയപ്പോൾ കണ്ടതാണ്. അന്നേ വിചാരിച്ചതാണ് മുനീറയ്ക്കും അതുപോലെ മതിയെന്ന്. കാലിലിടാൻ കസവുചെരിപ്പ്. എല്ലാം ബാംഗ്ലൂരിൽനിന്ന് പ്രത്യേകം വരുത്തിച്ചതാണ്. മണവാട്ടിയെ അണിയിച്ചൊരുക്കാൻ ബ്യൂട്ടീഷനെ ഏർപ്പാടു ചെയ്തിട്ടുണ്ട്. ഇപ്പോൾ അതാണ് ഫാഷൻ. മുനീറ പിറുപിറുത്തിരുന്നു. കണ്ടതായി നടിച്ചില്ല. കാലത്തിനൊത്ത് കോലം കെട്ടാതെ പറ്റുമോ?

നാളെ സന്ധ്യ മയങ്ങുമ്പോഴേക്ക് സ്ത്രീകൾ എത്താൻ തുടങ്ങും. മഗ്‌രിബ് നിസ്കാരം കഴിഞ്ഞാൽ മുനീറയെ അണിയിച്ചൊരുക്കി സ്റ്റേജിന് നടുക്കുള്ള അലങ്കരിച്ച കസേരയിൽ ഇരുത്തും. ആനക്കൊമ്പ് പതിച്ച ആഭരണപ്പെട്ടി തുറന്നുവയ്ക്കും. പണ്ടങ്ങൾ ഓരോന്നായി മുനീറയെ അണിയിക്കും. ഇരുകൈകളിലും മുട്ടോളം വളകൾ. ഓരോ കൈയിലും ഇരുപതുവീതം ഒറ്റവളകൾ. മുന്നിലും പിന്നിലും കല്ലുവച്ച കട്ടിവളകൾ. ഏറ്റവും മുന്നിൽ തരിവള. അപ്പോൾ പാട്ടുകാരികൾ ആഭരണങ്ങളുടെ വർണ്ണന തുടങ്ങും. മുപ്പതു പവന്റെ കാശുമാലയും നാഭിവരെ എത്തുന്ന അഞ്ചു ഞൊറികളുള്ള പടിമാലയും മാത്രമേ പഴയതായിട്ടുള്ളൂ. ബാക്കിയെല്ലാം ഇപ്പോഴത്തെ ഫാഷനനുസരിച്ച് ഉണ്ടാക്കിയ സെറ്റുകളാണ്. നെക്‌ലസ്, അതിനുചേർന്ന കമ്മൽ, വള, മോതിരം... അതാണ് സെറ്റ്. പൊന്ന് മുഴുവനായി കല്യാണത്തിന്റെ അന്നേ അണിയിക്കൂ. ചമയം കഴിഞ്ഞാൽ കാരണവത്തിമാരാരെങ്കിലും സദസ്സിൽ ചെന്ന് അനുവാദം ചോദിക്കും.

"മുനീറായ്ക്ക് മൊയിലാഞ്ചി ഇടാൻ പോവ്വാണ്. എല്ലാരിക്കും സമ്മതമല്ലേ?"

അപ്പോൾ പാട്ടുകാരികൾ ഇശല് മാറ്റും. പിന്നെ പാടുന്നത് മൊയിലാഞ്ചിപ്പാട്ടാണ്.

"ആലം മഹമുദർക്കായി വന്ന മയിലാഞ്ചി...
പഞ്ചവർണ്ണപ്പട്ടതിൽ മൂടിവന്ന മയിലാഞ്ചി"

ബന്ധുക്കൾ മൂപ്പും മുറയും അനുസരിച്ച് മുനീറയുടെ കൈയിൽ

മൊയിലാഞ്ചി അണിയിക്കും. ബാപ്പയുടെ വീട്ടുകാരാണ് പുതിയ പെണ്ണിന്റെ വലത്തെ കൈവിരലിൽ ആദ്യമായി മൊയിലാഞ്ചി അണിയിക്കേണ്ടത്. ബാപ്പയുടെ വീട്ടുകാർ... മുനീറയുടെ ബാപ്പ...

എല്ലാ കാര്യങ്ങൾക്കും മേൽനോട്ടത്തിന് ഇത്താത്തയും അവരുടെ ഭർത്താവുമുണ്ട്. ഓടിനടന്ന് കാര്യങ്ങൾ അന്വേഷിക്കാൻ ബന്ധുക്കളും നാട്ടുകാരുമുണ്ട്. എന്നിട്ടും ആരോരുമില്ലെന്ന തോന്നൽ. ഒറ്റപ്പെട്ടതുപോലെ, മനസ്സിന്റെ കനമൊന്നു കുറയ്ക്കാൻ, അസുഖം വരുമ്പോൾ അടുത്തിരുന്ന് ആശ്വസിപ്പിക്കാൻ, മക്കളുടെ കാര്യങ്ങൾ ആലോചിക്കാൻ, മനസ്സു തുറന്ന് എന്തെങ്കിലുമൊക്കെ പറയാൻ ഒരാൾ കൂടെ ഉണ്ടായിരുന്നെങ്കിൽ! പലപ്പോഴും ആശിച്ചുപോയിട്ടുണ്ട്. ഒന്നിച്ചായിരുന്നപ്പോൾ അവളുടെ ഭർത്താവിന് അതിനൊന്നും സമയമുണ്ടായിരുന്നില്ല. എന്നിട്ടും തോന്നിപ്പോവുകയാണ്. അടുത്തുണ്ടായിരുന്നെങ്കിൽ! വ്യാമോഹമാണെന്ന് അറിയാഞ്ഞിട്ടല്ല... മനസ്സ് പായുകയാണ്...

നടുവകത്ത് നിരത്തിയിട്ട കസേരകൾ. അതിൽ നിറയെ പെണ്ണുങ്ങൾ. നടുവിലായിട്ട് പട്ടുവിരിച്ച കസേരയിൽ ചമഞ്ഞൊരുങ്ങി പുതുമാരന്റെ വരവും കാത്തിരിക്കുന്ന ആമിന... അവൾക്കു ചുറ്റും ചുവടുവച്ച് വട്ടം ചുറ്റുന്ന ഒപ്പനക്കാരികൾ... മനസിൽ മധുരം...

മുഖം കുനിച്ചാണ് ഇരിപ്പ്. ആഭരണങ്ങളുടെ ഭാരംകൊണ്ട് കഴുത്ത് താനെ കുനിഞ്ഞുപോയി. ഇളക്കത്താലിയുടെ ഞാലികൾ കഴുത്തിൽ തറയ്ക്കുന്നു. കാതിൽ തൂങ്ങിയാടുന്ന ലോലാക്ക്. കൈയിലും കഴുത്തിലും അരയിലും പൊന്ന്. കാലിലെ പാദസരത്തിൽ നിറയെ മണികൾ. ആമിന ഒന്നനങ്ങിയോ, പണ്ടങ്ങളുടെ കലപില.

“ആമിനാ തലപൊന്തിക്ക് മോളെ. പിയ്യാപ്ല കണ്ടാ ബിചാരിക്കും പുതുപ്പെണ്ണിന് തലയില്ലാന്ന്...”

കൂട്ടച്ചിരി.

“പിയ്യാപ്ലയും ആളും ബന്നിന്.”

അതിനിടയിൽ ആരോ പറഞ്ഞു. അതോടെ കസേരകൾ ഒഴിഞ്ഞു. നടുവകത്തെ വാതിൽക്കൽ ഉന്തും തള്ളും.

“തെരക്ക് കൂട്ടണ്ട പെണ്ണുങ്ങളേ, അറേക്കൂട്ടുമ്പം നിങ്ങൾക്ക് പിയ്യാപ്ലനെ നല്ലോണം കാണാലോ.”

“നല്ല മൊഞ്ചൻ.”

“പിയ്യാപ്ലക്ക് ഇബളേക്കാൾ കൊറവ്. തല പൊന്തുന്നില്ല.”

“നിക്കാഹ് നടക്കാൻ പോവ്വാണ്. എല്ലാരിക്കും സമ്മതമല്ലേ.”

പതിവു ചോദ്യം.

പെട്ടെന്ന് നടുവകം നിശ്ശബ്ദം. മുകളിൽ തളത്തിൽ വച്ചാണ് നിക്കാഹ്. തളത്തിൽ നിറയെ വിരിച്ച പുൽപ്പായയിൽ വെള്ളത്തുണി. പുതിയാപ്ലയ്ക്ക് ഇരിക്കാനായി ഭംഗിയുള്ള മിസിരിപ്പടം. പട്ടുതുണി കൊണ്ട് ഉറയിട്ട വട്ടത്തലയണ. മുകളിലേക്കുള്ള ഏണിപ്പടിയിൽ പെണ്ണു

ങ്ങളുടെയും പണ്ടങ്ങളുടെയും തിക്കും തിരക്കും. അമർന്ന ചിരി. കുശുകുശുപ്പ്. നടുവകത്ത് അവളും കുറേ കിഴവികളും മാത്രം ബാക്കി. മണി എത്രയായെന്ന് ആമിനയ്ക്ക് ഒരു രൂപവുമില്ല. എത്രനേരം അങ്ങനെ ഇരുന്നെന്നും അറിയില്ല.

"പെണ്ണുങ്ങളെ ചോറ് ബെയ്പ്പ് കഴിഞ്ഞോ? പെണ്ണിനെ അറയിക്കൂട്ടണ്ടേ?"

"പാട്ടുകാരത്തികളേടേ? അറകേറാനുള്ള പാട്ടു തൊടങ്ങിക്കോളിൻ കൂട്ടരേ."

"കാക്കകാരണവന്മാരോടും അമ്മായിമാരോടും സമ്മതം ചോയിച്ചോ?"

"സബിയാ ഏടെ? എല്ലാരോടും സമ്മതം വാങ്ങീലേ?"

"ബേഗം നോക്കീന്നും. ആമീനാക്ക് ബെറി തൊടങ്ങീട്ടുണ്ടാവും."

"ഓക്ക് രണ്ട് ബറ്റ് നിങ്ങളാരും കൊടുത്തില്ലേ മക്കളേ?"

"ഓക്കിപ്പം ബറ്റെറങ്ങൂലാ."

"അതു പറഞ്ഞാപ്പറ്റൂലാ. മോളേ സബിയാ ഓക്കൊരു ബസീല് ബിരിയാനി കൊണ്ടക്കൊടുക്ക്. തൊണ്ട നനയണമെങ്കില് ഇനി പിയ്യാപ്ലന്റെ പൊരേലെത്തേണ്ടേ? അതങ്ങ് ഏടെ കെടക്കുന്ന്?"

ഇത്താത്ത ബിരിയാണിയുമായി എത്തി. രണ്ടുപിടി എങ്ങനെയോ തിന്നെന്നു വരുത്തി. പാട്ടു മുറുകി. ആരൊക്കെയോ പിടിച്ചെഴുന്നൽപ്പിച്ചു. മുകളിലേയ്ക്കുള്ള ഏണിപ്പടി കയറുമ്പോൾ കാലുകൾക്ക് വിറയൽ. മനസിൽ കുളിര്. അറയിൽ പുതുമണവാളനെ കാണാൻ പെണ്ണുങ്ങളുടെ തിരക്ക്. സ്ത്രീകളെക്കണ്ടതും എന്തൊക്കെയോ തമാശകൾ പറഞ്ഞ് പുതിയാപ്ലയുടെ ചങ്ങാതിമാർ അറ കാലിയാക്കി.

"അറ കാലിയാക്ക് പെണ്ണുങ്ങളേ. ആമിനാനെ അറയിൽ കൂട്ടട്ടേ."

ആരൊക്കെയോ ഉന്തിത്തള്ളി അറയിലാക്കി വാതിലടച്ചു. മുറിയിൽ അത്തറിന്റെയും മുല്ലപ്പൂവിന്റെയും പരിമളം. മുല്ലപ്പൂമാലകൊണ്ട് മേലാപ്പിട്ട കട്ടിലിന്റെ ഓരത്ത് തലകുനിച്ച് ഇരിക്കുകയായിരുന്നു മണവാളൻ. വെള്ള ഫുൾക്കൈ ഷർട്ടും വെള്ളത്തുണിയും. തലയിലെ കറുത്ത തൊപ്പി മേശപ്പുറത്ത്. മൂപ്പർ എണീറ്റു വരുന്നു. അവളുടെ നേരെ. മതിലിനോട് ഒന്നുകൂടി ചേർന്നുനിന്നു. വാതിൽ കുറ്റിയിടുന്നതു കണ്ടപ്പോൾ തല ഒന്നു കൂടി കുനിഞ്ഞു. പിന്നെ... മേശപ്പുറത്തിരുന്ന ആഭരണപ്പെട്ടി അവളുടെ നേരെ നീട്ടുന്നു...

"എന്തിരുപ്പാ എളാമാ ഇത്?"

ഇത്താത്തയുടെ മകൾ ജസീല. ആമിന അവളുടെ മുഖത്തേക്കു മിഴിച്ചുനോക്കി. എളയുമ്മയുടെ വിളറിയ മുഖവും കലങ്ങിയ കണ്ണുകളും കണ്ടിട്ടാകണം അവൾ പറഞ്ഞു:

"നിങ്ങള് പിന്നേം തൊടങ്ങിയോ? രാവും പകലും ഇങ്ങനെ വ്യസനപ്പെട്ടിരുന്നാ മുനീറാന്റെ സ്ഥിതിയെന്താ? അപ്പുറത്ത് ആരൊക്കെയോ

വന്നിട്ടുണ്ട്. ചായകുടിയൊക്കെ കഴിഞ്ഞു. മുനീറാന്റെ പൊന്നും സാരി യുമൊക്കെ കാണണമെന്ന്."

"നിന്റെ ഉമ്മാനോട് കാണിച്ചുകൊടുക്കാൻ പറ മോളെ. എളാമാക്ക് വല്ലാത്ത തലവേദന. പോയോല് വരാതെ എളാമാക്ക് ഒരു സമാധാനവു മില്ല."

"ബാപ്പയല്ലേ പോയത്. കാര്യം സാധിക്കാതെ മടങ്ങൂല. നിങ്ങള് ബേജാറാവാണ്ടിരി."

ജസീല ആശ്വസിപ്പിച്ചു.

അകം നിറയെ ആൾക്കാരാണ്. കൂട്ടത്തിൽ കൂടുമ്പോൾ കൂടുതൽ ഒറ്റപ്പെട്ടതുപോലെ. കല്യാണം ഉറപ്പിച്ചപ്പോൾ മുനീറ ബാപ്പയെ കാണാൻ ചെന്നിരുന്നു. ആദ്യം അവളൊന്നു മടിച്ചു. നിർബന്ധിച്ചാണ് പറഞ്ഞയ ച്ചത്. പോകാതെങ്ങനാ? വിവാഹത്തിനു മുമ്പ് ബാപ്പയുടെ അനുഗ്രഹം വാങ്ങണ്ടേ? ബാപ്പയെ കണ്ടുവന്നതോടെ മുനീറയ്ക്ക് ആധി. മുറിയടച്ച് ഒരേ കിടപ്പ്.

"പാവം ബാപ്പ. ആകെ കോലംകെട്ടു."

എന്നാണ് അവൾ ജസീലയോടു പറഞ്ഞത്. ചെറുപ്പമല്ലേ. ബാപ്പ യുടെ സ്ഥിതി കണ്ട് പതറിപ്പോയി. മകളെ കുറ്റപ്പെടുത്താൻ തോന്നുന്നി ല്ല. നേരിട്ടു കാണാൻ ഇടയായാൽ! തന്റെ സ്ഥിതിയും മറിച്ചായിരിക്കില്ല. ചൂട് തട്ടുമ്പോൾ വെണ്ണ ഉരുകുന്നതുപോലെ മനസിലെ വെറുപ്പ് ഉരുകി പ്പോവില്ലേ? നേരിട്ട് കാണാൻ ഇടവരുത്തല്ലേ. മനസ്സ് പതറുന്നു. സ്വന്തം പേരിലാണ് കല്യാണക്കുറി അടിച്ചിരിക്കുന്നത്. ക്ഷണക്കത്തിൽ പേരു പോലുംവയ്ക്കാത്ത ബാപ്പ വന്ന് മകളുടെ നിക്കാഹ് നടത്തുക! അവൾക്കത് താങ്ങാനാകുമോ? നാട്ടുകാരുടെ മുഖത്തെങ്ങനെ നോക്കും?

ആശിക്കുന്നതിന് എതിരായിട്ട് മാത്രമേ ഇതുവരെ എല്ലാം നട ന്നിട്ടുള്ളൂ. ലോകരക്ഷകനായ അള്ളാഹു, അവന് ഏറെ പ്രിയപ്പെട്ടവരെ നിരന്തരം പരീക്ഷിക്കുമത്രേ. ബാപ്പ എപ്പോഴും പറഞ്ഞ് ആശ്വസിപ്പിക്കാ റുള്ള വാക്കുകളാണ്. ഇന്നിപ്പോൾ താങ്ങിനും തണലിനും ബാപ്പയു മില്ല.

മുനീറയ്ക്ക് ഉമ്മയുടെ ഗതി ഉണ്ടാവരുത്. അവൾക്ക് ഒരാളെ അന്വേ ഷിക്കുമ്പോൾ അതു മാത്രമേ മനസിലുണ്ടായിരുന്നുള്ളൂ. പണവും പ്രതാ പവും കുടുംബമഹിമയും അന്വേഷിച്ചു നടന്നില്ല. റിട്ടയർ ചെയ്ത ഒരു സർക്കാർ ഉദ്യോഗസ്ഥന്റെ മകൻ. ഒരു ചെറിയ വീടും അത്യാവശ്യം പറമ്പും മാത്രമാണ് അവരുടെ സ്വത്ത്. കോളേജധ്യാപകൻ. ഒരു സഹോ ദരി ഉള്ളത് പഠിക്കുന്നു. പലരും എതിർത്തു. കേട്ടതായി നടിച്ചില്ല. ആ വീടും ചുറ്റുപാടും ഇഷ്ടപ്പെട്ടു. ഉമ്മയും ബാപ്പയും മനുഷ്യപ്പറ്റുള്ളവർ. നല്ല പെരുമാറ്റം. പലരെക്കൊണ്ടും അന്വേഷിപ്പിച്ചു. ചെറുക്കനെക്കുറിച്ച് ആർക്കും എതിരഭിപ്രായമൊന്നും പറയാനില്ല. "നിങ്ങടെ സ്ഥിതിക്കു ചേരുമോ?" എന്നതു മാത്രമായിരുന്നു അവർക്കു സംശയം.

ഇത്താത്തയുടെ ഭർത്താവ് ആദ്യം മുതലേ എതിരായിരുന്നു. ഇത്താത്തയും പിണങ്ങി.

"അവനോന്റെ നെലേം വെലേം നോക്കണ്ടേ ആമി? നമ്മുടെ മറ്റു ബന്ധുക്കളെ എങ്ങനെയാ ആ വീട്ടിൽ കൊണ്ടോവുന്നത്? ഓലെന്തു വിചാരിക്കും?"

"അത്ര വലിയ *ബങ്കീശക്കാരൊന്നും അങ്ങോട്ടു പോണോന്നില്ല."

അങ്ങനെ പറയുമ്പോഴും ഉള്ളിൽ ഭയമായിരുന്നു. എല്ലാവരേയും പിണക്കിയിട്ട്... താങ്ങാനൊരാളില്ലാതെ...

കാറിന്റെ ഹോറൺ കേട്ടു.

"റബ്ബേ..."

**ബങ്കീശക്കാർ = പ്രതാപികൾ*

രണ്ട്

റബ്ബേ... ആമി ഒന്നു വിളിച്ചെങ്കിൽ... ഒരിക്കൽ മാത്രം... മകളുടെ വിവാഹക്കാര്യം പറയാനെങ്കിലും...

കൈയിലിരുന്ന ക്ഷണക്കത്ത് ജമാൽ ഒരാവൃത്തികൂടി വായിച്ചു.

"എന്റെ മകൾ മുനീറയുടെ വിവാഹം. വരൻ മുഹമ്മദലി. എന്ന് ആമിന. ഉപചാരപൂർവ്വം കരീം..." ഇല്ല. ബാപ്പയുടെ പേര് എവിടേയുമില്ല. കത്ത് ചുരുട്ടിക്കൂട്ടി മേശപ്പുറത്തിട്ടു.

എപ്പോൾ വേണമെങ്കിലും അവിടെ കയറിച്ചെല്ലാനുള്ള അവകാശമുണ്ട്. പക്ഷേ... കാലുകൾക്ക് ആരാ ചങ്ങലയിട്ടത്? ആമിനയുടെ ഇഷ്ടം നോക്കണോ? തല പെരുക്കുന്നു. വല്ലാത്ത വീർപ്പുമുട്ടൽ. താഴെക്കിടന്ന ക്ഷണക്കത്തിൽ ഒരിക്കൽകൂടി കണ്ണോടിച്ചു. മുനീറ കാണാൻ വന്നപ്പോൾ തന്നതാണ്.

ആമിന അറിഞ്ഞുകാണില്ല. അറിഞ്ഞാൽ സമ്മതിക്കില്ലായിരുന്നു. അവളിപ്പോൾ തന്നെക്കുറിച്ച് ഓർക്കാറുണ്ടാകുമോ? ഉണ്ടെങ്കിൽത്തന്നെ നല്ല ഓർമ്മകളായിരിക്കില്ല. അങ്ങനെ വെറുക്കാൻ മാത്രം എന്താ ചെയ്തത്? ഭാര്യയുടെ മുഖത്ത് മാത്രമേ നോക്കാവൂ; പച്ചവെള്ളം മാത്രമേ കുടിക്കാവൂ! എന്തൊക്കെ നിബന്ധനകൾ! അതൊക്കെ അനുസരിച്ച് അവളുടെ അടിമയായിട്ട് കൂടുക! കണ്ടില്ലെന്നും കേട്ടില്ലെന്നും വെച്ച് എത്ര സ്ത്രീകൾ ജീവിക്കുന്നു. അതെങ്ങനെ? ആമിനയ്ക്ക് ക്ഷമ വേണ്ടേ?

കള്ളുകുടിച്ചും കൂത്താടിയും നടക്കുമ്പോഴും ആമിനയുടെ കാര്യങ്ങളൊന്നും അന്വേഷിക്കാതിരുന്നിട്ടില്ല. രാജകുമാരിയായി വാഴിച്ചു. മനസിലും വീട്ടിലും. എവിടെപ്പോയിട്ടു വരുമ്പോഴും അവൾക്ക് സമ്മാനങ്ങൾ

വാങ്ങിച്ചു കൊണ്ടുവരും. മാലയും കമ്മലും സാരിയും... പെൺകോന്തനെന്ന് വിളിച്ച് ഉമ്മ പരിഹസിക്കുമായിരുന്നു. കേട്ടതായി നടിക്കാറില്ല. ആമിന നിർബന്ധിച്ചിട്ടാണ് ഈ ബംഗ്ലാവ് വാങ്ങിയത്. മനസില്ലാമനസോടെ തറവാട്ടിൽനിന്നും താമസം മാറ്റിയതും അവൾക്കുവേണ്ടിത്തന്നെ. അവളുടെ ബാപ്പ സഹായിച്ചതു നേരാണ്. വീട് മോടികൂട്ടാനും മറ്റും സ്വന്തം കൈയിൽനിന്ന് വാരിക്കോരി ചെലവാക്കി. ഉമ്മയുടെ ഗുരുത്വക്കേട് വാങ്ങിവയ്ക്കുകയും ചെയ്തു.

"നീയെന്തു തീരുമാനിച്ചു ജമാലൂട്ട്യേ?"

ഉമ്മയുടെ ചോദ്യം കേട്ട് തലയുയർത്തി. മുനീറയുടെ വിവാഹം നടത്താൻ അനുവാദം കൊടുക്കരുത്. അതിനുവേണ്ടിയാണ് അവർ ഇവിടെവന്ന് പാടുകെടക്കുന്നത്. വന്നതുമുതൽ ആമിനയുടെ കുറ്റങ്ങൾ എണ്ണിപ്പെറുക്കുകയാണ്.

"എടാ ഓളിപ്പളും നിന്റെ പെണ്ണല്ലേ? നീയൊരു ആങ്കുട്ടി ആണെങ്കില് നിന്റെ മോളെ കല്യാണം ഇബിടെ വച്ച് നീ നടത്തണം. കണ്ട പെണ്ണുങ്ങള് നടത്തരുത്."

"നിങ്ങള് മിണ്ടാണ്ട് പോണുണ്ടോ?"

"മേലായ റബ്ബേ, എന്റെ മോൻ പറഞ്ഞതു കേട്ടില്ലേ? ആറ്റിപ്പോറ്റി ബളത്തി ബലുതാക്കി. ബാപ്പ നേടിവച്ചതു മുയുമൻ ഓനൊരുത്തൻ കളിച്ചു തീർത്തു. എന്നിട്ടും ഞമ്മള് കമാന്ന് മിണ്ടീല. എന്തേയ്? ഓനോടുള്ള പിരിശംകൊണ്ട്. എന്നിട്ട്... ഓനിപ്പം പറഞ്ഞത്കേട്ടീലെ?... എന്റള്ളോ...

അവർ മാറത്തടിച്ച് നിലവിളി തുടങ്ങി. സഹിക്കാൻ കഴിയാതായപ്പോൾ എണീറ്റ് അകത്തേക്ക് നടന്നു. എന്തു ചെയ്യണമെന്ന് എത്തും പിടിയും കിട്ടുന്നില്ല. ആ ഹംസയെ ഒന്നു കണ്ടിരുന്നെങ്കിൽ! അവനെ ഒന്നു കാണണമെങ്കിൽ ആളയച്ച് കണ്ണിൽ എണ്ണയുമൊഴിച്ചു കാത്തിരിക്കണം. അവനിപ്പോൾ നാട്ടുകാര്യസ്ഥനല്ലേ. ഇവിടെ വരാൻ അവന് സമയമില്ല! അവനൊരുത്തനാ മുച്ചൂടും നശിപ്പിച്ചത്. പൊന്നു വിളയുന്ന കാപ്പിത്തോട്ടം കുറേശ്ശെയായി മുക്കാൽ കാശിനാ അവൻ തട്ടിയെടുത്തത്. ലഹരി തലയ്ക്കു കയറുന്ന സമയത്താണ് ഒപ്പിടീക്കാനുള്ള കടലാസുകളുമായി അവന്റെ എഴുന്നള്ളത്ത്. മൂവന്തി നേരത്തേ അവൻ വരൂ. ആമിയുടെ പിറുപിറുപ്പ് കേട്ടതായി നടിച്ചില്ല.

ഒരു കാര്യവും സ്നേഹത്തോടെ പറഞ്ഞു ചെയ്യിക്കാൻ ആമിക്ക് അറിയില്ലായിരുന്നു. എന്തിനും ഏതിനും തട്ടിക്കയറും. ബാപ്പയുടെ പുന്നാരമോൾ. ആവശ്യപ്പെടുന്നതെന്തും ബാപ്പ സാധിച്ചുകൊടുക്കും. അതുപോലെ ഭർത്താവും ആവണമെന്നുവച്ചാൽ? വീട്ടിൽ എല്ലാവരും ജമാൽ പറയുന്നത് വായും പൂട്ടി അനുസരിച്ചിട്ടേയുള്ളൂ. ഭാര്യയും അങ്ങനെ ആയാൽ മതി. അതിന് അവൾക്ക് വയ്യ. എന്തിനും വാശി.

എല്ലാം നശിച്ചില്ലേ? മക്കൾക്കും സ്വൈര്യമില്ലാതായി. മുനീറ പോകാൻ നേരത്ത് ഏങ്ങലടിച്ചു കരയുകയായിരുന്നു. അവളുടെ കൂടെ

ചെല്ലാൻ നിർബന്ധിക്കുകയും ചെയ്തു.

"ഉമ്മ പാവാ ബാപ്പാ. തൽക്കാലത്തെ ദേഷ്യത്തിന് എന്തെങ്കിലു മൊക്കെ പറയും. പിന്നെ രാവും പകലും അതോർത്തു സങ്കടപ്പെടും."

അവൾ പറഞ്ഞു.

"ഉമ്മ എന്തിനേ ഇവിടന്ന് പോയത്. ബാപ്പാനെ ഒറ്റയ്ക്കാക്കീട്ട്?"

ഇളയ മകൾ നസീറ പറഞ്ഞതു കേട്ടപ്പോൾ മനസിലെവിടെയോ നീറ്റൽ. പാവം കുട്ടികൾ. അവർക്കൊരു ജീവിതമില്ലാതായി. മുനീറ ആമിന തന്നെ. ചന്ദനനിറം. ചെറിയ കണ്ണുകൾ. മുട്ടോളമെത്തുന്ന മുടി. നസീറ ബാപ്പയെപ്പോലെ... വിടർന്ന കണ്ണുകളും ചുരുണ്ട മുടിയും. വർഷങ്ങൾക്കുശേഷം മക്കളെ കണ്ടപ്പോൾ മനസ്സ് നിറഞ്ഞു. ആദ്യം വല്ലാതെ അമ്പരന്നു. അവരുടെ മുഖത്തുനോക്കാൻപോലും മടി തോന്നി. അവർ ബാപ്പയെ വെറുക്കുന്നില്ല എന്നറിഞ്ഞപ്പോഴാണ് ഉള്ള് തണുത്തത്. കൂടെ ഉണ്ടായിരുന്നപ്പോൾ കുട്ടികളെ ലാളിക്കാനൊന്നും നേരം കിട്ടാറില്ല. തിരക്കുകൾ നൂറുകൂട്ടം. ചില ദിവസങ്ങളിൽ കുട്ടികളെ കാണാറുപോലുമില്ല. ഒന്നും വേണമെന്നുവച്ചിട്ടല്ല. കുടിച്ചു ചെന്നാൽ ആമി പിണങ്ങും. നിർത്താതെയുള്ള ശകാരം... ഒടുക്കം കരച്ചിൽ... ആമി ഉറങ്ങിയെന്ന് ഉറപ്പായതിനുശേഷമാണ് വീട്ടിലെത്തുക. ചിലപ്പോൾ ഓഫീസിൽത്തന്നെ കിടന്നെന്നും വരും.

തൊണ്ട വരളുന്നു. മേശപ്പുറത്ത് പകുതിയായ മദ്യക്കുപ്പി. കുറച്ച് ഐസ് കിട്ടിയിരുന്നെങ്കിൽ.

"എടാ കാദറേ..." ഉറക്കെ വിളിച്ചു.

"കാദറ് ചന്തേ പോയിക്കുണ്. എന്തിനേ വിളിച്ച്?"

"കൊറച്ച് ഐസ് വേണ്ടീർന്നു."

"ഐസും പെട്ടി കേടായിട്ടു ദെവസമെത്തറയായി. നിയ്യ് വെളുക്കുമ്പം രാവിലെത്തന്നെ കുപ്പി തൊറന്നോ? കുടിച്ച് കുന്തം മറിഞ്ഞിരിക്കാണ്ട് ഓല് ബരുമ്പളത്തിന് ബേണ്ട സങ്കതികളൊക്കെ ഒന്ന് ആലോചിക്ക്."

"അതിപ്പോ എന്താ ഇത്ര ആലോചിക്കാനുള്ളത്? അവര് തീരുമാനിച്ച കാര്യം അവരങ്ങട് നടത്തിക്കോളും."

"നെനക്ക് ഉളുപ്പുണ്ടോടാ?" നെന്റെ മോളെ മംഗലാ നടക്കാൻ പോണത്. അയിന് കൂടണോന്ന് നെനക്ക് പൂതീല്ലേ?"

"പൂതിവെച്ചിട്ട് എന്താ കാര്യം? നിങ്ങളേല് പയിശണ്ടോ? ഓല് നടത്തണപോലെ അന്തസ്സായിട്ട് ആ കല്യാണം നടത്താൻ നിങ്ങക്കാവ്വോ? ആവുമെങ്കിപ്പറ."

"ആവാണ്ടെന്താ? നിയ്യ് കൂടെ നിന്നാമതി. കായിണ്ടാക്കണ കാര്യം ഉമ്മ ഏറ്റു."

"ഇനി അക്കുട്ട്യോളുടെ ശാപം കൂടി ഞാൻ വാങ്ങി വെക്കണോ? നിങ്ങള് എന്നെ സ്വൈരം കെടുത്താണ്ട് പൊയ്ക്കോളിൻ."

"ഉമ്മ നെനക്ക് സ്വൈരക്കേടായി അല്ലേടാ? നെന്നെ ഇക്കോലത്തി

ലാക്കിയ പഹച്ചീനോട് നിനക്കിപ്പളും കൂറ് തന്നെ. ഞാനാപ്പം നെനക്ക് അബുജാഹില്..."

"ഉമ്മാ..."

ജമാൽ ഉറക്കെ വിളിച്ചു. മകന്റെ കണ്ണിലെ തീ കണ്ടിട്ടാകണം, ഉമ്മ നിർത്തി.

ജമാൽ അലമാര മുഴുവൻ പരിശോധിച്ചു. ഒരു ചെറിയ പൊതിമരുന്നു കിട്ടി. അതു വായിൽ കമഴ്ത്തി. വെള്ളം നോക്കിയിട്ടു കണ്ടില്ല. കട്ടിലിൽ കയറിക്കിടന്നു.

"എന്റെ റബ്ബേ. എനിക്കിതൊന്നും കാണാനുള്ള കരുത്തില്ല. നെന്റെ ജോഗം പോലെ വരട്ടെ. ഞാൻ പോണു."

"അതാ നല്ലത്."

പാതി മയക്കത്തിൽ ജമാൽ പറഞ്ഞു.

ഉമ്മയ്ക്ക് പോവാൻ കഴിഞ്ഞില്ല. കട്ടിലിൽ വാടിത്തളർന്ന് കിടക്കുന്ന മകനെക്കണ്ട് ഉമ്മയുടെ ഹൃദയം പിടച്ചു.

"എന്ത് ഉശിരുള്ള ചെക്കനേയിനും. ഈ കുട്ടി എന്തേ ഇക്കോലത്തിലാകാൻ..."

അവർ സ്വയം പറഞ്ഞു.

പ്രതാപിയായ ബാപ്പയുടെ ഏകമകൻ. കണക്കറ്റ സ്വത്തിന് ഏക അവകാശി. രാജകുമാരനെപ്പോലെയാണ് ബാപ്പ അവനെ വളർത്തിയത്. അവൻ ആശിച്ചതൊന്നും സാധിപ്പിച്ചു കൊടുക്കാതിരുന്നിട്ടില്ല. മറുനാട്ടിൽ അയച്ചാണ് പഠിപ്പിച്ചത്. ബാപ്പ മരിച്ചിട്ടും ഒന്നിനും കുറവ് വരുത്തിയില്ല. പഠിപ്പും സൗന്ദര്യവുമുള്ള പെൺകുട്ടിയെക്കണ്ടുപിടിച്ച് വിവാഹവും നടത്തി. അവിടെയാണ് അബദ്ധം പറ്റിയത്. പെണ്ണിന് പഠിപ്പും പത്രാസും കൂടിപ്പോയി. അവനവന്റെ കൊക്കിൽ ഒതുങ്ങുന്നതേ കൊത്താവൂ. വന്നുകയറിയ അന്നു തുടങ്ങിയതാണ് അവളുടെ തർക്കം. അവൾക്ക് ഭർത്താവിന്റെ വീട്ടുകാരെ വിലയില്ല. അവനെ മാത്രം മതി. ഉമ്മ വേണ്ട. ബന്ധുക്കളും വേണ്ട. അവൻ വളർന്നു വലുതായ തറവാടിനോടുപോലും പുച്ഛം. വേരും പറിച്ചുകൊണ്ടുപോയി. അങ്ങനെയങ്ങ് വിട്ടുകൊടുക്കാൻ പറ്റുമോ? അവളുടെ ബാപ്പയ്ക്ക് പണമുണ്ടെങ്കിൽ പെട്ടിയിൽ വെക്കട്ടെ. കിരിയാടൻ മൊയ്തുഹാജിയുടെ ഭാര്യ ഐഷക്കുട്ടിയെ കളി പഠിപ്പിക്കാൻ മാത്രം അവരാരും വളർന്നിട്ടില്ല. ഐഷക്കുട്ടിയെ ആരും കളി പഠിപ്പിക്കണ്ട. ചുട്ട കോഴിയെ പറപ്പിക്കുന്ന മുസലിയാക്കന്മാരും തങ്ങളന്മാരും ഐഷക്കുട്ടിയുടെ കൈയിലുണ്ട്. ആൺതുണയില്ലാതെ രണ്ടു പെൺമക്കളേയും കൊണ്ട് അവൾ പെടുന്ന പാട് നാടുമുഴുവൻ പാട്ടാണ്. തറവാടും കുലവുമില്ലാത്ത ഒരു മരുമകനെയാണ് മകൾക്ക് കണ്ടുവെച്ചിരിക്കുന്നത്.

"ഓള് കളി പഠിക്കാൻ പോണേള്ളു. ഓളെ ഞാൻ ഇനിയും പഠിപ്പിക്കും. എടാ കാദറേ... കാദറ് അങ്ങാടിയിൽ പോയിട്ട് വന്നില്ലേ?"

"ബിളിച്ചീനോ?"

"ഇബിടെ ബാടാ പഹയാ. നീ ചെന്ന് ഞമ്മളെ കുഞ്ഞായൻ മൊയി ല്യാരോട് ഒടനെ ബരാൻ പറ."

"ഇയ്യെന്താടാ നൊടിയണത്?"

അടുക്കളയിലെ മുട്ടിപ്പലകയിൽ ചെന്നിരുന്ന് പിറുപിറുക്കുന്ന കാദ റോട് പണിക്കാരി സൈനബി ചോദിച്ചു.

"അല്ലാന്ന് തല്ലയ്ക്ക് മനസിൽ തോന്നിയത് അപ്പം നടക്കണം. കുഞ്ഞായൻ മൊയില്യാരെ ബിളിക്കാൻ, ഈ പതയ്ക്കണ ബെയിലത്ത് നാലഞ്ച് മൈല് ഇനീം നടക്കണ്ടെ? കുഞ്ഞായൻ മൊയില്യാരു ബിചാ രിച്ചാ മങ്ങലം മൊടക്കാൻ പറ്റ്വോ?"

"മന്തിരോം ജപോം ഏറീട്ടാ മോനിങ്ങനെ നാലുകാലുമ്മല് കെട ക്കണത്. ആ പെമ്പറന്നോളെ കണ്ണീര് കൊറച്ചൊന്നുമല്ല ഇത്തറവാട്ടില് വീണത്."

"എന്താടീ ഇവടെയൊരു സബ. നീയിതുവരെ പോയില്ലേടാ?"

കാദർ ഒന്നും മിണ്ടാതെ പുറത്തേക്കു നടന്നു.

"കുഞ്ഞായൻ മൊയില്യാര് ബരണേന്റെ മുന്നം അപ്പഹയര് ബരല്ലേ റബ്ബേ. ജമാലൂട്ടിന്റെ മനസ്സ് മാറ്റാനുള്ള മരുന്നൊക്കെ മൂപ്പരേല് ഉണ്ടാവാ തിരിക്കൂലാ. മൂപ്പരൊന്നു നോക്യാ മതി. ഓൻ ബെറക്കും. ഈ പുത്തി എന്തേ നേരത്തെ തോന്നീലാ?"

...

"മൊയിലാളീ, എണീക്ക് ഓല് ബന്നിന്."

"ഹേ... എന്താ? ആരാടാ?..."

"ആമിനാത്താന്റെ..."

"എവിടെ? എപ്പഴാ വന്നത്?"

ജമാൽ ചാടി എണീക്കാൻ ശ്രമം നടത്തി. തല പൊളിയുന്ന വേദന. കാലുകൾക്ക് തളർച്ച.

"ഓലോട് ഇങ്ങട്ട് വരാൻ പറ."

ഒരുവിധം പറഞ്ഞൊപ്പിച്ചു.

എഴുന്നേൽക്കാനാവുന്നില്ല. തല ചുറ്റുന്നു. ലോകം മുഴുവൻ തന്റെ തലയ്ക്കു ചുറ്റും വട്ടം കറങ്ങുന്നു. ഇടയ്ക്കിടെ ആരോ തലയ്ക്ക് മേടു ന്നുണ്ടോ? പണിപ്പെട്ടാണ് എണീറ്റ് തലയണ ചാരി ഇരുന്നത്. അപ്പോ ഴേക്കും അവരെത്തി.

"എന്തേയ്? പുതിയാപ്ലേ, സുഖമില്ലേ?"

"ഒന്നുമില്ല... ഒരു തലവേദന."

"മുനീറാന്റെ കല്യാണത്തിന് നിങ്ങൾ സന്തോശത്തോടെ സമ്മതം തരണം. ഇനിയും നിങ്ങള് ഓളെ കണ്ണീര് കുടിപ്പിക്കരുത്."

വന്നവരിലാരോ പറഞ്ഞു.

"അതിപ്പോ അതുതന്നെയാണ് ഞാനും ആലോയിക്കണത്."

"ജമാലൂട്ട്യേ... നീയൊന്ന് ഇങ്ങട്ട് ബന്നാ..."

ഉമ്മ വിളിച്ചത് ജമാൽ കേട്ടില്ല. പക്ഷേ വന്നവർ കേട്ടു.

“തള്ള എന്തോ ഇടങ്കോലിടാനുള്ള ഏർപ്പാടാ. വേഗം കടലാസ്സിലൊരു ഒപ്പിടീക്ക്.”

ആമിനയുടെ ജ്യേഷ്ഠത്തിയുടെ ഭർത്താവ് കരീം വന്നവരോട് അടക്കം പറഞ്ഞു.

“കയിഞ്ഞതെല്ലാം പോട്ടേ പിയ്യാപ്ലേ. നിങ്ങളെ മോക്ക് ഒരു നല്ല കാര്യം വരുമ്പം നിങ്ങളായിട്ടതിൽ തടസ്സം നിക്കരുത്. അതല്ലേ അതിന്റെ ശരി.”

“അതെനിക്കറിയാം. അതുകൊണ്ടാണല്ലോ നിങ്ങളോട് ഇങ്ങോട്ട് വരാൻ പറഞ്ഞത്. എനിക്കവിടെ എപ്പോ വേണമെങ്കിലും കയറിവരാം. അതു മറക്കണ്ട.”

അതു പറയുമ്പോൾ ജമാലിന്റെ വാക്കുകൾക്ക് ഇടർച്ചയില്ലായിരുന്നു. കരീം നീട്ടിയ കടലാസ് വാങ്ങിയപ്പോൾ അയാളുടെ കൈ വിറച്ചു. മനസും.

ഉമ്മ വാതിൽക്കൽനിന്ന് ആംഗ്യം കാണിക്കുന്നുണ്ടായിരുന്നു. അയാൾ ഒന്നും കണ്ടില്ല.

മൂന്ന്

സൂര്യൻ മറയാൻ തുടങ്ങിയിരിക്കുന്നു. ഇരുൾ പരക്കാൻ ഇനി ഏറെ നേരം വേണ്ട. മൂടിക്കെട്ടിയ ആകാശം. ഇലപോലും അനങ്ങുന്നില്ല. ശരീരവും മനസും ചുട്ടുപഴുക്കുന്നു. ആമിന പുൽത്തകിടിയിലെ മേലാപ്പിട്ട ഇരുമ്പൂഞ്ഞാലിൽ ചെന്നിരുന്നു.

എത്ര ശ്രമിച്ചിട്ടും അവൾക്കൊന്നും മറക്കാനാവുന്നില്ലല്ലോ. മനസിൽ ഒരേയൊരു രൂപം മാത്രം. ഭർത്താവിന്റെ... വയനാട്ടിലെ വീട്... പൂന്തോട്ടം... വർഷങ്ങൾ കഴിഞ്ഞിട്ടും.

എന്നും വൈകുന്നേരം തോട്ടത്തിലിരിക്കുക അന്നേ പതിവായിരുന്നു. എങ്ങും പൂക്കൾ. ഭംഗിയായി വെട്ടിനിർത്തിയ പുൽത്തകിടിയിൽ സിമന്റ് ബഞ്ചുകൾ. പുൽത്തകിടിക്കു ചുറ്റും ഉണ്ടാക്കിയ തടങ്ങളിൽ പലതരം ചെടികൾ. കൊടുംവേനലിലും അവ പൂത്തുലഞ്ഞു നിൽക്കും. കാറ്റില്ലെങ്കിലും ഇളം കുളിര്. പകലത്തെ കൊടുംചൂട് സന്ധ്യ മയങ്ങുന്നതോടെ എങ്ങോ പോയ്മറയുന്നു. ഇരുട്ടു പരക്കുമ്പോൾ സുഖകരമായ തണുപ്പ്. കുന്നിൻ മുകളിൽ വർണ്ണം വാരിവിതറി പോകാൻ തിടുക്കം കൂട്ടുന്ന അസ്തമന സൂര്യൻ. കുന്നിൻ താഴ്വരയിലെ പച്ചപ്പുൽപ്പരപ്പിനു സ്വർണ്ണനിറം. എത്ര കണ്ടാലും മതിവരില്ല. വേനലായാൽ മുല്ലപ്പന്തൽ നിറയെ ഇല കാണാത്തവിധം പൂക്കൾ. എങ്ങും പരിമളം. സൊറപറയാൻ ഭർത്താവ് അടുത്തുണ്ടാവുകയാണെങ്കിൽ പിന്നെ പറയാനുമില്ല.

ഭർത്താവിന്റെ ഉമ്മയുമായി പിണങ്ങി പുതിയ ബംഗ്ലാവിലേക്ക് താമസം മാറ്റുമ്പോൾ മനസുനിറയെ സ്വപ്നങ്ങളായിരുന്നു. ഇപ്പോളും മനസ്സ് ആ വീട്ടിലാണ്. കനവിലും നിനവിലും ആ വീട് ഒരു സ്വപ്നം

പോലെ പിന്തുടരുന്നു. തോട്ടത്തിൽ നിന്നു പത്തിരുപതു വാര അകലെ തറനിരപ്പിൽനിന്ന് ഉയർന്നു നിൽക്കുന്ന ബംഗ്ലാവ്. അഭിമാനിയായ തന്റേടി തല ഉയർത്തിപ്പിടിച്ചു നിൽക്കുന്നതുപോലെ.

വലിയ ഇരുമ്പു ഗേറ്റ്. ഇരുവശത്തും ചോലമരങ്ങൾ പിടിപ്പിച്ച നടപ്പാത അവസാനിക്കുന്നത് കാർപോർച്ചിൽ. വലതുവശത്ത് വൃത്താകൃതിയിൽ വെട്ടിനിർത്തിയ പുൽത്തകിടി. അതിനു നടുവിലായി ജലധാര യന്ത്രം. ഇടതുവശത്തുള്ള തടങ്ങളിൽ പലനിറത്തിലുള്ള പനിനീർച്ചെടികൾ. കാർപോർച്ചിൽനിന്ന് വീട്ടിലേക്കു കയറാൻ മാർബിൾ പതിച്ച കോണിപ്പടികൾ. പടികൾക്കിരുവശത്തുമുള്ള തിണ്ണയിൽ നിറയെ ചെടിച്ചട്ടികൾ. മതിലരികിൽ നിറയെ കായ്ചു നിൽക്കുന്ന ജാമ്പമരം. പടർന്നു പന്തലിച്ച ഒട്ടുമാവുകൾ. പന്തലിട്ട് പടർത്തിയ മുന്തിരിവള്ളി.

ഗേറ്റിന് പുറത്ത് നേരെ എതിർഭാഗത്താണ് ഭർത്താവിന്റെ ഓഫീസ് കെട്ടിടം. അവിടന്നങ്ങോട്ട് കട്ടപിടിച്ച ഇരുട്ടു പതിയിരിക്കുന്ന കാപ്പിത്തോട്ടം. പകൽപോലും അങ്ങോട്ടിറങ്ങാൻ അവൾക്കു പേടിയായിരുന്നു. കാപ്പിച്ചെടികൾക്കിടയിൽ ചെമ്മൺപാത. പാതയ്ക്കിരുവശത്തും മുളകുവള്ളി കയറ്റിയ കവുങ്ങുകളും തണൽമരങ്ങളും. ഇടയ്ക്കിടെ വെള്ളം കെട്ടിക്കിടക്കുന്ന ഊറ്റുകുഴികൾ. കവുങ്ങിൻപട്ടയും കാപ്പിയിലയും വീണു ചീഞ്ഞളിഞ്ഞ നിലം. അങ്ങോട്ടു വല്ലപ്പോഴുമേ ഇറങ്ങിച്ചെല്ലാറുള്ളൂ. കാല് നിലത്തുകുത്തുമ്പോൾ ആകെ ഒരു വഴുവഴുപ്പാണ്. ചെമ്മൺപാത അവസാനിക്കുന്നത് മെയിൻറോഡിൽ. ഗേറ്റിനോടു ചേർന്ന് കാവൽക്കാരന്റെ മാടം. റോഡരികിൽ കൂലിക്കാർക്കു താമസിക്കാനുള്ള പാടികൾ. പലതും ഒഴിഞ്ഞു കിടക്കുകയാണ്. അന്യനാടുകളിൽ നിന്നുള്ള കൂലിക്കാരെ പാടികളിൽ താമസിക്കാറുള്ളൂ. സന്ധ്യ കഴിഞ്ഞാൽ പരിസരം വിജനം. പലതരം ജീവികളുടെ ശബ്ദങ്ങൾ. നേരമിരുട്ടുന്നതോടെ മനസിലും ഇരുട്ടു നിറയും. പിന്നെ ഭർത്താവിനെയും കാത്തുള്ള ഇരിപ്പ്...

സ്കൂളിൽ പഠിക്കുമ്പോൾ ഒരുപാട് നോവലുകൾ വായിക്കുമായിരുന്നു. ഇംഗ്ലീഷ് നോവലുകളോടായിരുന്നു പ്രിയം. റൊമാന്റിക് മനസുമായിട്ടാണ് വയനാട്ടിലെത്തിയത്. റൊമാൻസിന് അവിടെ വലിയ സ്ഥാനമൊന്നുമില്ലെന്ന് ഭർത്താവിന്റെ തറവാട്ടിൽ എത്തിയ അന്നുതന്നെ മനസിലായി. ആ ചുറ്റുപാടുമായി ഒരു വിധത്തിലും ഇണങ്ങാനാവില്ലെന്നു വന്നപ്പോഴാണ് മാറിത്താമസിക്കാൻ തീരുമാനിച്ചത്. ചുറ്റോടുചുറ്റും കണ്ണാടി ജാലകങ്ങളുള്ള വീട് ഇഷ്ടമായി.

പോർച്ചിൽനിന്നു കയറുന്നത് നിറയെ കണ്ണാടിജനലുകളുള്ള പൂമുഖത്തേക്കാണ്. അതു കഴിഞ്ഞാൽ നീണ്ട ഇടനാഴി. അതിനിരുവശത്തും മുറികൾ. പുറത്ത് നിറയെ അഴികളിട്ട നീണ്ട വരാന്ത. അവിടന്ന് തോട്ടത്തിലേക്കിറങ്ങാൻ വാതിലുണ്ട്. പുലർച്ചെ സുബഹി നിസ്കാരം കഴിഞ്ഞാൽ അവൾ അവിടെയിരുന്നാണ് ഖുർ ആൻ ഓതുക. കിളികളുടെ കളകളാരവം. ഇളംകാറ്റ്. അവിടെ അങ്ങനെ ഇരുന്നാൽ മനസും ശരീരവും തണുക്കേണ്ടതാണ്. പക്ഷെ മനസ്സ് അപ്പോഴും ചുട്ടുപഴുക്കുകയാ

യിരിക്കും. ഭർത്താവ് എന്നും നട്ടപ്പാതിരയ്ക്ക് എണീറ്റ് പുറത്തേക്ക് പോകുന്നത് ആ വഴിയാണ്. അക്കാര്യം അറിഞ്ഞത് ഏറെ വൈകിയാണെന്നു മാത്രം.

പകൽ മുഴുവൻ ഭർത്താവ് ഓഫീസിലായിരിക്കും. ഉച്ചയ്ക്ക് ഊണു കഴിക്കാൻ വന്നാലായി. അല്ലെങ്കിൽ ഊണ് അങ്ങോട്ടു കൊടുത്തയക്കണം. രാവിലെ ഇറങ്ങിയാൽ സന്ധ്യ കഴിഞ്ഞാണ് മിക്ക ദിവസവും ആൾ വീട്ടിലെത്തുക. നല്ല മൂഡിലാണെങ്കിൽ കുറച്ചുനേരം അവളോടൊപ്പം തോട്ടത്തിലിരുന്ന് സൊറ പറയും. പിന്നെ ബഹളമാണ്. കുളിയും ഒരുക്കവും കഴിഞ്ഞ് പുറത്തേക്കിറങ്ങാനുള്ള തിരക്ക്. ഇത് പതിവാക്കിയപ്പോൾ അവൾക്ക് വേവലാതിയായി. സ്നേഹിച്ചു പറഞ്ഞപ്പോൾ കേട്ടഭാവമില്ല. അതോടെ അവസാന അടവെടുത്തു. രണ്ടുദിവസം വെള്ളം കുടിക്കാതെ ഒരേ കിടപ്പ്. അതിനു ഫലമുണ്ടായി. വൈകുന്നേരത്തെ പുറപ്പാടു നിർത്തി. ഓഫീസിൽ നിന്ന് എത്തിയാൽ വേഷം പോലും മാറാതെ കുപ്പിയും ഗ്ലാസുമായി തോട്ടത്തിലെ സിമന്റ് ബഞ്ചിൽ ചെന്നിരിക്കും. കൂട്ടിന് ആരെങ്കിലും ഉണ്ടാകും. കാവലിന് ഹംസ. രാവേറെച്ചെന്നാലും കാണാതാകുമ്പോൾ അവൾ രണ്ടും കൽപ്പിച്ച് ഇറങ്ങിച്ചെല്ലും. അവളുടെ നിഴൽ കാണുന്നതോടെ ഹംസ ഒഴിഞ്ഞുമാറും. വിളിച്ചാൽ എതിർപ്പൊന്നും പറയാതെ അദ്ദേഹം കൂടെ വരും. എന്തെങ്കിലും വാരി വലിച്ചു കഴിച്ചിട്ട് ഉറങ്ങാൻ കിടക്കും.

ഒരു ദിവസം പാതിരയ്ക്ക് മിന്നൽ വെളിച്ചം കണ്ണിൽ തട്ടിയാണ് ഉണർന്നത്. ജനൽ കർട്ടൻ കാറ്റിൽ ഉയരത്തിൽ പറക്കുന്നു. നെഞ്ചം തുളയ്ക്കുന്ന ഇടി. മഴ കോരിച്ചൊരിയുന്നു. ഇടിയും മിന്നലും സ്വതേ പേടിയാണ്. ആശ്രയത്തിനെന്നപോലെ ഭർത്താവിന്റെ കൈകൾ പരതി. അടുത്തെങ്ങും ആരുമില്ല. പിണങ്ങി മാറിക്കിടക്കുകയാണോ? എണീറ്റ് ലൈറ്റിട്ടു. കട്ടിലിൽ ആളില്ല. പേടിച്ചു വിറച്ചു. തൊണ്ട ഇടറി. അപ്പോഴേക്കും തൊട്ടിലിൽ കിടന്ന മുനീറ കരയാൻ തുടങ്ങി. കുഞ്ഞിനെയുമെടുത്ത് വാതിൽ തുറന്ന് തളത്തിലെത്തി. നല്ല ഇരുട്ട്. ജോലിക്കാരെല്ലാം ഉറക്കം. എന്തുചെയ്യണമെന്നറിയില്ലായിരുന്നു. വീണ്ടും കാതു തുളയ്ക്കുന്ന ഇടി. മുനീറ ഉറങ്ങിയെന്നു കണ്ടപ്പോൾ കട്ടിലിൽ കിടത്തി. പുതപ്പിച്ചു. വയറ്റിനകത്ത് ഒരു കൊളുത്തിവലി. അന്ന് നസീറ വയറ്റിലായിരുന്നു. ജനലരികിൽ ചെന്നു നിന്നു. മഴ നിന്നിരിക്കുന്നു. മരച്ചില്ലകളിൽ നിന്നു വെള്ളം ഉറ്റി വീഴുന്നു. മിന്നൽ അപ്പോഴുമുണ്ട്. പണിക്കാരെ വിളിച്ചുണർത്താൻ തന്നെ തീരുമാനിച്ചു. അപ്പോഴാണ് വരാന്തയുടെ വാതിലിൽ താക്കോൽ തിരിയുന്ന ശബ്ദം കേട്ടത്. ശരീരം ആലിലപോലെ വിറച്ചു. കരച്ചിലടക്കാൻ കഴിഞ്ഞില്ല.

“നീയെന്തിനാ നട്ടപ്പാതിരയ്ക്കിരുന്നു കരയണത്?”

“നിങ്ങളെവിടേരുന്നു?”

“കളം നിറയെ കാപ്പിയും കുരുമുളകുമാണ്. മഴ വീണപ്പോൾ മനസു കേട്ടില്ല. പണിക്കാർ കാപ്പിച്ചാക്ക് കളത്തിലിട്ടിട്ടുണ്ടോന്ന് നോക്കാനിറ

ങ്ങിയതാ. കണ്ണുതെറ്റിയാൽ കള്ളപ്പണിയാ."

"പറഞ്ഞിട്ട് പൊയ്ക്കൂടെ?"

"നീ നല്ല ഒറക്കേരുന്നു. അപ്പളത്തിനിങ്ങനെ പേടിച്ചാലോ? ബാ, കിടക്കാം."

അവളെ അണച്ചു പിടിച്ചു കട്ടിലിലേക്കു നടന്നു.

അതൊരു പതിവായി. മുമ്പും പലതും കേട്ടിരുന്നു. വിശ്വസിക്കാതിരിക്കാൻ കഴിയുന്നതും ശ്രമിച്ചിരുന്നു. മദ്യപിക്കുമെന്ന് അറിഞ്ഞതു തന്നെ എത്രയോ കാലം കഴിഞ്ഞാണ്. അവൾ അറിഞ്ഞു എന്നു മനസിലായതോടെ വീട്ടിൽവച്ചു കുടിക്കാൻ മടിയില്ലാതായി. അതുകൊണ്ട് പലതും അറിഞ്ഞില്ലെന്ന് നടിക്കുന്നതായിരിക്കും ബുദ്ധി എന്നു തോന്നിയിരുന്നു. പക്ഷേ, മനസു കേൾക്കില്ല. ഓരോന്ന് നേരിൽ കാണുമ്പോൾ നിയന്ത്രണം വിട്ടുപോകും. രണ്ടാമത്തെ പ്രസവത്തിന് വീട്ടിൽ പോകുന്നില്ലെന്ന് ശാഠ്യം പിടിച്ചതും അതുകൊണ്ടാണ്.

"ആ കാട്ടില് ഒരാസ്പത്രീംകൂടി ഇല്ലാലോ മോളേ." - കേട്ടപ്പോൾ ബാപ്പയ്ക്ക് വേവലാതി.

"മിഷനാസ്പത്രീലേക്ക് വലിയ ദൂരമൊന്നുമില്ല ബാപ്പാ."

"പെറ്റാമാത്രം പോരല്ലോ... എന്നെക്കൊണ്ട് ആ കാട്ടില് ഒരീസം പോലും നിൽക്കാനാവൂല്ല." ഇത്താത്തയ്ക്ക് പരിഭവം.

പോകാൻ മടിക്കുന്നതിന്റെ കാരണം പുറത്തു പറയാൻ പറ്റുന്നതാണോ? എന്നുമെന്നും പുതിയ കഥകൾ. കുടിച്ചു കുന്തം മറിഞ്ഞുള്ള കോപ്രായങ്ങൾ, ഗർഭിണിയാണെന്ന പരിഗണന പോലുമില്ലാതെ. എന്നിട്ടും അവൾക്കു സഹിക്കാനാവുന്നില്ല. ഒന്നു മയങ്ങി ഉണരുമ്പോൾ ആൾ കട്ടിലിലില്ല. പിന്നെ വാതിലിൽ താക്കോൽ തിരിയുന്ന ശബ്ദത്തിനു വേണ്ടി കാതോർത്തുള്ള ആ കിടപ്പ്. ഓർക്കുമ്പോൾ ഞടുക്കം. പുലരാറാകുമ്പോഴാണ് മിക്ക ദിവസവും തിരിച്ചെത്തുക. ഒന്നും സംഭവിച്ചിട്ടില്ലാത്തതുപോലെ അവളോടു ചേർന്നു കിടക്കും. സിഗററ്റിന്റെയും മദ്യത്തിന്റെയും പൗഡറിന്റെയും മനം മടുപ്പിക്കുന്ന ഗന്ധം. അനങ്ങാതെ ശ്വാസം പിടിച്ചു കിടക്കും. അധികനേരം അങ്ങനെ കിടക്കാൻ അവൾക്കാവില്ല. മനസിൽ തീയാളുന്നതുപോലെ. ശരീരം ചുട്ടു നീറും. എണീറ്റ് കുളിമുറിയിൽ ചെന്ന് തണുത്തവെള്ളം തലയോടെ കോരി ഒഴിക്കും. കുളി കഴിഞ്ഞാലും ശരീരം ശുദ്ധമാകാത്തതുപോലെ. അപ്പോഴേക്ക് സുബഹി ബാങ്ക് കൊടുക്കുന്നുണ്ടാവും.

എത്ര താമസിച്ച് ഉറങ്ങിയാലും അദ്ദേഹം അതിരാവിലെ ഉണരും. പല്ലുതേപ്പും ചായകുടിയും കഴിഞ്ഞ് നടക്കാനിറങ്ങും. തുണയ്ക്ക് കാര്യസ്ഥൻ ഹംസ. ചെറുപ്പം മുതലേയുള്ള കൂട്ട്. മുതലാളി മനസിൽ വിചാരിക്കുന്നത് ഹംസ അപ്പപ്പോൾ സാധിച്ചുകൊടുക്കുന്നു.

സർക്കീട്ട് കഴിഞ്ഞെത്തുമ്പോൾ മണി എട്ടുകഴിഞ്ഞിട്ടുണ്ടാകും. വീട്ടിലെത്തിയാൽ ബഹളമാണ്. എല്ലാറ്റിനും ആമി വേണം. കുളിക്കുമ്പോഴും, ഷേവ് ചെയ്യുമ്പോഴും, ഡ്രസ് മാറുമ്പോഴും ഒരുക്കിക്കൊടുക്കാൻ

ആമി അടുത്തുണ്ടാവണം. അങ്ങോട്ടോ ഇങ്ങോട്ടോ മാറിയാൽ വീടുമുഴുവൻ കേൾക്കെയുള്ള വിളി. കുട്ടി കരഞ്ഞാൽ പോലും വിടില്ല. രാത്രി കണ്ട മനുഷ്യൻ തന്നയാണോ അതെന്ന് സംശയിച്ചുപോകാറുണ്ട്. ഓഫീസിലേക്കു വീട്ടിൽനിന്ന് പത്തുവാര അകലംപോലുമില്ല. എന്നാലും അണിഞ്ഞൊരുങ്ങിയാണ് പുറപ്പാട്. പൗഡറിന്റെയും ആഫ്റ്റർ ഷേവ് ലോഷന്റെയും സ്പ്രേയുടെയും സുഗന്ധം അയാൾ പോയിക്കഴിഞ്ഞാലും ഏറെ നേരമുണ്ടാകും.

പകൽ വീട്ടിലുള്ളപ്പോൾ ആമി അടുത്തുനിന്ന് മാറരുത്. വെറുതെ കിന്നാരം പറയാനാണ്. വീട്ടിൽ വിരുന്നുകാരുണ്ടെങ്കിൽ പറയുകയും വേണ്ട. ആമി, കരളേ എന്നൊക്കെയാണ് വിളി. ആമിയുടെ വീട്ടുകാർക്ക് ജമാലിനെ ഇഷ്ടമായിരുന്നു. അയാൾ ഓരോരുത്തരോടും അവരവരുടെ രീതിയനുസരിച്ച് പെരുമാറും. ബാപ്പ സമയം കിട്ടുമ്പോൾ അവളെ കാണാൻ വരും. ബാപ്പയെ സൽക്കരിച്ച് വീർപ്പുമുട്ടിക്കും. അന്നുതന്നെ മടങ്ങുമെന്നു പറഞ്ഞെത്തുന്ന ബാപ്പ തിരിച്ചുപോകുന്നത് ഒന്നോ രണ്ടോ ദിവസം കഴിഞ്ഞായിരിക്കും. ബാപ്പ വീട്ടിലുള്ളപ്പോൾ മദ്യപാനം കുറയ്ക്കും. ഓഫീസിൽ നിന്ന് നേരത്തെ വീട്ടിലെത്തും. രാത്രി പുറത്തുപോകുന്ന പതിവും നിർത്തും.

"നിങ്ങൾക്ക് എന്നും ഇങ്ങനെ ആയാപ്പോരേ?"

ബാപ്പ പോകുമ്പോൾ അവൾ ചോദിക്കാറുണ്ട്. വെറുതെ ചിരിക്കും. ഭർത്താവിനെക്കുറിച്ച് അവൾ ചിലപ്പോൾ ബാപ്പയോടു പരാതി പറയാറുണ്ട്.

"നീയെന്താ ആമി കുട്ടികളെപ്പോലെ. കളത്തിൽ ലോഡുകണക്കിന് കാപ്പീം കുരുമുളകുമുണ്ടാകുമ്പോൾ പൊരയ്ക്കകത്തു കിടന്നാൽ ഉറക്കം വരോ? ആണുങ്ങളായാൽ എന്തെല്ലാം ഇടപാടു കാണുമെന്നറിയാമോ? ഇത്ര വലിയ എസ്റ്റേറ്റ് നോക്കി നടത്താൻ എളുപ്പമല്ലാന്ന് കൂട്ടിക്കോ."

മുനീറയെ പ്രസവിച്ചത് നാട്ടിലെ ആസ്പത്രിയിൽ വച്ചായിരുന്നു. ഏഴാം മാസമായപ്പോൾതന്നെ ബാപ്പ വന്നു കൂട്ടിക്കൊണ്ടുപോയി. ഏറെ ബുദ്ധിമുട്ടുള്ള പ്രസവമായിരുന്നു. ആസ്പത്രിയിൽ അഡ്മിറ്റ് ചെയ്ത ഉടനെ വയനാട്ടിൽ വിവരമറിയിച്ചു. എസ്റ്റേറ്റിൽ സമരം. സ്ഥലത്തില്ലെങ്കിൽ ആകെ കുഴയും. തൽക്കാലം വരാൻ കഴിയില്ല എന്നായിരുന്നു മറുപടി. പ്രസവിച്ചു രണ്ടാഴ്ച കഴിഞ്ഞപ്പോഴാണ് വന്നത്. കൈനിറയെ സമ്മാനങ്ങളും മുഖം നിറയെ ചിരിയുമായി വന്ന വരവ് ഇപ്പോഴും അവളുടെ മനസിലുണ്ട്. അവൾ മുഖം തിരിച്ചു. പിണങ്ങി. കണ്ണീരൊഴുക്കി. അയാൾ പതം പറഞ്ഞു. മാപ്പും ചോദിച്ചു. തൊട്ടും തലോടിയും ആശ്വസിപ്പിച്ചു. മാറാതെ അടുത്തിരുന്നു. അതോടെ വെറുപ്പ് ഉരുകിപ്പോയി.

പക്ഷേ, അവൾ മരണവുമായി മല്ലിടുമ്പോൾ അയാൾ ബാംഗ്ലൂരിൽ മറ്റൊരു സ്ത്രീയുമൊത്ത് ചുറ്റിയടിച്ചു നടക്കുകയായിരുന്നു. അതറിഞ്ഞപ്പോൾ കണ്ണിൽനിന്ന് ചോരപ്പുഴയാണ് ഒഴുകിയത്. അടക്കാനാവാതെ മാറത്തടിച്ചു നിലവിളിച്ചു. അയാൾക്ക് അതിനും വിശദീകരണമുണ്ടായിരു

ന്നു. ആ സ്ത്രീ അയാളുടെ ക്ലാസ്മേറ്റായിരുന്നു. ബാംഗ്ലൂരിൽ കോഫി ബോർഡിന്റെ മീറ്റിംഗിനു പോയപ്പോൾ വിചാരിക്കാതെ കണ്ടുമുട്ടി. അവളുടെ ഭർത്താവിനു സുഖമില്ലെന്നറിഞ്ഞ് അവളോടൊന്നിച്ച് വീട്ടിലേക്കു പോയി. വീട്ടിലേക്കു കൂട്ടിക്കൊണ്ടു ചെല്ലാൻ അവൾ ഹോട്ടലിൽ ചെന്നിരുന്നു. അവിടെവച്ച് ബാപ്പയുടെ സുഹൃത്ത് അവരെക്കണ്ടു എന്നത് നേരാണ്.

"നീ വലിയ പഠിത്തക്കാരിയാണെന്നും പറഞ്ഞ് ഞെളിയാറുണ്ടല്ലോ. എന്നിട്ട് മനസെന്താ ഇങ്ങനെ ഇടുങ്ങിപ്പോയത്? കണ്ട അലവലാതി പെണ്ണുങ്ങളെപ്പോലെ കെടന്നു നിലവിളിക്കുന്നതു കണ്ടില്ലേ? ഛേ... മോശം..."

എല്ലാ തെളിവുകളും നശിപ്പിക്കാൻ അയാൾക്ക് നന്നായറിയാം. കണ്ണിനു നേരെ നടക്കുന്നതുപോലും ഇല്ലായ്മ ചെയ്യും. ഒരുദിവസം വൈകുന്നേരം അവൾ തോട്ടത്തിലിരിക്കുമ്പോൾ ഓഫീസ് റൂമിൽ ബഹളം കേട്ടു. ആമിയോ കുട്ടികളോ അങ്ങോട്ടു ചെല്ലരുതെന്നാണ് ചട്ടം. എന്നിട്ടും അവൾ ചെന്നു. റൈട്ടർ ആലി അസ്വസ്ഥനായി വരാന്തയിൽ തന്നെയുണ്ട്. ഭർത്താവിന്റെ മുറിയിലാണ് ബഹളം. മുറിയുടെ മൂലയിൽ ഒരു പെണ്ണ് നിന്ന് കരയുന്നു. അവളുടെ അച്ഛനാണെന്നു തോന്നുന്നു, എന്തൊക്കെയോ പറയുന്നുണ്ട്.

"എന്താ കാര്യം?" ആമിന ചോദിച്ചു.

"നിന്നെ ആരാ ഇങ്ങട്ട് വിളിച്ചത്?" അവളെക്കണ്ടതും തട്ടിക്കയറി.

"ഒച്ചയും വിളിയും കേട്ട് പോന്നതാ. കാര്യമെന്താ?"

"എല്ലാം കള്ളപ്പരിഷകളാണ്. മിണ്ടിപ്പോയാൽ മാനം കെടുത്തുന്ന വക."

പെണ്ണ് അപ്പോഴും കരച്ചിൽ തന്നെ. അവളുടെ അച്ഛൻ പറഞ്ഞു.

"ഞങ്ങള് പാവങ്ങളാ. ഇവളെ രാത്രി ഇങ്ങോട്ടയക്കണമെന്നും പറഞ്ഞ് ആളു വന്നിരുന്നു. കേട്ടതും പെണ്ണ് കരച്ചിലോടു കരച്ചിൽ. കല്യാണം നിശ്ചയിച്ച പെണ്ണാ. പൊറത്തറിഞ്ഞാ മാനം പോകും. സങ്കടം പറയാൻ വന്നതാണേ."

"നിങ്ങള് തൽക്കാലം മോളേം വിളിച്ച് പൊയ്ക്കോളീ."

അച്ഛനും മകളും തലയും കുനിച്ച് ഇറങ്ങിപ്പോകുന്നതും നോക്കി കുറച്ചുനേരം അവിടെത്തന്നെ നിന്നു. അപ്പോഴാണ് മുറ്റത്ത് കൂട്ടംകൂടി നിൽക്കുന്ന തൊഴിലാളികളെ ശ്രദ്ധിച്ചത്. അതോടെ തന്റേടം ചോർന്നു. പിന്നെ വീട്ടിലേക്ക് ഒരോട്ടമായിരുന്നു. മുറ്റത്തു കളിച്ചുകൊണ്ടിരുന്ന മുനീറയുടെ കൈയും പിടിച്ച് കാറിൽ കയറിയിരുന്നു. പരുങ്ങി നിന്ന ഡ്രൈവറെ തറപ്പിച്ചൊന്നു നോക്കിയപ്പോൾ അവൻ വണ്ടി സ്റ്റാർട്ടാക്കി. അദ്ദേഹം പിന്നാലെ ഓടിവരുന്നതു കണ്ട് അവൻ എൻജിൻ ഓഫാക്കി.

"വിടെടോ വണ്ടി."

അവൾ കയർത്തു.

നാല്

വണ്ടി നിന്നു. നിലാവിൽ കുളിച്ച പൂന്തോട്ടം. പുൽത്തകിടിയിൽ അളിയങ്കയോടു ചേർന്നിരുന്ന് കിന്നാരം പറയുന്ന ഇത്താത്തയെ ഗേറ്റു കടക്കുമ്പോൾ കണ്ടു. കാറിന്റെ ശബ്ദം കേട്ടിട്ടാകണം ഇത്താത്ത ചാടി എണീറ്റു. കാർ പോർട്ടിക്കോയിൽ നിർത്തിയപ്പോഴേക്ക് ഇത്താത്തയുമെത്തി. ഇത്താത്തയെ കണ്ടതായിപ്പോലും ഭാവിക്കാതെ ഉറങ്ങിക്കിടക്കുന്ന മുനീറയേയും തോളത്തിട്ട് ആമിന ചടപടാ അകത്തേക്ക് കയറിപ്പോയി.

"നീയെന്താ ആമീ ഈ നേരത്ത് ഒറ്റയ്ക്ക്? പുതിയാപ്ലയില്ലേ?"

ഉത്തരമില്ല. സഫിയ ആമിനയുടെ പിന്നാലെ അകത്തേക്കു നടന്നു. ഹസ്സനാജി ഊണുമേശയ്ക്കരികിൽ കരീമിനേയും കാത്ത് ഇരിക്കുകയായിരുന്നു. സഫിയയെ കണ്ടതും ചോദിച്ചു: "ആമി എന്തെങ്കിലും പറഞ്ഞോ?"

"എന്നോടൊന്നും മിണ്ടീല. ഇനിയിപ്പോ എന്തെങ്കിലും ചോദിച്ചാ ഓളെ വായിലുള്ളതപ്പാടെ കേൾക്കേണ്ടി വരും."

"ഇപ്പോ ഒന്നും ചോദിക്കണ്ട. നേരം വെളുക്കട്ടെ. മോളേ, ആമീ കഞ്ഞികുടിക്കാൻ വാ."

ഹസ്സനാജി നീട്ടിവിളിച്ചു.

ആമിനയുടെ മുറിയിൽ നിന്നും മുനീറയുടെ ഉറക്കെയുള്ള കരച്ചിൽ. വാതിൽ വലിച്ചടയ്ക്കുന്ന ഒച്ച.

"എടീ, പെണ്ണേ ആയീശാ നീ ചെന്ന് ആ കുട്ടീനെ ഇങ്ങോട്ടെടു

ത്തോ. അതിന് വെശന്നിട്ടാ നെലോളിക്കുന്നത്. ഇപ്പളും ഇള്ളക്കുട്ട്യാന്നാ ആമീന്റെ ബിചാരം. ഒന്ന് പറഞ്ഞ് രണ്ടിന് ചൊടിച്ചു പോരല്. ബാപ്പാ ഒരാളാ ഇബളെ ഇങ്ങനെ മാഞ്ഞാലം കേറ്റി കേടുവരുത്തണത്."

അത് കേട്ടിട്ടാകണം ആമിയുടെ കരച്ചിലിനു ശക്തി കൂടി. എന്തൊക്കെയോ എണ്ണിപ്പെറുക്കി പറയുന്നുമുണ്ടായിരുന്നു. ഹസ്സനാജിക്ക് വിഷമം തോന്നി.

"സഫിയ ഒന്നു മിണ്ടാണ്ടിരുന്നോ."

"എന്റെ വായ മൂടിക്കെട്ടാം. നാട്ടുകാരുടെ നാവാരു കെട്ടും? ഇത് ഇന്നും ഇന്നലെയും തൊടങ്ങിയതല്ലല്ലോ. നിങ്ങളെന്താ ഒന്നും തിന്നാത്തത്?"

അവൾ കരീമിനോടു ചോദിച്ചു.

"മതി." കരീം എണീറ്റ് കൈകഴുകി.

"കണ്ടോ ഒന്നും തിന്നില്ല. പ്ലെയിറ്റിലിട്ടത് അതുപോലുണ്ട്. ഓരോരുത്തര് കണ്ണീരുമൊലുപ്പിച്ചു വരും. ബാക്കിയുള്ളോരെ സ്വൈരം കെടുത്താൻ."

ആമിനയുടെ ഉറക്കെയുള്ള കരച്ചിൽ. അടുക്കളപ്പണിക്കാരികൾ ഒളിഞ്ഞും മറിഞ്ഞും നോക്കുന്നുണ്ടായിരുന്നു. കരീം ഒന്നും മിണ്ടാതെ കോണികയറി മുകളിലേക്കു പോയി. ഹസ്സനാജി കൈകുടഞ്ഞെഴുന്നേറ്റു.

"ബാപ്പ, നിങ്ങൾക്ക് ഗുളിക തിന്നാനുള്ളതാ. ഒന്നും തിന്നാതെ കെടന്നാ വയറുകാളും."

ഹസ്സനാജി തികട്ടി വന്ന കോപം അടക്കി. ഗുളിക കഴിക്കാൻ നിൽക്കാതെ മുറിയിലേക്കു നടന്നു.

തിരിഞ്ഞും മറിഞ്ഞും കിടന്നിട്ടും ആമിനയ്ക്ക് ഉറക്കം വന്നില്ല. എല്ലാം മറന്നൊന്ന് ഉറങ്ങാൻ കഴിഞ്ഞെങ്കിൽ! വല്ലാത്ത ദാഹം. എണീറ്റ് ലൈറ്റിട്ടു. മേശപ്പുറത്ത് ഗ്ലാസിൽ പാലു മൂടി വച്ചിരിക്കുന്നു. അടുത്തു തന്നെ ഒരു തട്ടത്തിൽ ആപ്പിളും പഴവും. പാലുമാത്രം കുടിച്ചു. കരഞ്ഞു തളർന്ന മുനീറ നല്ല ഉറക്കം. ഉറക്കത്തിലും ചുണ്ടിൽ വിതുമ്പൽ. പാവം കുട്ടി. വെറുതെ അവളെ ഒരുപാട് നോവിച്ചു. ആമിന മോളുടെ കവിളിൽ ഉമ്മവച്ചു. കവിളത്ത് കണ്ണീരുണങ്ങിയ പാട്.

കട്ടിലിനു താഴെ പണിക്കാരിപ്പെണ്ണ് കൂർക്കം വലിച്ച് ഉറക്കം. ചെമ്മീൻപോലെ ചുരുണ്ടാണ് പെണ്ണിന്റെ കിടപ്പ്. നാശം - ആമിന പിറുപിറുത്തു. കുളിമുറിയിൽ പോയി വന്ന് വീണ്ടും കിടന്നു. ഓരോന്നോർത്ത് ഉറങ്ങിപ്പോയതറിഞ്ഞില്ല. കുട്ടികളുടെ കളിയും ചിരിയും കേട്ടാണ് ഉണർന്നത്. കട്ടിലിൽ മുനീറയും ഇത്താത്തയുടെ മകൾ ജസീലയും കുത്തിമറിഞ്ഞ് കളിയാണ്. ആമിന എഴുന്നേറ്റു.

"എളാമ എപ്പളേ വന്നത്?"

"നിനക്കിന്ന് സ്കൂളില്ലേ?"

"ജസിമോളേ, ജസീ, നേരം കൊറേ ആയീട്ടോ സ്കൂളിൽ പോണ്ടേ?

ബാപ്പ വിളിക്കണ്."

താഴേ നിന്ന് ഇത്താത്ത വിളിച്ചു.

"ചെല്ലു മോളേ, വൈകുന്നേരം വന്നിട്ട് കളിക്കാം."

"എളാമ ഇന്ന് പോവരുത്ട്ടോ, മുനീറാ, ഇത്താത്ത സ്കൂളിപ്പോയിട്ട് വൈകുന്നേരം വരാം റ്റാറ്റാ."

ജസീല പോയതും മുനീറ കരയാൻ തുടങ്ങി.

"ബാ, പല്ലുതേച്ചുതരാം."

"നിയ്ക്ക് ബിയ്യാത്താ പല്ലുതേച്ചു തന്നാ മതി."

മോളെ നോക്കുന്നത് ബിയ്യാത്തുട്ടിയാണ്. എവിടെപ്പോകുമ്പോഴും അവളെയും കൊണ്ടുപോകാറുണ്ട്. തലേന്നത്തെ അരിശത്തിൽ അവളോടുപോലും ഒന്നും പറയാതെയാണ് കാറിൽ കയറിപ്പോന്നത്.

"മോള് ബാ. കാക്കച്ചീനെ കാണിച്ചുതരാം."

മോളുടെ കരച്ചിൽ കേട്ടെത്തിയ ആയിശു പറഞ്ഞു.

"മാണ്ട. ബിയ്യാത്ത മതി."

മുനീറ വീണ്ടും കരയാൻ തുടങ്ങി.

"തായത്ത് തത്തമ്മയുണ്ടല്ലോ. ബർത്താനം പറയണ തത്തമ്മ. ആയിശുന്റൊപ്പരം ബന്നാ കാണിച്ചുതരാം."

അവൾ ഒരു വിധത്തിൽ മുനീറയേയും കൂട്ടി താഴത്തേക്കു പോയി. ആമിന എണീറ്റ് അലമാര തുറന്നു. ഒന്നോ രണ്ടോ സാരികളും മുനീറയുടെ ഉടുപ്പുകളും എപ്പോഴും അലമാരയിലുണ്ടാകും. ഇതുപോലെ കൈയും വീശിത്തന്നെയാണ് മിക്കപ്പോഴും പിണങ്ങിപ്പോരൽ. പല്ലുതേപ്പും കുളിയും കഴിഞ്ഞ് താഴത്തേക്കു ചെന്നു.

ഇത്താത്ത ഊണു മേശക്കരികിൽ നിന്ന് അളിയങ്കയ്ക്ക് വിളമ്പിക്കൊടുക്കുകയാണ്. എന്തോ തമാശ പറയുകയായിരുന്നു എന്നു തോന്നുന്നു. അളിയങ്കയുടെ കണ്ണിൽ കള്ളനോട്ടം. ഇത്താത്തയുടെ കവിളത്ത് ചുവപ്പ്. അവളെ കണ്ടതും രണ്ടുപേരും സംസാരം മാറ്റി.

"ആമി എണീറ്റില്ലേന്ന് ഞാനിപ്പം ഇവളോട് ചോദിച്ചതേയുള്ളു. മൂപ്പര് സ്ഥലത്തില്ലേ? ഉണ്ടെങ്കിൽ ഇപ്പോ ഇവിടെ എത്തേണ്ടതാണല്ലോ."

അളിയങ്ക ചോദിച്ചു.

ആമിന ഒന്നും മിണ്ടിയില്ല.

"ആമീ, ബാ. വന്ന് ചായ കുടിക്ക്. ബിയ്യാത്തുട്ടിയെ എന്തേ കൊണ്ടരാഞ്ഞത്? മുനീറ ആർപ്പ് നിർത്തണില്ല."

"ബാപ്പ ഏടെ?"

ആമിന ചോദിച്ചു.

"കോലായിലുണ്ട്. പേപ്പറ് വായിക്ക്യാ."

"സഫിയാ വാ. പോകാൻ നേരായി. ജസീല എന്റെകൂടെ പോന്നോട്ടെ. ബാപ്പ ഇറങ്ങുമ്പം ലേറ്റാകും."

ഇത്താത്ത അളിയങ്കയുടെ പിന്നാലെ കോണി കയറിപ്പോകുന്നത്

കണ്ടപ്പോൾ ആമിനയുടെ കണ്ണുനിറഞ്ഞു. എല്ലാറ്റിനും വേണം ഭാഗ്യം. അളിയങ്കയ്ക്ക് വേണ്ടാത്ത ശീലങ്ങളൊന്നുമില്ല. പക്ഷേ, മുൻകോപിയാണ്. അരിശം വന്നാൽ കണ്ണുകാണില്ല. വായിൽത്തോന്നിയത് വിളിച്ചു പറയും. ഇത്താത്തയ്ക്ക് രണ്ടു കിട്ടിയെന്നും വരും.

ഇത്താത്തയും ഒട്ടും വിട്ടുകൊടുക്കില്ല. രണ്ടുപേരും നിന്നു പൊരുതും. രാത്രിയാകുന്നതോടെ രണ്ടുപേരും എല്ലാം മറന്ന് രാജിയാകും. ആദ്യം ഇണങ്ങാൻ ചെല്ലുന്നത് ഇത്താത്ത തന്നെ. ഓഫീസിൽ നിന്ന് മുഖം കനപ്പിച്ചെത്തുന്ന അളിയങ്കയുടെ അരികിലിരുന്ന് ഇത്താത്ത കണ്ണീരൊലിപ്പിക്കും. അതോടെ അളിയങ്കയുടെ മുഖത്ത് അലിവ്. രണ്ടുപേരും പുറത്തുപോകും. കൈനിറയെ പായ്ക്കറ്റുകളും മുഖം നിറയെ സന്തോഷവുമായി തിരിച്ചു വരുന്നതു കാണുന്നതുതന്നെ ഒരു സുഖമാണ്. അങ്ങനെ ആയാലും മതിയായിരുന്നു. പിണങ്ങിക്കോട്ടെ, അടിച്ചോട്ടെ. സഹിക്കാം. പക്ഷേ, കണ്ട പെണ്ണുങ്ങളെ... അതവൾക്ക് സഹിക്കാൻ വയ്യ.

“മോളേ, ആമീ നീ ഇന്നലെ വന്നിട്ട് ഇതുവരെ ബാപ്പാന്റെ അടുത്ത് വന്നില്ലല്ലോ.”

ബാപ്പയുടെ ചോദ്യം കേട്ട് ആമി ഓടിച്ചെന്ന് ബാപ്പയുടെ മാറിൽ വീണ് തേങ്ങി.

“ശ്ശേ, എന്തായിത് മോളേ. ചില്ലറക്കാര്യങ്ങൾക്ക് ഇങ്ങനെ കുലുമാല് കൂട്ടിയാലോ?”

“ചില്ലറക്കാര്യല്ല ബാപ്പ. ഞാൻ കണ്ണോണ്ടു കണ്ടതാ...”

“എല്ലാത്തിനും സമാധാനമുണ്ടാക്കാം. നീ ചെന്ന് ചായ കുടിക്ക്.”

“വല്ലിപ്പാ.”

കുളിച്ച് സുന്ദരിയായി മുനീറ ഓടിവന്ന് വല്ലിപ്പയെ കെട്ടിപ്പിടിച്ചു. വല്ലിപ്പ അവളെ വാരിയെടുത്ത് കൊഞ്ചിച്ചു.

“വല്ലിപ്പാന്റെ മോക്കു എന്താ വേണ്ടത്? കൊമ്പനാനേനെ വാങ്ങി ത്തരട്ടേ?”

“നിയ്ക്ക് മാണ്ട. ആനേനെ കണ്ടാ പേടിയാവും.”

“പിന്നെന്താ മേണ്ട്യത്?”

“മിണ്ടിപ്പറയണ തത്തമ്മ.”

“ഹാഹാ... വമ്പത്തി. മോള് ചായകുടിച്ചോ? ചെന്ന് പള്ളനെറച്ചും തിന്നിട്ട് വാ. നമ്മക്ക് എസ്റ്റേറ്റിൽ പോണം. ആമീ, നീയും വാ.”

“ഓളെ എന്തിനാ ഇപ്പം കൊണ്ടോണത്? ഇന്നലെ രാത്രി മലയിറങ്ങി വന്നതല്ലേ?”

“അതു നേരാ. എസ്റ്റേറ്റിൽ പിന്നൊരു ദിവസം പോകാം.”

“നിക്കിപ്പം പോണം.”

മുനീറ കരയാനുള്ള ശ്രമമാണ്.

“മോളെ വല്ലിപ്പ പാണ്ട്യാലയിൽ കൊണ്ടോവാം. ചോക്കലേറ്റ് വാങ്ങിത്തരാം. വല്ലിപ്പ കുളിച്ച് റെഡിയാവട്ടെ. ആമീ നീ വെറുതെ അതുമിത

മാലോചിച്ച് മനസ്സ് പുണ്ണാക്കണ്ട. രണ്ടീസം നിന്നെ കണ്ടില്ലെങ്കില് പുതിയാപ്ല ഇങ്ങെത്തും. ചെലപ്പോ ഇന്നുതന്നെ എത്താനും മതി."

"വന്നാലും ഞാൻ പോവില്ല. എന്നെ ആരും നിർബന്ധിക്കണ്ട."

ആമി വീണ്ടും കരച്ചിൽ തുടങ്ങി.

"നീ എന്തിനാ ആമീ വെറുതേ തർക്കം പിടിക്കണത്? തർക്കത്തിന് വർക്കത്തില്ലാന്ന് കേട്ടിട്ടില്ലേ?"

"ഇത്താത്തക്ക് അതു പറഞ്ഞാ മനസ്സിലാവൂലാ... അളിയങ്കാക്ക് ഇത്താത്ത പറയണതിനപ്പുറമില്ലാലോ."

"ഇതാപ്പം കൂത്ത്; എടീ, അതിന് സാമർത്ഥ്യം വേണം. അടീം ചവിട്ടും കുത്തും കൊണ്ടാലും ഞാൻ താണുകൊടുക്കും. നിന്നെപ്പോല പത്തിവിടർത്തി ആടാൻ..."

"തന്നെ... എല്ലാം എന്റെ കുറ്റം തന്നെ... എന്റെ റബ്ബേ... മരിച്ചെങ്കിൽ..."

അഞ്ച്

"മരിച്ചു കളയൂന്ന് പറയാൻ എളുപ്പാട്ടോ. ഒന്നു ഒക്കില്. ഒന്നിപ്പോ വയറ്റിലും. നിങ്ങള് ബാപ്പയും മോളും കൂടി എന്തു കളിയാ കളിക്കുന്നത്? ജമാൽ പുതിയാപ്ല വന്നിട്ട് ദിവസം രണ്ടായി. ആമി ഇതുവരെ ഒരക്ഷരം അയാളോടു മിണ്ടിയിട്ടില്ല. പാവം. അയാളായതുകൊണ്ടാ സഹിക്കണെത്. ബാപ്പയും കൂടി തൊടങ്ങിയാലോ?"

"ഞാനെന്തു ചെയ്യണോന്നാ സഫിയ നീ പറേണത്? ആമിയെ അടിച്ചും കുത്തിയും മിണ്ടിക്കാൻ പറ്റോ? കാണാൻ പാടില്ലാത്തതെന്തോ ഓള് കണ്ടിട്ടുണ്ടാകും. അതാ ഓക്കിത്തറ വാശി."

"നടന്നതെല്ലാം അയാൾ എത്രവട്ടം ബാപ്പാനോട് വിസ്തരിച്ചു തന്നു? എന്നിട്ടും മനസിലാവാത്ത മട്ടു കാണിച്ചാൽ? ഓളെ തർക്കം ബാപ്പാക്ക് നല്ലോണം അറിയുന്നതാണേ. നല്ലോണം ആലോചിച്ചിട്ട് മതി. അയാളും വാശിപിടിച്ചാലോ."

ഹസ്സനാജി ഒന്നും മിണ്ടുന്നില്ലെന്നു കണ്ടപ്പോൾ സഫിയ എന്തൊക്കെയോ പിറുപിറുത്തുകൊണ്ട് അകത്തേക്കു നടന്നു. ഊരാക്കുടുക്കിൽ അകപ്പെട്ടതുപോലെ. മകളുടെ മട്ടും മാതിരിയും കണ്ടിട്ട് അവളെ നിർബന്ധിക്കാൻ മനസു വരുന്നില്ല. ജമാലിന്റെ ന്യായവാദങ്ങൾ അവിശ്വസിക്കാനും കഴിയുന്നില്ല. ആമിന തൊട്ടാവാടിയാണെന്നറിയാം. എന്നാലും... ഒന്നുമില്ലാതെ... അവൾ കുറെ നാളായി പരാതി പറയാൻ തുടങ്ങിയിട്ട്. പക്ഷേ, ജമാലിന്റെ പെരുമാറ്റം കാണുമ്പോൾ ഒന്നും ചോദിക്കാൻ കഴിയുന്നില്ല. ഉമ്മയില്ലാത്തതു കാരണം ആമിനയെ ഏറെ ലാളിച്ചാണ് വളർത്തിയത്. അതിന്റെ കുറവുകൾ കാണാനുമുണ്ട്. ബാപ്പയ്ക്ക് ആമി

യോട് മാത്രമേ സ്നേഹമുള്ളു എന്ന് സഫിയക്ക് എന്നും പരാതിയാണ്. ആമി ചെറുപ്പത്തിലേ പതിഞ്ഞ മട്ടുകാരിയാണ്. സഫിയയാകട്ടെ തീപ്പൊരിയും...

ആമിക്ക് ഉമ്മയുടെ സ്വഭാവമാണ്. രൂപവും അതുതന്നെ. കദീശു ഭാഗ്യമുള്ളവളായിരുന്നു. അവളെ കല്യാണം കഴിച്ചതോടെ കാലം തെളിഞ്ഞു. ചെറിയൊരു പലചരക്കു കച്ചവടവുമായി കഴിയുന്ന കാലത്തായിരുന്നു വിവാഹം. കുടുംബസ്വത്തായി കിട്ടിയ അഞ്ചാറേക്കർ കവുങ്ങിൻതോട്ടവും നെൽകൃഷിയുമൊക്കയായി തട്ടിയും മുട്ടിയും കഴിഞ്ഞു പോവുകയായിരുന്നു. അന്നും തടി നോക്കാതെ അധ്വാനിക്കും. കദീശുവിന്റെ ബാപ്പയ്ക്ക് നഗരത്തിൽ തടിക്കച്ചവടം. അയാൾ കത്തിനിൽക്കുന്ന കാലം. വിവാഹം കഴിഞ്ഞപ്പോൾ മരുമകനെ സഹായത്തിനായി നഗരത്തിലേക്ക് കൊണ്ടുപോന്നു. കൂടെ നിർത്തി കച്ചവടം പഠിപ്പിച്ചു. എല്ലാം വശമായെന്നു കണ്ടപ്പോൾ സ്വന്തമായി മരമില്ല് തുടങ്ങാൻ വേണ്ട സഹായം ചെയ്തു തരികയും ചെയ്തു. പിന്നെ തിരിഞ്ഞു നോക്കേണ്ടി വന്നിട്ടില്ല. രാവും പകലും അധ്വാനിച്ചു. മരമില്ല് കൂടാതെ മറ്റു പല ബിസിനസുകളും നടത്തി. കദീശുവിന്റെ ബാപ്പയുടെ സഹായം എപ്പോഴും ഉണ്ടായിരുന്നു. ആയിടക്കു ചുളുവിൽ ഒരു റബ്ബർ എസ്റ്റേറ്റ് ഒത്തുകിട്ടി. അതിനോടു ചേർന്ന മൊട്ടക്കുന്നുവാങ്ങി കൊത്തിക്കിളച്ച് റബ്ബർ നട്ടു. ഇന്ന് റബ്ബറ് എസ്റ്റേറ്റുതന്നെ പത്തിരുന്നൂറേക്കറിനു മേലുണ്ട്.

കാലുറച്ചതിനു ശേഷമേ നഗരത്തിലേക്കു താമസം മാറ്റിയുള്ളൂ. ആദ്യം വാടകയ്ക്കായിരുന്നു. ആമിനയെ പ്രസവിച്ചതിനു ശേഷമാണ് ഈ ബംഗ്ലാവ് വാങ്ങിയത്. ഒരു സായിപ്പിന്റേതായിരുന്നു. സായിപ്പ് വിറ്റുപെറുക്കി നാട്ടിലേക്ക് പുറപ്പെട്ട സമയമായതുകൊണ്ട് ചുരുങ്ങിയ വിലയ്ക്ക് കിട്ടി. അവിടവിടെ പൊളിഞ്ഞ് വീഴാൻ തുടങ്ങിയിരുന്നു. പണം കുറേ ചെലവാക്കേണ്ടി വന്നു. എന്നാലെന്താ? ഇതുപോലൊരു ബംഗ്ലാവ് ഇന്നും ഈ നഗരത്തിലില്ല. പട്ടണത്തിലേക്കു പോരാൻ കദീശുവിന് ഒട്ടും മനസില്ലായിരുന്നു. അവളുടെ ബാപ്പയ്ക്ക് പറപറക്കുന്ന കച്ചവടമുണ്ടായിരുന്ന കാലത്തും താമസം നാട്ടിൽത്തന്നെയായിരുന്നു. നഗരത്തിൽ നിന്ന് ഇരുപത്തഞ്ച് കിലോമീറ്റർ പോയാൽ നാടെത്തി. അവിടെ താമസിച്ചുകൊണ്ട് എല്ലാം കൂടി നോക്കിനടത്താൻ ബുദ്ധിമുട്ട് തോന്നിയപ്പോഴാണ് താമസം മാറ്റാൻ തീരുമാനിച്ചത്. അവളുടെ ബാപ്പ കൂടി നിർബന്ധിച്ചപ്പോഴേ കദീശു നഗരത്തിലേക്കു പോരാൻ കൂട്ടാക്കിയുള്ളൂ.

അപ്പോഴേക്കും മാണിക്കോത്ത് ഹസ്സൻ നഗരത്തിൽ പ്രമാണിയായിക്കഴിഞ്ഞിരുന്നു. അതിനൊത്ത രീതിയിൽ വേണ്ടേ അയാളുടെ ഭാര്യയും മക്കളും കഴിയാൻ! അതൊന്നും പറഞ്ഞാൽ കദീശുവിന്റെ തലയിൽ കയറില്ല.

“ദോക്കീന്നും മൂടുമറന്ന കളിയൊന്നും മേണ്ട. കുട്ട്യോള് രണ്ടും പെണ്ണാ. ഓല് നാളെപ്പിറ്റേന്ന് അന്യന്റെ കുടീല് പൊറുക്കേണ്ടോരാ.”

“നീ ഒന്നടങ്ങ് കദീശോ. കാലത്തിനൊത്ത് കോലം കെട്ടണം. ഇപ്പം

വല്യ ആൾക്കാരൊക്കെ പെങ്കുട്ട്യോളെ പഠിപ്പിക്കുന്നുണ്ട്. ഞമ്മളെ മക്കളും പഠിക്കട്ടെ. ഒരു ചെക്കനുണ്ടായിരുന്നതിനെ പടച്ചോൻ മടക്കി വിളിച്ചില്ലേ? ഓനുണ്ടായിരുന്നെങ്കിൽ... വിധിച്ചില്ല."

അപ്പോഴേക്കും അവളുടെ കണ്ണു നിറയയും. മൂത്തത് ആണായിരുന്നു. ചുണക്കുട്ടി. അഞ്ചാം വയസ്സിലാ അവൻ ടൈഫോയ്ഡ് വന്ന് മരിച്ചത്. അതിനു ശേഷമാണ് നാട്ടിൽ നിന്ന് മാറിത്താമസിക്കണമെന്ന് തോന്നിയത്. സമയത്തിന് ഡോക്ടറെ കാണിച്ചിരുന്നെങ്കിൽ...

മകൻ മരിച്ചതോടെ കദീശുവിന്റെ കണ്ണ് തോർന്ന നേരമില്ല. ഒരാണിനെക്കൂടെ പ്രസവിക്കണമെന്ന് അവൾ മോഹിച്ചിരുന്നു. വിധിയില്ലായിരുന്നു. മകന്റെ മരണത്തോടെ കദീശുവിന് ആധിപിടിച്ചു. സുഖക്കേടൊഴിഞ്ഞ നേരമില്ല. എന്നാലും ഒരിടത്ത് അടങ്ങിയിരിക്കില്ല. ഇടയ്ക്കിടെ പനിയും തലവേദനയും. ഡോക്ടറെ കാണിക്കാൻ കൂട്ടാക്കിയില്ല. നാടൻമരുന്ന് മതിയെന്ന വാശി. നാട്ടിലെ ഏതോ വൈദ്യന്റെ ചികിത്സയായിരുന്നു. മുടങ്ങാതെ കഷായവും ഗുളികയും കഴിക്കുന്നതും കാണാറുണ്ട്. അതിൽക്കൂടുതൽ അന്വേഷിക്കാൻ നേരമില്ലായിരുന്നു. പണമുണ്ടാക്കാൻ വേണ്ടിയുള്ള നെട്ടോട്ടം തന്നെ.

വീട്ടുകാര്യങ്ങൾ നോക്കുന്നത് കദീശുവാണ്. ചെലവിനുള്ള പണം അവളെ ഏല്പിക്കും. ഒന്നിനും കുറവു വരുത്തരുതെന്ന താക്കീതോടെ. അന്തസ്സായിട്ട് കഴിയണം. അതിനാണല്ലോ ഓടിനടന്ന് പണമുണ്ടാക്കുന്നത്. വീട്ടിൽ ഇഷ്ടംപോലെ പണിക്കാരുണ്ട്. എന്നാലും കദീശുവിന് ഒരു മിനിട്ടു വെറുതെയിരിക്കാൻ നേരം കിട്ടാറില്ല. മരിക്കുന്ന അന്ന്, അയാൾ രാവിലെ മരക്കമ്പനിയിലേക്കു പോകാനിറങ്ങുമ്പോൾ അവൾ മുറ്റത്തുണ്ടായിരുന്നു. തേങ്ങാക്കാരനോട് കണക്കുപറയുന്നു. മുറ്റം വൃത്തിയാക്കാത്തതിന് അതിനിടയിൽ തോട്ടക്കാരനെ ചീത്തപറയുന്നുമുണ്ട്. ഉമ്മയ്ക്ക് സുഖമില്ല ഉടനെ എത്തണമെന്നു പറഞ്ഞ് സഫിയ ഫോൺ വിളിച്ചപ്പോഴും വേവലാതി ഒന്നും തോന്നിയതുമില്ല. കണക്കു നോക്കൽ കഴിഞ്ഞ് മറ്റു പണികൾ റൈറ്ററെ ഏൽപ്പിച്ചു. ഡോക്ടറെയും കൂട്ടി വീട്ടിലെത്തി. കദീശു മൂടിപ്പുതച്ചു കിടക്കുന്നു. തൊട്ടപ്പോൾ പൊള്ളുന്ന പനി. എന്തൊക്കെയോ പിച്ചും പേയും പറയുന്നുമുണ്ട്. ഡോക്ടർ പരിശോധിച്ചു മരുന്നിന് കുറിച്ചു. ഇഞ്ചക്ഷനും കൊടുത്തു. പേടിക്കാനൊന്നുമില്ലെന്ന് സമാധാനിപ്പിക്കുകയും ചെയ്തു. പക്ഷേ നോക്കിക്കൊണ്ടിരിക്കെ, പനി ഏറി. പാതിരാത്രിയായപ്പോൾ ഓർമ്മയറ്റു. അതിനു മുമ്പുതന്നെ ഡോക്ടറെത്തിയിരുന്നു. അയാൾ തന്നെയാണ് ആംബുലൻസിന് ഫോൺ ചെയ്തത്. ആസ്പത്രിയിൽ എത്തിച്ചെങ്കിലും വെളുക്കും മുൻപേ മരിച്ചു.

പറക്കമുറ്റാത്ത രണ്ട് പെൺകുട്ടികൾ. വലിയ ബംഗ്ലാവിൽ മക്കൾക്ക് ആരുണ്ട് തുണ? ഒരു മുറിയിൽ നടക്കുന്നത് അടുത്ത മുറിയിൽ അറിയില്ല. അത്രയും വലിയ അറകളാണ് ഓരോന്നും. അതുവരെ വീട്ടുകാര്യം എന്തെന്നറിഞ്ഞിട്ടില്ല. വീണ്ടുമൊരു വിവാഹം പലരും ഉപദേശിച്ചു. മനസ്സ് കൂട്ടാക്കിയില്ല. മൂത്തമകൾ സഫിയക്ക് പതിനഞ്ചു കഴിഞ്ഞു. അവൾക്ക്

വിവാഹാലോചനകൾ തുരുതുരെ വന്നുകൊണ്ടിരുന്നു. നല്ലതുനോക്കി ഉടനെ ഉറപ്പിക്കണമെന്ന് കദീശു എന്നും പറയുമായിരുന്നു. അവൾ കുറച്ചുകൂടി വലുതാവട്ടെ, പഠിപ്പു കഴിയട്ടെ, എന്നൊക്കെപ്പറഞ്ഞ് നീട്ടിക്കൊണ്ടു പോവുകയായിരുന്നു. വന്ന ആലോചനകൾ പലതും മനസിന് പിടിച്ചില്ല. മാണിക്കോത്ത് ഹസ്സനാജിയുടെ മരുമകൻ എന്തുകൊണ്ടും യോഗ്യനായിരിക്കണം. ആയിടയ്ക്കാണ് ഹജ്ജിന് പോയത്. കൂടെ വരാൻ കദീശുവിനും മോഹമുണ്ടായിരുന്നു. വിവാഹപ്രായം തികഞ്ഞ പെണ്ണിനെ വീട്ടിൽ ഒറ്റയ്ക്കാക്കി ഹജ്ജിന് പോകാനൊക്കുമോ? സഫിയയുടെ വിവാഹം കഴിഞ്ഞാൽ ഒന്നിച്ചു വീണ്ടും പോകാമെന്ന് പറഞ്ഞ് അവളെ സമാധാനിപ്പിക്കുകയായിരുന്നു.

കദീശു ഉള്ളപ്പോൾ തന്നെ കരീമിന്റെ ആലോചന വന്നതാണ്. എഞ്ചിനീയർ, തറവാടി, കാണാനും നന്ന്. പക്ഷേ സാമ്പത്തികമായി കുറച്ച് ബുദ്ധിമുട്ടിലാണ്. അയാളുടെ ബാപ്പയുടെ കച്ചവടം പൊളിഞ്ഞു നിൽക്കുന്ന സമയം. അയാൾ വലിയൊരു സ്ത്രീധനം ചോദിച്ചു. അതു തീരെ ഇഷ്ടപ്പെട്ടില്ല. തന്റെ സ്വത്തിനു രണ്ടു പെൺമക്കളല്ലാതെ ആരാ അവകാശികൾ? ഹസ്സനാജി അറിഞ്ഞുകൊടുക്കും. ചോദിച്ചു വാങ്ങരുത്.

"കുട്ടി കാണാൻ നന്ന്. മുന്തിയ പഠിപ്പുമുണ്ട്. ഓല് ചോയിക്കുന്നത് കൊടുക്കാനുള്ള കയിവും പടച്ചോൻ നിങ്ങൾക്ക് തന്നിട്ടുണ്ട്. പിന്നെ ഇതങ്ങു നടത്തിയാലെന്താ?" കദീശു ചോദിച്ചു.

"നീയൊന്ന് അടങ്ങ് കദീശു. നമ്മുടെ മോക്കെന്താ മൊഞ്ചില്ലേ? പഠിപ്പില്ലേ, പൊന്നില്ലേ, പണമില്ലേ? അതുപോലെ എല്ലാം ഒത്ത ഒരുത്തൻ വരട്ടേ. നീ നോക്കിക്കോ പറപറക്കുന്ന പിയ്യാപ്ലനെ കിട്ടും സഫിയാക്ക്..."

നിനച്ചിരിക്കാതെയാണ് കദീശു പോയത്. അതോടെ ആകെ തളർന്നു. മുമ്പും പിമ്പും ആലോചിക്കാൻ നിന്നില്ല. അവളുടെ ആശ നടക്കട്ടെ എന്നു കരുതി. മൂന്നു മാസം കഴിഞ്ഞതും വിവാഹം നടത്തി. നാടടക്കി വിളിച്ച് ഘോഷത്തോടെ മകളുടെ വിവാഹം നടത്തണമെന്ന് ആഗ്രഹിച്ചിരുന്നു. അഹങ്കാരം ഏറിയതുകൊണ്ട് പടച്ചവൻ ശിക്ഷിച്ചതാകും.

കരീമിനു പറയത്തക്ക കുറ്റങ്ങളൊന്നുമില്ല. എന്നാലും ജമാലിനെപ്പോലെ ശുദ്ധനല്ല. കാര്യത്തിനു പോന്നവൻ. ഇടയ്ക്ക് അടിപിടിയൊക്കെ ഉണ്ടാകുമെങ്കിലും സഫിയയെ വലിയ കാര്യമാണ്. അയാളുടെ ബാപ്പയാണ് തിരുമാലി. ഇടയ്ക്കിടെ അയാൾക്ക് കാണിക്കയുമായി ചെല്ലണം. ചെറിയ സംഖ്യയൊന്നും പോര. ചോദിച്ചതു കിട്ടിയില്ലെങ്കിൽ കുത്തിത്തിരുപ്പുണ്ടാക്കും. മകനെ ഭാര്യവീട്ടിലേക്കയക്കില്ല. ഒരാഴ്ച അടുപ്പിച്ച് കരീം വരാതിരുന്നാൽ സഫിയക്ക് വേവലാതിയായി. അതു ബാപ്പയും മകനും മനസ്സിലാക്കിയിരിക്കുന്നു. അവളുടെ കണ്ണീരു കാണുമ്പോൾ മനസു കലങ്ങും. ബാപ്പയും മകനും ചോദിക്കുന്നത് കൊടുത്ത് പിണക്കം തീർക്കും. തന്നെ പിഴിഞ്ഞ് അയാൾ കുടുംബം കരയ്ക്കെത്തിച്ചു. ഇന്ന് എല്ലാവരും നല്ല നിലയിലാണ്. അനുജന്മാർ രണ്ടുപേരും ഗൾഫിൽ.

സഹോദരിമാരെ വിവാഹം കഴിച്ചതും ഗൾഫുകാർ തന്നെ. തന്തപ്പടി ഈയിടെയാണ് മരിച്ചത്. അതോടെ കരീം ഇവിടെത്തന്നെയാണ് താമസം.

സഫിയ, അല്ലെങ്കിലും കാര്യക്കുട്ടിയാണ്. കരഞ്ഞോ നാക്കിട്ടടിച്ചോ അവളുടെ കാര്യം സാധിച്ചെടുക്കും. കദീശു മരിച്ചത് അറിയാഞ്ഞത് അവ ളുള്ളതുകൊണ്ടാണ്. അന്നുമുതൽ ഗൃഹഭരണം നടത്തുന്നത് അവളാ ണ്. ആമിനയുടെ കാര്യമാണ് കഷ്ടം. വെറുതെ കരഞ്ഞു ബഹളം കൂട്ടി നാടറിയിക്കാനല്ലാതെ കാര്യം നേടിയെടുക്കാനുള്ള സാമർത്ഥ്യമില്ല.

കല്യാണം കഴിഞ്ഞതു മുതൽ ആമിക്കു സ്വൈര്യമില്ല. അവൾക്കു വന്ന ആലോചനകൾക്കു കണക്കില്ലായിരുന്നു. തന്റെ സ്നേഹിതൻ കുട്ട്യേമിഹാജി ജമാലിന്റെ ആലോചനയുമായി വന്നപ്പോൾ ആദ്യം ചെവി കൊടുത്തതേയില്ല. കുട്ട്യേമിഹാജിയെ പണ്ടുമുതലേ അറിയാം. വയനാ ട്ടിലെ പ്രമാണി. ഏക്കർ കണക്കിനു കാപ്പിത്തോട്ടത്തിനുടമ.

“ട്ടോ, എന്റെ അനിയന്റെ മോനായതോണ്ടു പറയുന്നതല്ല. ജമാ ലൂട്ടി കരുത്തുള്ളോനാ. മദിരാശീല് പഠിക്യാ. ഓന്റെ ബാപ്പ മരിച്ചതോണ്ടാ ഞാനിപ്പം ഇതിനിറങ്ങുന്നത്. നിങ്ങളൊന്ന് അവിടം വരെ വന്ന് കുട്ടീനെ കാണ്. എന്നിട്ട് ബാക്കി തീരുമാനിച്ചാ മതി.”

ആമിനയെ ഒരു ഡോക്ടറെക്കൊണ്ട് കെട്ടിക്കണമെന്നായിരുന്നു മോഹം. ഒരാലോചന വന്നതുമാണ്. പക്ഷേ, അവൻ കാണാൻ നന്നല്ല. കറുമ്പൻ. കോങ്കണ്ണുണ്ട്. അപ്പോഴാണ് കുട്ട്യേമിഹാജിയുടെ വരവ്. അയാളെ പിണക്കേണ്ടെന്നു കരുതിയാണ് വയനാട്ടിലേക്ക് പുറപ്പെട്ടത്. ഒന്നു കണ്ടു പോരാം. അത്രയേ കരുതിയുള്ളു. പക്ഷേ, വീടും തോട്ടവു മൊക്കെ കണ്ടതോടെ മനസ്സുമാറി. പഴയമാതൃകയിലുള്ള നാലുകെട്ട് മാളിക. ചുറ്റും പരന്നുകിടക്കുന്ന തോട്ടം. കുരുമുളകും കാപ്പിയും കുന്നു കൂടി കിടക്കുന്ന കളങ്ങൾ. കാണാൻ നല്ല കുട്ടി. പെരുമാറ്റവും നന്ന്. എന്തുകൊണ്ടും ചേരും. ഇക്കണ്ട സ്വത്തിനൊക്കെ ഏക അവകാശി. രണ്ടാമതൊന്ന് ആലോചിച്ചില്ല. ജമാലിന്റെ ഉമ്മയെക്കണ്ട് വാക്കു കൊടു ത്തിട്ടാണ് പോന്നത്. സഫിയ എതിർക്കാതിരുന്നില്ല.

“ഇന്നാട്ടിലൊന്നും ആങ്കുട്ട്യോളില്ലാഞ്ഞിട്ടാ ഓളെ കൊടുങ്കാട്ടിലേ ക്കയക്കണെത്?”

കേട്ടതായി നടിച്ചില്ല. സഫിയയുടെ കല്യാണം ചുരുക്കത്തിൽ നട ത്തിയതിന്റെ കോട്ടം തീർക്കണം. നാടടക്കി ക്ഷണിച്ചു. പാട്ടുകച്ചേരി. ഒപ്പന, ബാന്റ് മേളം. ഒന്നിനും ഒരു കുറവും വരുത്തിയില്ല. ആഘോഷ മായിട്ടുതന്നെ നടത്തി. ആമിനയ്ക്ക് അടിതൊട്ടു മുടിയോളം പൊന്നു ണ്ടാക്കിച്ചു. ബോംബെയിൽച്ചെന്നാണ് അറസാമാനങ്ങളും തുണിത്തര ങ്ങളും വാങ്ങിയത്.

“പൊന്നുമോളെ കല്യാണത്തിന് പൈസ ഇടിച്ചു തള്ളുകയല്ലേ. ഓക്കു കൊടുത്തതുപോലത്തെ പൊന്ന് എനക്കും വേണം. അല്ലെങ്കില് മൂപ്പരെന്നെ ബാക്കി വെക്കൂല.”

“ഇതൊന്ന് കഴിയട്ടെടീ. എന്നിട്ട് ബാക്കിയൊക്കെ.”

"അതൊന്നും പറഞ്ഞാൽ പറ്റൂലാ. മൂപ്പരിപ്പളേ നല്ല ചൂടിലാ. കല്യാണത്തിനു കൂടൂല്ലാന്നാ പറേണത്."

"ഇഷ്ടമില്ലാത്തോരു കൂടണ്ട. നീയൊന്ന് ഓന്റെ താളത്തിനു തുള്ളാഞ്ഞാ മതി."

"അതിപ്പോ എങ്ങനാ?"

അങ്ങനെ രണ്ടു കല്യാണത്തിനുള്ള ചെലവായി.

നഗരത്തിൽ ജീവിച്ചു ശീലിച്ച ആമിനയ്ക്ക് ആ കാട്ടിൽ കഴിഞ്ഞുകൂടാനാവുമോ എന്നു പേടിയുണ്ടായിരുന്നു. പക്ഷേ, അവൾ പെട്ടെന്ന് എല്ലാവരുമായി ഇണങ്ങി. ആദ്യമൊക്കെ ഭർത്താവിന്റെ വീട്ടിലെ വിശേഷം പറയുമ്പോൾ അവൾക്ക് ആയിരം നാവായിരുന്നു. ഏറെക്കഴിയും മുമ്പേ നാവില്ലാതായി.

ഭർത്താവിന്റെ ഉമ്മയ്ക്കില്ലാത്ത കുറ്റമില്ല. എന്തിനും ഉമ്മയുടെ അനുവാദം വേണം. ജമാൽ ഉമ്മ കാണെ അവളോടു മിണ്ടിക്കൂടാ. അവളേയും കൊണ്ട് പുറത്തിറങ്ങണമെങ്കിലും ഉമ്മയുടെ സമ്മതം വേണം. മനസറിഞ്ഞ് ഉമ്മ സമ്മതിക്കില്ല. ജമാൽ രാത്രി അറയിലെത്തുന്നതാണെങ്കിൽ നട്ടപ്പാതിരയ്ക്ക്. താഴേ പടിപ്പുര മാളികയിലിരുന്നു ചീട്ടുകളിയാണെന്ന് ജോലിക്കാരികൾ അച്ചം പിച്ചം പറയുന്നു. കേട്ട കാര്യം ഉമ്മയോടു പറഞ്ഞപ്പോൾ അവർ തട്ടിക്കയറി. മേലിൽ ആവർത്തിക്കരുതെന്നായിരുന്നു താക്കീത്.

"നിങ്ങള് ബാപ്പാന്റെ മുന്നില്വന്ന് എന്റെ തലയിൽതൊട്ട് സത്യം ചെയ്യൂ. ഇനി അങ്ങനെയൊന്നും ഉണ്ടാവൂലാന്ന്."

"അങ്ങനെ ഇങ്ങനെ ഒന്നും ഉണ്ടായിട്ടില്ല. നീ വെറുതെ പെരുപ്പിക്യാണ്."

ആമിനയും ജമാലും തമ്മിലുള്ള തർക്കം കേട്ട് ഹസ്സൻ ഹാജി പ്രത്യാശയോടെ കാതോർത്തു.

"അതു പൊള്ള്. എന്റെ കണ്ണിനു മറയിടാൻ നിങ്ങൾക്കാവൂല. ഞാൻ നിങ്ങളെ കൂടെ വരണമെന്നുണ്ടെങ്കിൽ സത്യം ചെയ്താ മതി."

"എന്റെ പൊന്നെ. നിന്നാണെ സത്യം. പോരേ. വാ. പോകാം. മോളെവിടെ?"

"അള്ളാഹുവിനു സ്തുതി." ഹസ്സനാജി ഉറക്കെപ്പറഞ്ഞു.

ആറ്

"**വൈ**കുന്നേരം നേരത്തേ വരാട്ടോ ആമി, റെഡിയായി നിന്നോളൂ."

രാവിലെ ഇറങ്ങുമ്പോൾ പറഞ്ഞിരുന്നു. കുറച്ചു ദിവസമായി ആളാകെ മാറിയിരിക്കുന്നു, ബാപ്പയുടെ മുന്നിൽവച്ച് തലയിൽ കൈ വെച്ച് സത്യം ചെയ്ത് കൂട്ടിക്കൊണ്ടുവന്നതു മുതൽ. വൈകുന്നേരം കുപ്പിയും ഗ്ലാസുമായി തോട്ടത്തിൽ ചെന്നിരിക്കുന്ന പതിവിന് മാറ്റമില്ല. കൂട്ടിന് ആളുണ്ടാകാറില്ലെന്നു മാത്രം. ആമി അടുത്തുചെന്നിരിക്കും. അതു കൊണ്ട് കുട്ടികളും എത്തും.

"ബാപ്പ എന്താ കുടിക്കണ്. ഇനിച്ചും മേണം." നസീറ ശാഠ്യം തുടങ്ങും.

"ഇത് മരുന്നാ മോളേ. ബാപ്പാക്ക് പള്ളവേദന." അവളെ ഉമ്മവച്ചിട്ട് പറയും.

"എത്ര കാലമാ ഈ കള്ളക്കളി. മക്കള് വലുതാവുകയാണെന്ന് മറക്കണ്ട."

അതിന് ഉത്തരമില്ല.

"നീയിങ്ങോട്ടടുത്തിരി. നല്ല തണുപ്പ്."

അവളെപ്പിടിച്ച് അടുത്തിരുത്തും. ആകാശത്ത് കണ്ണുംനട്ട് അങ്ങനെയിരിക്കുമ്പോൾ പഴയകാര്യങ്ങൾ പലതും ഓർമ്മയിലെത്തും.

ഇടയ്ക്ക് ഉമ്മയുടെ കണ്ണുവെട്ടിച്ച് അവളേയുംകൊണ്ട് സർക്കീട്ടിനിറങ്ങാറുണ്ട്. ഊട്ടി, കൊടൈക്കനാൽ, ഊട്ടിയാണ് അദ്ദേഹത്തിന് ഏറെ ഇഷ്ടം. ഉമ്മ അറിഞ്ഞുപോയാൽ മുടക്കും. അതുകൊണ്ട് ആമിനയുടെ

വീട്ടിലേക്കെന്നും പറഞ്ഞാണ് ഇറങ്ങുന്നത്. ബാപ്പയെ ആദ്യമേ വിവരമറിയിക്കും. ഉമ്മ ഫോൺ വിളിക്കുമ്പോൾ ബാപ്പ എന്തെങ്കിലും നുണ പറഞ്ഞ് തടിതപ്പിക്കോളും. ഹോട്ടലിൽ മുറി നേരത്തെ റിസർവ് ചെയ്തിട്ടുണ്ടാകും. മുറി അടച്ചിരിക്കാനാണ് ജമാലിനിഷ്ടം. അവൾക്കാണെങ്കിൽ നാടുകണ്ട് നടക്കണം.

"ഇങ്ങനെ ഇതിനകത്ത് പൊരുന്നിരിക്കാനാണോ ഇത്രം ദൂരം പോന്നത്?"

അവൾ പരിഭവം പറയും.

"ഇവിടല്ലേ നിന്നെയിങ്ങനെ ഒറ്റയ്ക്ക് കിട്ടൂ. നാട്ടിലെത്തിയാൽ ഒളിഞ്ഞും മറിഞ്ഞും വേണ്ടേ എല്ലാം."

അവളുടെ കവിളിൽ ചുവപ്പ്.

"നല്ല കാശ്മീർ ആപ്പിളു പോലുണ്ട്. ഇങ്ങോട്ടടുത്തുവാ..."

പൂന്തോട്ടത്തിലെ പുൽത്തകിടിയിൽ അങ്ങനെ കിന്നാരം പറഞ്ഞിരിക്കും. ഇരുട്ടുന്നതുവരെ. അതിനിടയിൽ അയാൾ അവളുടെ പല പോസിലുള്ള ഫോട്ടോ എടുക്കും. ഓട്ടോമാറ്റിക് ക്യാമറ അഡ്ജസ്റ്റ് ചെയ്തുവച്ചിട്ട് ഓടിവന്ന് അടുത്തിരിക്കും. അവൾക്കു തടയാൻ കഴിയുന്നതിനു മുമ്പേ പടം എടുത്തുകഴിഞ്ഞിരിക്കും.

"നമ്മക്ക് വെറുതെയൊന്ന് ചുറ്റാനിറങ്ങിയാലോ? ഊട്ടിയിലോ മറ്റോ..."

അവൾ ചോദിച്ചപ്പോൾ കേട്ട ഭാവമില്ല. ഈയിടെയായി അങ്ങനെയാണ്. അവൾ പറയുന്ന പലതിനും അയാൾ ചെവി കൊടുക്കുന്നേയില്ല.

നേരം വെളുത്താലുടൻ ഓഫീസിലെത്താനുള്ള തിരക്കാണ്. അതിന്റെ കാരണം ചികഞ്ഞപ്പോഴാണ് പുതിയ ടൈപ്പിസ്റ്റിനെ നിയമിച്ച കാര്യം അവളറിഞ്ഞത്. അവളെ ഒന്ന് കാണണമെന്നു തോന്നി. വീട്ടിലേക്ക് വിളിപ്പിച്ചു. പേര് അന്നാമ്മ അവളുടെ കെട്ടും മട്ടും ഒന്നും പിടിച്ചില്ല.

"ഇവിടെ ഇപ്പോ എന്തിനാ ഒരു ടൈപ്പിസ്റ്റ്?"

ഭർത്താവിനോട് ചോദിക്കാതിരിക്കാൻ കഴിഞ്ഞില്ല.

"അതു നീയാ നിശ്ചയിക്കുന്നത്? കത്തുകളൊക്കെ പുറത്തു കൊടുത്താ ടൈപ്പ് ചെയ്യിക്കുന്നത്."

"എങ്കിൽ ആണൊരുത്തനെ വച്ചൂടെ?"

"പെണ്ണായാലെന്താ? കാണാൻ ചേലുള്ള ഒരു പെണ്ണിനെ കണ്ടപ്പോ അസൂയ കണ്ടില്ലേ?"

"പിന്നേ, കൊറേ നെറോം തടിയും ഉണ്ടെന്നല്ലാതെ ഓക്കെന്താ ഒരു ചേല്? കണ്ടാലും മതി."

"പിന്നെ നീയെന്തിനാ കലിതുള്ളുന്നത്?"

"ഈ കാട്ടിൽ ആണുങ്ങളെ നടുക്ക് പൊണ്ണൊരുത്തി..."

"ആണുങ്ങളാകുമ്പം വലിയ ശമ്പളം കൊടുക്കണം. മാത്രമല്ല, കൊറേ കഴീമ്പം കൊടിപിടിക്കാനും വരും."

അതുകേട്ടപ്പോൾ അവൾക്ക് പിന്നൊന്നും മിണ്ടാനായില്ല. അടുക്കളക്കാരികൾ മുനവച്ച് പറഞ്ഞപ്പോഴും ചികഞ്ഞുനോക്കാൻ മിനക്കെട്ടതുമില്ല. ഓഫീസിലെ അടിച്ചുതളിക്കാരിയാണ് അവിടത്തെ വാർത്തകൾ അടുക്കളയിലെത്തിക്കുന്നത്. പലതും കണ്ടില്ലെന്നും കേട്ടില്ലെന്നുംവച്ച് ജീവിക്കുവാൻ അവൾ പഠിച്ചുകഴിഞ്ഞിരിക്കുന്നു.

പക്ഷേ, റൈറ്റർ ആലി പറഞ്ഞത് കേട്ടപ്പോൾ ആകെ അങ്കലാപ്പ്. ആലി കള്ളം പറയില്ല. ബാപ്പയുടെ കാര്യസ്ഥന്റെ മകനാണ് ആലി. ബാപ്പ പറഞ്ഞിട്ടാണ് ആലിയെ പണിക്കെടുത്തത്. ഹംസയുടെ കള്ളത്തരങ്ങൾക്ക് കൂട്ടുനിൽക്കാറില്ല. അവളോട് എന്നും കൂറ് പുലർത്താറുണ്ട്. ഹംസയുടെ ഏഷണി കാരണം മുതലാളിക്ക് ആലിയെ വലിയ മതിപ്പില്ല.

"ആ ടൈപ്പടിക്കാരിയെ അങ്ങ് പറഞ്ഞയക്കുന്നതാ നല്ലത്."

ആലി ഈയിടെയും പറഞ്ഞു.

"എന്തേ ആലി?"

"അതിപ്പം... ഓക്ക് ടൈപ്പടിയൊന്നും നിശ്ശല്ല... പിന്നെ ഞാമ്പറീണില്ല..."

"ആലീ..."

ഒച്ച കനത്തു.

"ഇന്നോടു പൊറുക്കണം. കണ്ട് മതിയായി. പറയണ്ടാന്നു വെച്ചതാണ്. മനസ്സ് കേക്കണില്ല..."

ആലിയെ തറപ്പിച്ച് ഒന്നു നോക്കി. ഒന്നും മിണ്ടാതിരിക്കുന്നതു കണ്ട് ആലി സംസാരം മാറ്റി.

"ഹംസ എസ്റ്റേറ്റ് വാങ്ങിയ കാര്യമറിഞ്ഞോ?"

"ഒന്നും അറിയാതിരിക്കുന്നതാ നല്ലത്."

ആലി ബംഗ്ലാവിലേക്ക് വരുന്നത് കണ്ടാൽ ഹംസ പിന്നാലെയെത്തും.

"നീ എന്താ ഇബടെ കാട്ടണ്? മൊതലാളി എത്രനേരായി നെന്നെ തെരക്കണ്?"

ആലിയെ പറഞ്ഞയച്ചിട്ട് ഹംസ ഉപദേശിക്കും.

"ഫസാദിന്റെ ഉപ്പാപ്പയാ പഹയൻ. മൊലാളിച്ചി ഓനെ വലുങ്ങനെ നമ്പണ്ട."

"ആരെയാ നമ്പണ്ടതെന്ന് ഇപ്പോ ഒരെത്തും പിടിയും കിട്ടണില്ല."

"അതെന്താ അങ്ങനെ പറയണത്?"

"ഹംസന്റെ എസ്റ്റേറ്റൊക്കെ എങ്ങനെ? എത്ര കാപ്പി കിട്ടും?"

"കണ്ടോ, ഞാൻ പറഞ്ഞില്ലേ ഓൻ ഫിത്ത്നക്കാരനാണെന്ന്."

"ബീടരുടെ പൊന്നും മിന്നും പണയം വെച്ച് അയ്മ്പത് സെന്റ് കാട് വാങ്ങിയത് നേരാ. ഓൻ പറഞ്ഞിട്ടുണ്ടാകും അയമ്പതേക്കർ തോട്ടം വാങ്ങീന്ന്."

"ഇവിടെ ആരും ആരോടും ഒന്നും പറയണ്ട ഹംസേ. എന്നാലും എല്ലാരും എല്ലാം അറിയും."

അവളുടെ സ്വരം മാറുന്നതു കണ്ടാൽ ഹംസ തിരക്കു ഭാവിച്ച് സ്ഥലം വിടും.

ഹംസ കള്ളന് കഞ്ഞിവെച്ചു കൊടുക്കുന്നവനാണെന്ന് നന്നായി അറിയാം. അവനെ പിരിച്ചയക്കാൻ ആവുന്നതും നോക്കിയതുമാണ്. അവൾ പറയുന്നതുമാത്രം അവിടെ നടക്കാറില്ല. എന്തൊക്കെയോ സംഭവിക്കുന്നുണ്ട്. ഒന്നിന്റെയും പൊരുൾ അവൾക്ക് പിടികിട്ടുന്നില്ല. അവളെ സ്നേഹംകൊണ്ടു ശ്വാസം മുട്ടിക്കുക... അതേ സമയം... ഛേ... ഒന്നും നേരാവാതിരിക്കട്ടെ. എല്ലാം തോന്നലുകളാണ്...

കുറച്ചു കാലമായി രാത്രി വീട്ടിൽത്തന്നെയാണ് ഉറക്കം. ഓഫീസിൽ നിന്നെത്തുമ്പോൾത്തന്നെ സന്ധ്യ കഴിയും. പിന്നെ രാവേറെച്ചെല്ലുന്നതുവരെ കുപ്പിയും ഗ്ലാസുമായുള്ള ഇരിപ്പ്. അതു കഴിഞ്ഞാൽ ലക്കുകെട്ട ഉറക്കം. പകൽ കൺമുന്നിൽവെച്ച് സൗകര്യമുള്ളപ്പോൾ... കരള് പിളരുന്നു.

“ഉമ്മ റെഡിയാവണില്ലേ ബാപ്പ ഇപ്പോ വരും! സിനിമയ്ക്കു പോണ്ടേ?”

മുനീറ വന്നു ചോദിച്ചു.

“ബാപ്പ എന്തേ വരാത്തേ? അവിടെ എന്താ ഇത്ര വലിയ തിരക്ക്?”

“ഞാനെങ്ങനാ അറിയുന്നത്? ബാപ്പാനോടു ചെന്ന് ചോദിക്ക്.”

വെറുതേ അവളോടു തട്ടിക്കയറി. അവൾ കണ്ണും നിറച്ച് അകത്തേക്ക് പോയി. കണ്ടപ്പോൾ സങ്കടമായി. വിചാരിച്ചതല്ല നാവിൽ വരുന്നത്. മനസ്സ് വിങ്ങുകയായിരുന്നു. എന്നും പാതിരാവരെ കുടി. പകൽ ഓഫീസിൽ തോന്നിയതുപോലെ. എസ്റ്റേറ്റു കാര്യങ്ങൾ നടത്തുന്നത് ഹംസ. ഒരു നിയന്ത്രണവുമില്ലാതെ ഇങ്ങനെ പോയാൽ...

എന്നും ഓരോ വാഗ്ദാനവുമായിട്ടാണ് രാവിലെ ഇറങ്ങുക. വൈകുന്നേരമാകുമ്പോൾ അക്കാര്യം മറക്കും. പാവം കുട്ടികൾ. കാത്തുകാത്തിരിക്കും; അവളും. മണി ആറ് കഴിഞ്ഞു. ഇനി ഇന്ന്...

“മൊലാളി വരാൻ താമസിക്കുംപോലെ കഞ്ഞി അങ്ങട് കൊടുത്തയച്ചാ മതീന്ന് ഡ്രൈവറ് പറഞ്ഞു.”

ബിയ്യാത്തുട്ടിയുടെ ഒച്ചകേട്ട് തല ഉയർത്തി. അവളുടെ മുഖത്തേക്ക് ദയനീയമായി നോക്കി. കൊടുത്തയക്കണ്ട എന്ന് പറയണമെന്നുണ്ടായിരുന്നു. ഓഫീസ് വരെ ഒന്നു ചെന്നാലോ?

ഏഴ്

അന്നാമ്മയെക്കുറിച്ച് ആലി പറഞ്ഞതു കേട്ടതുമുതൽ ആമിന യുടെ മനസ്സ് വേവുകയായിരുന്നു. പലരെക്കൊണ്ടും അന്വേഷിപ്പിച്ചു. എവിടെയോ താളപ്പിഴകളുണ്ടെന്ന് തോന്നിത്തുടങ്ങി. ടൈപ്പിസ്റ്റ് ഏതു നേരവും മുതലാളിയുടെ മുറിയിലാണെന്ന് നാട്ടിൽപ്പാട്ട്! ആമിന മാത്രം ഒന്നും അറിയുന്നില്ല! പല ദിവസങ്ങളിലും പാതിരാത്രി കഴിഞ്ഞാണ് വീട്ടി ലെത്തുന്നത്. കുടിച്ച് ബോധമില്ലാതെ... അതിനൊക്കെ നൂറായിരം വിശ ദീകരണങ്ങളുണ്ട്. കേട്ടുകേട്ട് മടുത്തു. മിണ്ടാതിരുന്നാൽ പലതും എന്ന ന്നേക്കുമായി നഷ്ടപ്പെടുമെന്ന് അവളുടെ മനസ്സ് പറഞ്ഞു. ഇണങ്ങിയും പിണങ്ങിയും പറഞ്ഞുനോക്കി.

"വേറൊരാളെ നോക്കുന്നുണ്ട്."

എന്നും ഒരേ ഉത്തരം. കൂടുതൽ വിശദമായി സംസാരിക്കാൻ ഇട നൽകിയതുമില്ല. ആ വിഷയമെത്തുമ്പോൾ ആൾ ഇടയും. പിണങ്ങി പ്പോയെന്നും വരും. അവളെ കുറ്റപ്പെടുത്തിക്കൊണ്ട് വിശദീകരണം. നേരിൽ പറഞ്ഞിട്ട് കാര്യമില്ലെന്ന് ബോധ്യമായി. നിവൃത്തിയില്ലാതായ പ്പോഴാണ് ഹംസയോട് അക്കാര്യത്തെക്കുറിച്ച് സംസാരിക്കാൻ തീരുമാ നിച്ചത്. അക്കാര്യം അവനെക്കൊണ്ട് ചെയ്യിക്കുന്നതായിരിക്കും എളുപ്പ മെന്ന് തോന്നി.

"എന്തേയ് വരാൻ പറഞ്ഞയച്ചത്?"

വിളിക്കാനയച്ചതും ഹംസ എത്തി.

"ആ അന്നാമ്മയ്ക്ക് ഓഫീസിലെന്താ പണി? ഓക്ക് ടൈപ്പിങ് അറിയ്യോ?"

"പിന്നില്ലാതെ ഓക്കാടെ എടുത്താ തീരാത്ത പണിയാ. എന്തേയ് ചോയ്ക്കാൻ?"

"അങ്ങനെയൊന്നുമല്ലല്ലോ ഞാൻ കേൾക്കുന്നത്. ഇങ്ങനെ പോയാ എന്റെ സ്ഥാനത്ത് ഓളിരിക്കുമെന്നാ കേൾവി."

"അതൊക്കെ അസൂയക്കാര് വെറുതെ പറഞ്ഞുണ്ടാക്കുന്നതാ. ഓളായിട്ടാ മോലാളിന്റെ കോപ്പാട്ടിത്തരങ്ങളൊന്നും പുറത്തറിയാത്തത്. ഓള് പിന്നെ ഗതിയില്ലാഞ്ഞിട്ടാ..."

"അങ്ങനെ ഗതികെട്ട് ഓള് നിക്കണ്ട. ഓക്കെന്തെങ്കിലും കൊടുത്തു പറഞ്ഞയച്ചാള് ഹംസേ."

"അതിപ്പം ഞാൻ വിചാരിച്ചാൽ നടക്വോ?"

"ഹംസ വിചാരിച്ചാലേ നടക്കൂ."

"സ്വന്തം ബീടര് പറഞ്ഞാ കേക്കാത്തോര്..."

ആമിനയുടെ തല കുനിഞ്ഞു നാവിറങ്ങിപ്പോയതുപോലെ. ഹംസയുടെ മുഖത്തു നോക്കാനായില്ല. അവൻ കുറച്ചുനേരം നിന്നിട്ട് ഒന്നും സംഭവിക്കാത്ത മട്ടിൽ തിരിച്ചു നടന്നു. സ്വയം വെറുപ്പു തോന്നി. ഭർത്താവിനെ വരുതിയിൽ നിർത്താനറിയാത്തവൾ... ഒന്നിനും പോരാത്തവൾ...

അങ്ങനെ വിട്ടുകൊടുക്കാൻ തോന്നിയില്ല. പോരിനിറങ്ങാൻ തന്നെ തീരുമാനിച്ചു. ജമാലിനെ കാണുമ്പോൾ അവൾ അന്നാമ്മയുടെ വിഷയമെടുത്തിടും. ചിലപ്പോൾ അയാൾ കേൾക്കാത്ത മട്ടിൽ ഇരിക്കും. മിക്ക ദിവസവും വീട്ടിൽ അതേച്ചൊല്ലി വഴക്കാണ്.

"എന്നെ ഭരിക്കാൻ വരരുത്. എന്റെ കോലം മാറും."

പിണങ്ങി ഇറങ്ങുമ്പോഴുള്ള ഭീഷണി.

പറഞ്ഞതുപോലെ ആളാകെ മാറി. എസ്റ്റേറ്റിൽ പോക്കു നിർത്തി. വീട്ടിലെത്തുന്നത് തോന്നിയ നേരത്ത്. കുറെ വയലുണ്ടായിരുന്നത് അവളറിയാതെ വിറ്റു. അറിഞ്ഞപ്പോഴേക്ക് ആ പണം മുഴുവൻ തീർന്നിരുന്നു. "ആ പണം എന്തേ കാട്ടീത്? ഇവിടെ റോഡരികിൽ അഞ്ചാറു മുറി പീടികമുറികളെടുത്തിരുന്നെങ്കിൽ മാസാമാസം വാടക കിട്ടൂലായിരുന്നോ?"

"എന്നെ വിസ്തരിക്കണ്ട. എന്റെ സ്ഥലം എനിക്കിഷ്ടമുള്ളപ്പോൾ വിൽക്കും. പണം എനിക്ക് തോന്നിയതുപോലെ ചെലവാക്കും. നീയാരാ ചോദിക്കാൻ?"

പണം കൈയിലുണ്ടെങ്കിൽ ഹംസയ്ക്കും മുതലാളിക്കും തിരക്ക്. ഹംസ കുറേ നാളായി ആമിനയെ ഒഴിഞ്ഞു നടക്കുകയാണ്. ഓഫീസിൽ ചെന്നാണ് മുതലാളിയെ കാണുന്നത്. ഹംസ വിളിക്കുന്നെന്നറിഞ്ഞാൽ ഏതു പാതിരാത്രിയിലും ജമാൽ എണീറ്റ് പോവുകയും ചെയ്യും. ഏതു പരുവത്തിലാണ് തിരിച്ചെത്തുക എന്നറിയാതെ അവൾ ഉറക്കമൊഴിഞ്ഞ് കാത്തിരിക്കും. വയനാട്ടിൽ സഹായത്തിന് ആരുമില്ല. ജമാലിന്റെ ഉമ്മയ്ക്ക് ആമിനയോട് ഒടുങ്ങാത്ത പക. ബന്ധുക്കൾ ആമിനയുടെ വീട്ടിൽ ചെല്ലരുതെന്ന് അവർ വിലക്കിയിരിക്കുകയാണ്.

ജമാൽ തറവാട്ടിൽ നിന്ന് മാറിത്താമസിച്ച അരിശത്തിന് ഉമ്മ സ്വത്ത് ഭാഗം വച്ചിരുന്നു. നീതിയും ന്യായവുമൊന്നും നോക്കാതെ അവരുടെ ഇഷ്ടപ്പടിയാണ് ഭാഗപത്രം തയ്യാറാക്കിയത്. വിളവ് കിട്ടുന്ന കണ്ണായ സ്ഥലമെല്ലാം ഉമ്മയ്ക്ക്. മൊട്ടപ്പറമ്പുകൾ ജമാലിന്.

"ഓന്റെ പെണ്ണിന് എടുത്താ തീരാത്ത മാലും മൊതലും ഉണ്ടല്ലോ. ഓക്ക് എന്നേം വേണ്ട എന്റെ മൊതലും വേണ്ട. എന്റെ കാലശേഷം എല്ലാം എന്റെ മോനുതന്നെയാണല്ലോ കിട്ടണത്" എന്നാണ് അതിന് ന്യായം പറഞ്ഞത്.

ഈയിടെയായിട്ട് ഭർത്താവും അവളോട് കണക്ക് ചോദിക്കാൻ തുടങ്ങിയിരിക്കുന്നു.

"നിനക്കവിടെ കുന്നോളം സ്വത്തും പണവും ഉണ്ടെന്നാണല്ലോ കേൾവി. ഇതുവരെ ഇങ്ങോട്ടൊന്നും എത്തിക്കണ്ടില്ലല്ലോ. ബാപ്പ എല്ലാം മൂത്ത മരുമകന് എഴുതിക്കൊടുത്തോ?"

ബാപ്പ സ്വത്തൊക്കെ നേരത്തെ വീതം വെച്ചിരുന്നു. ടൗണിലെ കച്ചവടസ്ഥാപനങ്ങളും വാടകക്കെട്ടിടങ്ങളും ബാപ്പയുടെ പേർക്ക്. എസ്റ്റേറ്റ് പകുത്ത് മക്കൾക്കായി എഴുതിവച്ചു. എല്ലാറ്റിനും മേൽനോട്ടം ബാപ്പതന്നെ. അവരവരുടെ ഓഹരിയിൽ നിന്ന് കിട്ടുന്നത് അവരുടെ പേരിൽ ബാങ്കിലിടും. അത് ജമാലിന് അറിയുന്ന കാര്യമാണ്. ഇത്താത്തയുടെ ഭർത്താവ് മാസാമാസം ചെന്ന് കണക്ക് നോക്കും. ജമാൽ ഇതുവരെ അക്കാര്യത്തെക്കുറിച്ച് മിണ്ടിയിട്ടില്ല. കണക്കും നോക്കാറില്ല. ബാപ്പ എന്തെങ്കിലും സൂചിപ്പിച്ചാൽ ഒഴിഞ്ഞുമാറുകയാണ് പതിവ്.

"നിങ്ങളുടെ മോൾ. അവളുടെ സ്വത്ത്. കണക്കൊക്കെ അങ്ങോട്ട് പറഞ്ഞാമതി."

ആ ആളല്ലല്ലോ ഇപ്പോൾ. രൂപവും ഭാവവും മാറി. ഭാര്യയും കുട്ടികളും ഉണ്ടെന്ന കാര്യം തന്നെ മറന്ന രീതിയിലാണ് പലപ്പോഴും പെരുമാറുന്നത്. വീട്ടുചെലവിന് പണം തരാൻപോലും മടി. പണത്തിന് ബുദ്ധിമുട്ടു വന്നപ്പോൾ അവൾ ബാപ്പയ്ക്കെഴുതി. മരുമകന് വിഷമം തോന്നണ്ടെന്നു കരുതി രണ്ടുപേരുടെയും ജോയിന്റ് അക്കൗണ്ടിലാണ് ബാപ്പ പണമിട്ടത്. ഒരുമാസംകൊണ്ട് പത്തമ്പതിനായിരം കളിച്ചു തീർത്തപ്പോൾ അവൾക്ക് മിണ്ടാതിരിക്കാനായില്ല. ക്ഷമയ്ക്കും അതിരുണ്ടല്ലോ. അയാൾ ചെക്ക് ബുക്ക് അവളുടെ നേരെ വലിച്ചെറിഞ്ഞു.

"നിന്റെ പണമായതുകൊണ്ടല്ലേ കണക്ക് ചോദിച്ചത്. ഇതുവരെ ഇവിടത്തെ ചെലവുകളൊക്കെ നിന്റെ ബാപ്പയാണോ നടത്തിയത്? നിന്റെ അളിയങ്കയെപ്പോലെ ഭാര്യവീട്ടുകാരുടെ ഓശാരം പറ്റി കഴിയാനൊന്നും ഞാൻ വന്നിട്ടില്ലല്ലോ. മനുഷ്യന് സൈ്വരം തരില്ല. ഏതുനേരവും പണം പണം..."

അവൾ എന്തെങ്കിലും മിണ്ടിയാൽ ഇറങ്ങി ഒരു പോക്കാണ്. ഒന്നോ രണ്ടോ ദിവസം വീട്ടിലേക്കു വന്നില്ലെന്നും വരും. മൂന്നു നേരവും ആഹാരം പാത്രത്തിലാക്കി ഓഫീസിലെത്തിക്കണം. വിളമ്പിക്കൊടുക്കാൻ അന്നാ

മ്മ. ആമി അങ്ങോട്ടു ചെന്നുകൂടാ... സഹിക്കാനായില്ല. അവൾ ഇത്താത്തയെ ഫോൺവിളിച്ച് വിവരം പറഞ്ഞു. “ഇനിയിപ്പോ എന്തു ചെയ്യാനാ ആമീ. വിധിയാണെന്നുവച്ച് സമാധാനിക്ക്. ഇതൊക്കെ പുറത്തറിഞ്ഞാ നമ്മക്ക് തന്നെയല്ലേ മാനക്കേട്.”

കേട്ടപ്പോൾ സങ്കടമായി. ആമിക്ക് സഹായത്തിന് ആരുമില്ല. മേലിൽ ആരോടും പരാതിയൊന്നും പറയില്ലെന്ന് ഉള്ളാലെ ഉറപ്പിച്ചു. എല്ലാം സ്വയം നേരിടുക തന്നെ. പലദിവസം തിരിച്ചും മറിച്ചും ആലോചിച്ചു. ഒരു വഴി കാണിച്ചുതരണേ എന്ന് നിത്യേന പ്രാർത്ഥിച്ചു. കുട്ടികൾ ഒന്നും അറിയരുതെന്ന് ആഗ്രഹമുണ്ടായിരുന്നു. അവരുടെ മനസ്സ് നോവരുത്.

ഓഫീസിൽ തിരക്കില്ലാത്ത ഒരു ദിവസത്തിനു വേണ്ടി കാത്തിരുന്നു. അടുത്തെങ്ങും ആരുമില്ലെന്ന് ഉറപ്പായപ്പോൾ ഓഫീസിലേക്ക് നടന്നു.

“മൂപ്പരില്ലേ?”

വരാന്തയിൽ കയറി ആലിയോടു ചോദിച്ചു. കുമ്പിട്ടിരുന്ന് എന്തോ എഴുതിക്കൊണ്ടിരുന്ന ആലി തല ഉയർത്തി. അവന്റെ മുഖം വിളറി. തൊട്ടടുത്ത മേശപ്പുറത്ത് ടൈപ്പ്റൈറ്റർ പൊടിപിടിച്ചു കിടക്കുന്നു. തുറന്നിട്ട് നാളുകളായെന്നു തോന്നി. മുന്നിൽ ഒഴിഞ്ഞ കസേര.

ആലിയുടെ മറുപടി കാക്കാതെ അവൾ ഭർത്താവിന്റെ മുറിയുടെ വാതിൽ തള്ളിത്തുറന്നു. കട്ടിലിൽ ഭർത്താവിന്റെ ദേഹത്ത് ചാരിയിരുന്ന് സൊറ പറയുകയാണ് അന്നാമ്മ. വാതിൽ തുറന്ന ഒച്ച കേട്ടാകണം രണ്ടുപേരും പരുങ്ങി. തോളിൽനിന്ന് ഊർന്നുവീണ് സാരി മാറത്തേയ്ക്കിട്ടുകൊണ്ട് അന്നാമ്മ ഒന്നും സംഭവിക്കാത്ത മട്ടിൽ പുറത്തേയ്ക്ക് കടക്കാൻ തുനിഞ്ഞു. ആമിന നിയന്ത്രണം വിട്ടു. വാതിൽക്കലെത്തിയ അന്നാമ്മയുടെ കൈ രണ്ടും അവൾ കൂട്ടിപ്പിടിച്ചു. അന്നാമ്മയുടെ കൈയിലെ സ്വർണ്ണവളകൾ തിളങ്ങി. കഴിഞ്ഞ പ്രാവശ്യം സർക്കീട്ടു കഴിഞ്ഞു വന്നപ്പോൾ അന്നാമ്മയുടെ കൈയിൽ സ്വർണ്ണവളകൾ കണ്ടകാര്യം അവളുടെ ചെവിയിലും എത്തിയിരുന്നു. നേരിട്ട് കണ്ടപ്പോൾ സഹിക്കാനായില്ല. അന്നാമ്മയുടെ കവിളത്തൊന്ന് കൊടുത്തു.

“ആമീ, നീയെന്താ ഇക്കാട്ടുന്നത്? പ്രാന്ത് പിടിച്ചോ?”

“ഇതുവരെയില്ല. ഇങ്ങനെ പോയാൽ പിടിക്കും. ഇനി നിന്നെ ഈ ഗേറ്റിനകത്തു കണ്ടുപോകരുത്.”

അവൾ അന്നാമ്മയെ പിടിച്ച് പുറത്തേക്ക് തള്ളി. വാതിൽക്കൽ നിൽക്കുന്ന ആലിയുടെ കാൽക്കലാണ് അവൾ ചെന്നുവീണത്.

“ആലീ, ഇവൾക്കെന്താ കൊടുക്കാനുള്ളതെന്നുവച്ചാ കൊടുത്ത് പറഞ്ഞയക്ക്.”

അന്നാമ്മയുടെ കണ്ണുകളിൽ പക. നിന്നെ ഞാൻ കണ്ടോളാം എന്ന ഭാവം. അവൾക്ക് ഒരു കുലുക്കവുമില്ല. ആലി ഒട്ടും താമസിയാതെ ഒരു കവർ അവളെ ഏൽപ്പിച്ചു. അന്നാമ്മ പടിയിറങ്ങിപ്പോവുന്നതുവരെ അവൾ അവിടെത്തന്നെ നിന്നു. ഇത് ഇവിടംകൊണ്ട് അവസാനിക്കാൻ പോകുന്നില്ല, അന്നാമ്മയുടെ പോക്ക് കണ്ടപ്പോൾ അവൾക്കു തോന്നി. എന്തിനും

പോന്നവൾ. ഇനിയും പ്രശ്നങ്ങളുണ്ടാക്കും.

അധികനേരം അങ്ങനെ നിൽക്കാനായില്ല. വീട്ടിലെത്തിയപ്പോൾ ആകെ തളർച്ച. ആദ്യം കണ്ട കസേരയിൽ വീണു. അപ്പോഴേയ്ക്കും ഭർത്താവെത്തി. ആമിനയുടെ മുടിക്ക് പിടിച്ച് നാടുമുഴുക്കെ കേൾക്കേ അലറി.

"എന്റെ വീട്ടിൽവച്ച് എന്നെ മാനം കെടുത്തും അല്ലേ? എനിക്കിഷ്ടമുള്ളവരെ ഞാൻ പണിക്ക് നിർത്തും. നീയാരാ ചോദിക്കാൻ? നിന്റെ അഹങ്കാരം നിർത്തിയില്ലെങ്കിൽ... ഇല്ല... നീ കരുതിയിരുന്നോ. നീയിനി എന്നെ കാണില്ല."

അങ്ങനെയൊരു ഭാവം ഇതുവരെ അവൾ ആ മുഖത്ത് കണ്ടിട്ടില്ല. പക. ദേഷ്യം. ചവിട്ടിക്കുതിച്ച് പടിയിറങ്ങിപ്പോയി. പേടിച്ചരണ്ട മക്കൾ വന്ന് കെട്ടിപ്പിടിച്ചപ്പോൾ അവൾ കരഞ്ഞുപോയി, ഉറക്കെ...

എട്ട്

മടിച്ചാണ് ആലി ഹംസയുടെ വീട്ടിലേക്ക് പുറപ്പെട്ടത്. അവന്റെ നെഗളിപ്പ് കാണുമ്പോൾ പെരുവിരലിൽ നിന്ന് തരിപ്പ് കയറും. മുതലാളി രണ്ടു മൂന്നു ദിവസമായി ഹംസയേയും കാത്തിരിക്കുകയാണ്. പലരേയും പറഞ്ഞയച്ചിട്ടും ഹംസ ചെന്നില്ല. സ്വന്തം തോട്ടത്തിലെ കാപ്പി വിറ്റ പണം കിട്ടണമെങ്കിൽ ഹംസയുടെ കാലുപിടിക്കേണ്ട ഗതികേടായിരിക്കുന്നു. പണത്തിന് ആവശ്യമുള്ളതുകൊണ്ടാണ് ഹംസയെ വിളിക്കാനയക്കുന്നത്. ഒന്ന് ചെന്ന് കാണാൻ പോലും അവനു സമയമില്ല. മുതലാളിയുടെ പരവേശം കണ്ട് സഹിക്കാൻ കഴിയാതായപ്പോഴാണ് ആലി പുറപ്പെട്ടത്.

ആലി എസ്റ്റേറ്റിൽ വന്ന കാലത്തേ ഹംസ തോട്ടത്തിലുണ്ട്. അന്ന് അവൻ മേസ്തിരിയായിരുന്നു. തട്ടിപ്പും വെട്ടിപ്പും അന്നേ ഉണ്ട്. ഒരേക്കർ പറമ്പും അതിലൊരു അതിലൊരു ഓല മേഞ്ഞ വീടുമായിരുന്നു അവന് ആകെ ഉണ്ടായിരുന്നത്. ഇന്ന് അവൻ മുതലാളി. വീട് പുതുക്കിപ്പണിത് ഓടിട്ടു. കാപ്പിത്തോട്ടവുമുണ്ട്. എത്ര ഏക്കറാണെന്ന് അവനേ അറിയൂ. ഈയിടെയാണ് കാപ്പി ഉണക്കാൻ മുറ്റത്ത് വിശാലമായൊരു കളം പണിയിച്ചത്. ഇപ്പോൾ നെൽകൃഷിയുമുണ്ടത്രേ.

മുതലാളി തങ്കപ്പെട്ട മനുഷ്യൻ. ആരുടേയും സങ്കടം കാണാൻ കെൽപ്പില്ല. കൈയിലുണ്ടെങ്കിൽ ആരേയും കൈയയച്ചു സഹായിക്കും. ഹംസ ഒരുത്തനാണ് അദ്ദേഹത്തെ വഴിതെറ്റിക്കുന്നത്. മേസ്തിരിയായിരുന്ന കാലത്ത് അവൻ എന്നും പുലർച്ചേ തോട്ടത്തിലെത്തും. മുതലാളി നടക്കാനിറങ്ങുമ്പോൾ പിന്നാലെ കൂടും. ഏഷണി പറയലാണ് പ്രധാന

ജോലി. മുതലാളിയുടെ പ്രീതി സമ്പാദിക്കാൻ വേണ്ടി അവിടങ്ങളിലുള്ള പെൺകുട്ടികളെക്കുറിച്ച് പൊടിപ്പും തൊങ്ങലുംവച്ച് വിവരിച്ചുകൊടുക്കും. മുതലാളിയുടെ ഉള്ള് അവന് നന്നായി അറിയാം. സ്ത്രീകളോടുള്ള കമ്പവും അവൻ മനസിലാക്കി വച്ചിട്ടുണ്ട്. രാത്രി അവരെ ഓഫീസിൽ എത്തിക്കുന്ന കാര്യം അവൻ സ്വയമങ്ങ് ഏൽക്കും.

കഞ്ചാവടിക്കാൻ പഠിപ്പിച്ചതും അവൻ തന്നെ. ഈയിടെയായി വെള്ളനിറത്തിലുള്ള മരുന്നുപൊതിയും കൊടുക്കുന്നത് കാണാറുണ്ട്. പാത്തും പതുങ്ങിയുമാണ് വരവെങ്കിലും ആലി എല്ലാം കാണുന്നുണ്ട്. ആ പൊടി ഭയങ്കരവിഷമാണ്. അത് കഴിക്കുന്നത് ശരീരത്തിന് കേടാണ്. എല്ലാം ആലിക്കറിയാം. എന്നിട്ടും ഒന്നും അറിയാത്തമട്ടിൽ നടക്കുക! എത്രകാലം പിടിച്ചുനിൽക്കാൻ കഴിയുമെന്ന് അറിയില്ല. എന്തുമാത്രം പണമാണ് ഹംസ മുതലാളിയെ പറ്റിച്ച് വിഴുങ്ങുന്നത്. ഇതെല്ലാം മുതലാളിയുടെ ഭാര്യയോട് തുറന്നു പറയണമെന്നുണ്ട്. പക്ഷേ അവരെക്കാണുമ്പോൾ ഒന്നും പറയാൻ തോന്നില്ല. അവരുടെ കണ്ണുകൾ എപ്പോഴും കലങ്ങിയിട്ടാണ്. മുഖത്ത് ദുഃഖം മാത്രം. എന്തിന് കൂടുതൽ ദുഃഖിപ്പിക്കണം? അവർക്ക് എന്തെങ്കിലും നന്മ ചെയ്യാൻ കഴിഞ്ഞെങ്കിൽ. ആലോചനയിൽ മുഴുകിയതു കാരണം ഹംസയുടെ വീടെത്തിയത് അറിഞ്ഞില്ല.

വീട്ടിന് ചുറ്റും മതിലുകെട്ടുകയാണ് പണിക്കാർ. വലിയ ഇരുമ്പുഗേറ്റ് പിടിപ്പിച്ചിട്ടുണ്ട്.

"ഇതാര് ആലിക്കായോ?"

മുമ്പ് മുതലാളിയുടെ തോട്ടത്തിലുണ്ടായിരുന്ന മയമൂട്ടിയാണ്. അവനിപ്പോൾ ഹംസയുടെ ഒന്നാം കാര്യസ്ഥനാണെന്ന് പറഞ്ഞു കേട്ടിരുന്നു.

"നിന്റെ മൊതലാളിയെ ഒന്നു കാണാനിറങ്ങിയതാ."

ആലി അമർഷത്തോടെ പറഞ്ഞു.

അവന്റെ മറുപടിക്കു കാക്കാതെ മുറ്റത്തേക്കു നടന്നു. ഗേറ്റു മുതൽ മുറ്റം വരെ നടപ്പാത. ഇരുവശത്തും അരമതിൽ കെട്ടിയിരിക്കുന്നു. ഹംസ വരാന്തയിലെ ചാരുകസേരയിൽ ചുരുട്ടും വലിച്ച് ഇരിക്കുന്നു. മുമ്പ് മുതലാളിയുടെ വീട്ടിൽ പണിക്കു നിന്ന കുഞ്ഞാലി നിലത്തിരുന്ന് കാലുതിരുമ്മുന്നു.

"നല്ലോണം തിരുമ്മടാ ഹമുക്കെ കൈക്കെന്താ എല്ലില്ലേ?"

തല ഉയർത്തിയ കുഞ്ഞാലി തന്നെക്കണ്ട് വല്ലാതായി. അവൻ തല താഴ്ത്തിയിട്ടു പറഞ്ഞു:

"മാനേയര് വന്നിന്."

"ഏതു മാനേജരാണ്ടാ? ആരു വന്നാലും നെനക്കെന്താ?"

ആലി കേൾക്കാൻ വേണ്ടി ഹംസ ചെക്കനോട് തട്ടിക്കയറി. എന്നിട്ട് ഗൗരവത്തിൽ ആലിയോടു ചോദിച്ചു.

"എന്താടോ?"

ആലി അടിമുടി വിറച്ചു.

"നിന്നോട് ഒന്ന് ബംഗ്ലാവിലേക്ക് ചെല്ലാൻ പറഞ്ഞു. കുറേ ദിവസ

മായല്ലോ ആളയക്കുന്നു."

നീയെന്ന് വിളിച്ചത് ഹംസയ്ക്ക് ഒട്ടും പിടിച്ചമട്ടില്ല. ഹംസ തറപ്പിച്ചൊന്നു നോക്കിയിട്ട് പറഞ്ഞു.

"ബാക്കിയുള്ളോരെ കാര്യത്തിന് തന്നെ നേരല്ല. അയിനിടേലാ ബിളിക്കാനായക്കല്."

"മൂട് മറക്കരുത് ഹംസേ."

"നീ പൊലർച്ചയ്ക്ക് എന്നെ ന്യായം പഠിപ്പിക്കാനിറങ്ങീതാ?"

"പൂതീണ്ടായിട്ട് വന്നതല്ല. നിന്നെപ്പോലെ തിന്ന ചോറിന് കൂറുകാണിക്കാത്തോനല്ല ആലി. സൗകര്യമുണ്ടെങ്കി അതുവരെ ഒന്ന് ചെല്ല്."

"കൈയിൽ പൈശയില്ലാതെ നാട്ടിൽകണ്ടതെല്ലാം വേണമെന്ന് ബാശിപുടിച്ചാലെങ്ങനാ? ഹംസക്ക് നോട്ടടിയൊന്നുമില്ല. ഇപ്പോൾ സാധനങ്ങക്കൊക്കെ തീവെലയാ."

"ഞാൻ പോണു."

ആലി കൂടുതൽ കേൾക്കാൻ നിൽക്കാതെ തിരിഞ്ഞുനടന്നു. ബംഗ്ലാവിലെത്തുമ്പോൾ മുതലാളി തോട്ടത്തിൽ കാത്തുനിൽക്കുന്നു. ആലിയെ കണ്ടതും ചോദിച്ചു.

"എന്തായി? ഓനെന്തു പറഞ്ഞു?"

"കൊറച്ചു കഴീമ്പം വരും."

ആലി ഒരുവിധം പറഞ്ഞൊപ്പിച്ചു. മുറ്റത്ത് ഉലാത്തുകയായിരുന്ന ആമിന ആലിയെക്കണ്ടതും ചോദിച്ചു.

"എന്താ ആലി? മൂപ്പരെന്താ വല്ലാതെ ബേജാറായി നിക്കുന്നത്?"

ആലിയുടെ കരള് പിടഞ്ഞു. എന്തോ മയക്കുമരുന്നിനു വേണ്ടിയാ മുതലാളി കാത്തിരിക്കുന്നത്. കൊടലും കരളും കത്തിക്കരിക്കുന്ന വിഷം. അതെങ്ങനെ ഇവരോട് പറയും?

"ഹത്... എന്തോ മരുന്നാത്രേ."

അതും പറഞ്ഞ് ആലി ധൃതിയിൽ ഓഫീസിലേക്കു നടന്നു.

അരക്കിറുക്കനെപ്പോലെ എന്തൊക്കെയോ പിറുപിറുത്തുകൊണ്ട് അച്ചാലും മുച്ചാലും നടക്കുന്ന ഭർത്താവിനെക്കണ്ട് ആമിനയ്ക്ക് വേവലാതിയായി. അവൾ അടുത്തുചെന്നിട്ട് ചോദിച്ചു:

"എന്താ നിങ്ങക്ക്? എന്തിനാ മരുന്ന്?"

കേൾക്കാത്ത മട്ടിൽ നടപ്പുതന്നെ.

"ഒരു സൈക്കിയാട്രിസ്റ്റിനെ കാണിച്ചാലോ? ഇപ്പോ ഇതിനൊക്കെ മരുന്നുണ്ട്."

കേട്ടപ്പോൾ മുഖം രൂക്ഷമായി. കണ്ണുകൾ ചുവന്നു. തൊണ്ടയിടറി.

"ഇനി എന്നെ പ്രാന്തനാക്കി അച്ചുകുത്തണം അല്ലേ? അപ്പൂതി മനസ്സില് വെച്ചോ."

ഉറക്കെ പറഞ്ഞതുകേട്ട് ആമിനയ്ക്ക് കരച്ചിൽ വന്നു.

ഇപ്പോഴിപ്പോൾ ഭർത്താവിന്റെ പെരുമാറ്റം ആമിനയെ വല്ലാതെ ഭയപ്പെടുത്തുന്നുണ്ട്. നിസ്സാരകാര്യം മതി പൊട്ടിത്തെറിക്കും. പിന്നെ സ്വയം

നിയന്ത്രിക്കാൻ കഴിയാത്ത അവസ്ഥ. ടൈപ്പിസ്റ്റ് അന്നാമ്മയെ പറഞ്ഞയച്ചതോടെ ആമിനയോട് കടുത്ത വിരോധമാണ്. ഒരു നല്ല വാക്കു പോലും പറയാറില്ല. അന്നാമ്മയെ പറഞ്ഞയച്ചതിന് പിണങ്ങിപ്പോയ ആൾ ഒരാഴ്ചത്തേക്ക് വീട്ടിൽ വന്നില്ല. ആമിന ബാപ്പയെ വിളിപ്പിച്ചു. എല്ലാം ഇട്ടെറിഞ്ഞുപോകാൻ തന്നെ തീരുമാനിച്ചു. പക്ഷേ, ബാപ്പ സമ്മതിച്ചില്ല. രണ്ടു പെൺകുട്ടികൾ വളർന്നു വരുന്നു. നാട്ടുകാരുടെ മുഖത്ത് നോക്കണ്ടേ? വീണ്ടുവിചാരമില്ലാതെ ഓരോന്ന് കാട്ടിക്കൂട്ടിയാൽ പിന്നീട് ദുഃഖിക്കേണ്ടിവരും. ഒരിടത്തും ആശ്രയമില്ലെന്ന് കണ്ടപ്പോൾ ആമിന തളർന്നു. അവൾക്ക് ജീവിതം മതിയായി. ആർക്കുവേണ്ടി ജീവിക്കണം? മാനംകെട്ട്, അടിമയായി... വേണ്ട അവൾക്കിനി ജീവിതം വേണ്ട... മനസ്സ് ഉറച്ചപ്പോൾ മുമ്പും പിമ്പും ആലോചിക്കാൻ മിനക്കെട്ടില്ല. സാരിത്തുമ്പിൽ തൂങ്ങുന്ന ഉമ്മയെ ആദ്യം കണ്ടത് മുനീറയായിരുന്നു. അവൾ നാടു മുഴുവൻ കേൾക്കേ അലറിവിളിച്ചു. ബാപ്പയും ജോലിക്കാരും ഓടിയെത്തി. ഉടനെ ആസ്പത്രിയിലെത്തിച്ചു. ഡോക്ടർ ജമാലിന്റെ സുഹൃത്തായിരുന്നു. അയാളാണ് ജമാലിനെ വിവരമറിയിച്ചത്. അറിഞ്ഞതും ഓടിയെത്തി.

"എന്നാലും ആമി, എന്തായീ കാണിച്ചത്?"

മുഴുമിക്കാൻ കഴിയാതെ വിതുമ്പുന്നത് കണ്ടപ്പോൾ ആമിനയുടെ മനസും കരഞ്ഞു. ഡോക്ടർ സഹായിച്ചില്ലായിരുന്നെങ്കിൽ ആകെ മാനം കെടുമായിരുന്നു. ഓർക്കുമ്പോൾ ആമിനയ്ക്ക് ഉൾക്കിടിലം തോന്നാറുണ്ട്. ഒരു ദുർബലനിമിഷത്തിൽ ചെയ്തുപോയ തെറ്റിനെക്കുറിച്ച് ഓർത്ത് ദുഃഖം തോന്നാത്ത ദിവസങ്ങളില്ല. വാടിത്തളർന്ന് അരികിലിരിക്കുന്ന ബാപ്പ, കുറ്റബോധംകൊണ്ട് തലകുമ്പിട്ടിരിക്കുന്ന ഭർത്താവ്. കരഞ്ഞു വീർത്തമുഖവുമായി കുട്ടികൾ-അവൾക്ക് സ്വയം നിന്ദ തോന്നി.

അതിനുശേഷം ജമാൽ വല്ലാതെ മാറി. രാവിലെ എണീറ്റതും കുടി തുടങ്ങും. കൈയിൽ പുകയുന്ന സിഗററ്റ്. മിണ്ടാട്ടവും ഉരിയാട്ടവുമില്ല. നേരത്തിന് ഭക്ഷണമില്ല. മുറിയടച്ച് ഒരേയിരിപ്പ്. ഏറെ നാൾ കണ്ടു സഹിക്കാൻ ആമിനയ്ക്ക് കഴിഞ്ഞില്ല.

"ഞാനെന്തെങ്കിലും തെറ്റ് ചെയ്തിട്ടുണ്ടെങ്കിൽ മാപ്പുതാ. ജീവിതം എന്തിനിങ്ങനെ നശിപ്പിക്കുന്നു? നമുക്ക് എന്തിന്റെ കൊറവാ ഉള്ളത്? ആവശ്യത്തിലേറെ പണം. പൂ പോലത്തെ രണ്ടു മക്കൾ. നിങ്ങളും കൂടി മനസുവെച്ചാ ഈ വീട് സ്വർഗ്ഗമാക്കാം. എല്ലാം മറന്നേക്ക്. എന്നോട് പൊറുക്ക്. നമുക്കൊരു ഡോക്ടറെ കാണാം."

അവൾ അയാളുടെ മടിയിൽ വീണു തേങ്ങി. "എനിക്കൊന്നുമില്ല. ഒരു ക്ഷീണം. അതങ്ങ് മാറും."

ജമാൽ ആമിനയെ ആശ്വസിപ്പിച്ചു. അയാളുടെ കണ്ണുകളിലും വേദന, കുറ്റബോധം. അതിനുശേഷം ഹംസ വന്നാൽ ഒഴിഞ്ഞുമാറുമായിരുന്നു. ഹംസ വന്നെന്നറിഞ്ഞാൽ മുഖത്ത് ഭീതി. അവനെ ദൂരേ നിന്നു കാണുമ്പോഴേ അകത്തുചെന്നിരിക്കും. വാസ്തവത്തിൽ അവൾക്കും

ഹംസയെ പേടിയായിരുന്നു. ഒരാഴ്ച കഴിയുന്നതിനുമുമ്പ് ഹംസ എങ്ങനെയോ വീണ്ടും ലോഹ്യത്തിലായി. ഇടയ്ക്കിടെ വന്ന് ഏറെ നേരം എന്തൊക്കെയോ കുശുകുശുക്കും. ആമിന ഒളിഞ്ഞു നിന്ന് കേൾക്കാൻ ശ്രമിച്ചെങ്കിലും ഒന്നും പിടികിട്ടിയില്ല.

എന്തോ ശബ്ദം കേട്ട് ആലോചന മുറിഞ്ഞു. നേരം ഒരുപാടായെന്ന് തോന്നുന്നു. തല ഉയർത്തി നോക്കിയപ്പോൾ ഭർത്താവ് മുറ്റത്തില്ല. അവൾ പിന്നാമ്പുറത്തേയ്ക്ക് നടന്നു. അപ്പോഴാണ് ബെഡ്റൂമിന്റെ ജനലരികിൽ കള്ളനെപ്പോലെ പതുങ്ങി നിൽക്കുന്ന ഹംസയെ കണ്ടത്. അവളുടെ ഉള്ളൊന്ന് ആളി. മരം മറഞ്ഞുനിന്നു. ഹംസ ജനലിൽക്കൂടി ഒരു പൊതി കൊടുത്തു. ജമാലും ഒരു കവർ ഏൽപിച്ചു.

കവറിൽ പണമായിരിക്കും. ഏത് തോട്ടമാണാവോ എഴുതിക്കൊടുത്തത്? ഹംസ കൊടുക്കുന്നത് വിഷമായാലും അവന്റെ മുതലാളി കണ്ണുമടച്ച് വാങ്ങിക്കഴിക്കും. അവളുടെ നെഞ്ചിടിക്കാൻ തുടങ്ങി. ഹംസ ഒന്നും അറിയാത്ത മട്ടിൽ തിരിച്ചു നടന്നപ്പോൾ അവളും പിന്നാലെ ചെന്നു. പിന്നിൽ നിന്നുള്ള വിളികേട്ട് ഹംസ തെല്ലൊന്ന് അമ്പരന്നെന്ന് തോന്നി. അവന്റെ മുഖത്ത് ജാള്യം.

"എന്താ ഹംസേ, ഇപ്പോ പിന്നാമ്പുറത്തൂടെയാ സഞ്ചാരം? നീ എവിടന്നാ വരണത്?"

"ഹതു പിന്നെ... മുതലാളീനെ കണ്ടിറ്റ്..."

"എന്താ ഒരു പരുങ്ങൽ? മുതലാളീനെ സ്വകാര്യമായി കാണാൻ മാത്രം എന്താ സംഗതി? പെണ്ണുകേസാ?"

"മൊലാളിച്ചി ഓരോരുത്തരുടെ ഫിത്ത്ന കേട്ട് എന്നെ ബെറുക്കനെ സംശയിക്ക്യാ. ആലി വിളിക്കാൻ വന്നിട്ടാ ഞാൻ പോന്നത്."

"ആണോ? ശരി ആയിക്കോട്ടെ. ഇനി മുതൽ മുതലാളീനെക്കാണാൻ നേരായ വഴീക്കുടി വന്നാമതീട്ടോ."

"ഓ."

ഹംസ വിനയം ഭാവിച്ചു നടക്കാൻ തുടങ്ങിയപ്പോൾ അവൾ വീണ്ടും വിളിച്ചു.

"ഇക്കൊല്ലം കാപ്പിതീരെ മോശാ അല്ലേ. ഹംസന്റത്ര വരുമാനം പോലും ഇപ്പോ മുതലാളിക്കില്ലാന്നുണ്ടോ?"

"വെട്ടും കിളയും വളമിടലുമൊന്നുമില്ലാഞ്ഞാ വിള കൊറയും ഞാൻ രാവും പകലും നയിച്ചിട്ടാ..."

"വളമിടീക്കുന്നതും കിളപ്പിക്കുന്നതുമെല്ലാം ഹംസ തന്നെയല്ലേ?" ആവശ്യത്തിനുള്ള പണം വാങ്ങിച്ചുകൊണ്ടു പോകുന്നുണ്ടല്ലോ."

"അതിന്റെയൊക്കെ കണക്കും മുതലാളിയെ ബോധിപ്പിച്ചിട്ടുണ്ട് സംശയമുണ്ടെങ്കില് നോക്കാലോ. ബാക്കിയുള്ളോര് നയിച്ച് നാല്മുക്കാലുണ്ടാക്കുമ്പളത്തിന് നാട്ടുകാർക്കു മുയുമനും കണ്ണുകടി."

"എനിക്കാരോടും കണ്ണുകടിയില്ലാട്ടോ. പിന്നെ കണക്കിന്റെ കാര്യം. ഹംസാന്റെ കണക്ക് എപ്പോളെങ്കിലും തെറ്റീട്ടുണ്ടോ? അതല്ലേ മുതലാ

ളിക്ക് ശരിയായ കണക്ക്. എന്റെ കണക്ക് എപ്പളും തെറ്റിപ്പോകുന്നു ഹംസേ."

ഹംസ അരിശമടക്കി സ്ഥലം വിട്ടപ്പോൾ അവൾ ജനലരികിൽ ചെന്ന് ഒളിഞ്ഞുനോക്കി. ഹംസ കൊടുത്ത പായ്ക്കറ്റിൽ നിന്ന് അദ്ദേഹം കുറച്ചെടുത്ത് വായിലിട്ട് മേശപ്പുറത്തെ ജഗ്ഗിൽനിന്ന് വെള്ളവും കുടിച്ചു. ബാക്കി ഭദ്രമായി പൊതിഞ്ഞ് തലയണയ്ക്കടിയിൽവെച്ചു. അതുവരെ തൂങ്ങിപ്പിടിച്ചിരുന്ന ആൾ പെട്ടെന്ന് ഉഷാറായി. മൂളിപ്പാട്ടും പാടി മുറിയിൽ കുറച്ചു നേരം നടന്നു. അതുകഴിഞ്ഞ് കട്ടിലിൽ കിടന്നു. ഉറക്കവുമായി. ഊണുകഴിക്കാൻ വിളിച്ചിട്ട് എഴുന്നേറ്റില്ല.

വൈകുന്നേരമായപ്പോൾ ആമിന വിളിച്ചുണർത്തി ചായകൊടുത്തു. കുറച്ച് കഴിഞ്ഞ് അവൾ വീണ്ടും വാതിൽക്കൽ ചെന്ന് നോക്കിയപ്പോൾ വീണ്ടും മരുന്ന് കഴിക്കുന്നു. തടയണമെന്നുണ്ടായിരുന്നു. ധൈര്യം കിട്ടിയില്ല. തോട്ടത്തിൽ നടക്കാനിറങ്ങുന്നത് കണ്ട് അവളും പിന്നാലെ ചെന്നു.

"ആമി, ഇവിടെ വന്നിരി."

അവളെ കണ്ടപ്പോൾ വിളിച്ചു. അവളുടെ ദേഹത്ത് ചാരി സിമന്റ് ബെഞ്ചിലിരുന്നു. കുട്ടികളെ തമാശപറഞ്ഞ് ചിരിപ്പിച്ചു. നിർത്താതെ സംസാരിച്ചുകൊണ്ടിരുന്ന ആൾ പെട്ടെന്ന് ഉറക്കംതൂങ്ങി ആമിയുടെ മടിയിൽ വീണു. അവൾ തല പിടിച്ചുയർത്തി. കണ്ണുകൾ അടഞ്ഞുപോകുന്നു. ശരീരം ആകെ തളർന്നതുപോലെ.

"എന്താ? എന്തുപറ്റി... ഡോക്ടറെ വിളിക്കട്ടെ?"

"ഹേയ് ഒന്നൂല്ലാ. വല്ലാത്ത ക്ഷീണം. കിടക്കണം."

ആമി കൈപിടിച്ച് എഴുന്നേൽപ്പിച്ചു. നടക്കാനാവുന്നില്ല. കാലിടറി വീഴാൻ പോയി. ആമിനയും മുനീറയും തോളിൽകൈയിട്ട് താങ്ങിപ്പിടിച്ച് അകത്തെ മുറിയിൽ കൊണ്ടുപോയി കിടത്തി. കുട്ടികൾ വല്ലാതെ പേടിച്ചിരുന്നു.

"എന്താമ്മാ ബാപ്പായ്ക്ക്?" മുനീറയുടെ തൊണ്ടയിടറി.

"ഒന്നൂല്ല ക്ഷീണമാ. നീ ചെന്ന് ഒരു ഗ്ലാസ് പാല് തരാൻ പറ."

സംഗതി എന്താണെന്നറിയാതെ അവൾക്കും പേടിയായി. ഹംസ വല്ല വിഷവും കൊടുത്തോ? കട്ടിലിൽ കിടന്ന് ഞരങ്ങുകയും മൂളുകയും ചെയ്യുന്നുണ്ട്. മുനീറ കൊണ്ടുവന്ന പാൽ അവൾ കുറേശ്ശെയായി സ്പൂൺ കൊണ്ട് വായിലൊഴിച്ചു കൊടുത്തു. പകുതിഗ്ലാസ് കുടിച്ചപ്പോഴേക്കും നല്ല ഉറക്കമായി. മുനീറ ഗ്ലാസുമായി പോയപ്പോൾ അവൾ തലയണക്കീഴിൽ നിന്ന് പൊതിയെടുത്തഴിച്ചു. ഒരു ചെറിയ പ്ലാസ്റ്റിക് കവർ നിറയെ വെളുത്ത പൊടി. ഹോമിയോപ്പതി മരുന്നുപോലുണ്ട്. ബ്രൗൺ ഷുഗറോ മറ്റോ ആയിരിക്കുമോ? എന്തോ മാരകവിഷമാണെന്നതിൽ സംശയമില്ല. അതെടുത്ത് അലമാരയിൽവെച്ചു പൂട്ടി. ഡോക്ടറെ കാണിച്ച് സംശയം തീർക്കണമെന്ന് തീരുമാനിക്കുകയും ചെയ്തു. അവിടന്ന് അനങ്ങാൻ ഭയം.

"ഇത്താത്താ കഞ്ഞി കുടിക്കാൻ ബരീ. കുട്ട്യേക്ക് ഉറക്കം ബരണ്."

ബിയ്യാത്തുട്ടി പലതവണ വന്നു വിളിച്ചിട്ടും അനങ്ങിയില്ല.

"എനിക്കൊന്നും വേണ്ട. കുട്ട്യേക്ക് കൊടുത്തേക്ക്. നിങ്ങളും തിന്ന് വാതിലടച്ചു കിടന്നോ."

ബിയ്യാത്തുട്ടിയെ പറഞ്ഞയച്ചിട്ട് അതേ ഇരിപ്പു തുടർന്നു. എപ്പോഴാണ് ഉറങ്ങിപ്പോയതെന്ന് ഓർമ്മയില്ല. ആരോ അലറുന്നതും കേട്ടാണ് ഞെട്ടിയുണർന്നത്. മുറിയാകെ അലങ്കോലമായി കിടക്കുന്നു. കുത്തിക്കീറിയ തലയിണ. പിച്ചിച്ചീന്തിയ പുതപ്പ്. സ്വബോധമില്ലാതെ എന്തൊക്കെയോ കാട്ടിക്കൂട്ടുന്നു. തടുക്കാൻ ചെന്ന അവളെ ഒരു തൊഴി. തെറിച്ചുവീണ അവളുടെ നെറ്റി ചുമരിൽ ചെന്നിടിച്ച് നെറ്റി പൊട്ടി ചോര പൊടിഞ്ഞു. അടുത്തുകണ്ട ഡ്രസിംഗ് ടേബിൾ കാലുകൊണ്ട് തട്ടിത്താഴെയിട്ടു. കണ്ണാടി പൊട്ടിച്ചിതറി. ബഹളംകേട്ട് വീടു മുഴുവൻ ഉണർന്നു. പണിക്കാരെല്ലാം ഓടിയെത്തി. കുട്ടികൾ പേടിച്ചുനിലവിളിച്ചു. ആർക്കും തടുക്കാൻ കഴിയാത്ത പരാക്രമങ്ങൾ. ആമിന തരിച്ചുനിന്നു.

"ആരെങ്കിലും ഡോക്ടറെ വിളിക്ക്"

ഒരുവിധം അത്രയും പറഞ്ഞു.

"സൈ്വരം തരൂല്ല ഇപ്പണ്ടാരങ്ങള്. എന്നെ ജീവിക്കാൻ സമ്മതിക്കൂലാ. എല്ലാവരും കൂടി എന്നെ കൊല്ലും..."

തളർന്ന് അവശയായ ജമാൽ കട്ടിലിൽ വീണു. വയറ് പൊത്തിപ്പിടിച്ചാണ് നിലവിളിക്കുന്നത്. കണ്ടു സഹിക്കാൻ കഴിയാതെ ആമിന കണ്ണു പൊത്തി.

ഒമ്പത്

വിളറിവെളുത്ത മുഖം. ഉണങ്ങിവരണ്ട ചുണ്ട്. കരുവാളിച്ച കൺതടങ്ങൾ. എല്ലുന്തിയ ശരീരം. കൈയിലെ നീലഞരമ്പുകൾ എഴുന്നുനിന്നു. സ്റ്റാന്റിൽ തൂക്കിയിട്ട കുപ്പിയിൽ നിന്നും ഗ്ലൂക്കോസ് തുള്ളിയായി ഉറ്റിവീഴുന്നതും നോക്കിയിരിക്കുകയായിരുന്നു ആമിന. കൈയ് ഇളകാതെ നോക്കണമെന്ന് ഡോക്ടർ പ്രത്യേകം പറഞ്ഞിരുന്നു. ഇങ്ങനെ ഇരിക്കാൻ തുടങ്ങിയിട്ട് നേരമെത്രയായി!

"ആമീ, നീ കൊറച്ചുനേരം കെടന്നോ. ഞാനിരുന്നോളാം."

ബാപ്പ പറഞ്ഞതുകേട്ട് ആമിന എഴുന്നേറ്റ് ജനലരികിലേക്കു നടന്നു. കാൽ തരിക്കുന്നു. നടുവിന് അസഹ്യമായ വേദന. ഒരേ ഇരിപ്പ് ഇരുന്നതുകൊണ്ടാണ്. താഴെ നിരത്തിൽ ഇടതടവില്ലാതെ വാഹനങ്ങൾ ഒഴുകിക്കൊണ്ടിരിക്കുന്നു. ജനങ്ങൾ തട്ടിയും മുട്ടിയും അങ്ങോട്ടുമിങ്ങോട്ടും നീങ്ങുന്നു. എല്ലാവർക്കും തിരക്കും ബദ്ധപ്പാടും. റോഡിനെതിർവശത്തെ റെയിൽവേ ലൈനിൽ ഭാരം നിറച്ച ഗുഡ്സ് വണ്ടി നിരങ്ങി നീങ്ങുന്നു. ഭർത്താവ് അപ്പോഴും മയക്കം തന്നെ. കൂമ്പിയ കണ്ണുകൾ. മുഖത്തെ പേടി മാഞ്ഞിട്ടില്ല.

പത്താംക്ലാസ് കഴിഞ്ഞ് കോളേജിൽ ചേർന്നയുടനെയായിരുന്നു അവളുടെ വിവാഹം. പെട്ടെന്നാണ് തീർച്ചപ്പെടുത്തിയത്. പഠിപ്പ് കഴിഞ്ഞ് മതി വിവാഹം എന്ന് ബാപ്പ പറയുമായിരുന്നു. എല്ലാം ഒത്തുവന്നപ്പോൾ ബാപ്പ പെട്ടന്നങ്ങു തീരുമാനിച്ചു. പൊന്നിൽ മൂടിയാണ് അവളെ ഭർത്താവിന്റെ വീട്ടിലേക്കയച്ചത്. പുതുപ്പെണ്ണിനെ കണ്ട് പുതുക്കം കൂട്ടിക്കൊണ്ടുപോകാൻ വന്ന പെണ്ണുങ്ങളുടെ മുഖം തെളിഞ്ഞു. അവർ ആഭരണ

ങ്ങളുടെ തൂക്കവും മികവും കണ്ട് അതിശയം പറഞ്ഞു.

"അരഞ്ഞാണം അയിമ്പത് പവൻ തെകച്ചും ഉണ്ടാകും. ചക്കരമാലേന്റെ നീളം കണ്ടോ?"

"മുല്ലമൊട്ടു മാലയാ കൂട്ടത്തിൽ ചേല്. ലങ്കിമറയണ്."

"ഇതൊക്കെ ഇപ്പോ ഒരു പൊന്നാ! നിങ്ങളേടെ പൊന്നുകണ്ടിന് കൂട്ടരേ? ജമാലൂട്ടിക്ക് തന്നെ ഇതിലും മുന്തിയ എത്ര ആലോചനകള് ബന്നതാ. ഇതു പിന്നെ ബാപ്പാന്റെ ഒരു പൂതിക്കങ്ങ് നടത്തിയതല്ലേ."

ജമാലിന്റെ ബാപ്പയുടെ അനിയൻ കുട്ട്യേമി ഹാജിയുടെ മകൾ പറയുന്നതു കേട്ട് ആമിനയ്ക്ക് വല്ലാതെ തോന്നി. "ആരായീ ജമാലൂട്ടി? രാജകുമാരനോ?" അവൾ ഒളികണ്ണിട്ട് നോക്കി. രാജകുമാരൻ തന്നെ. ആ കണ്ണുകളാണ് ആമിനയ്ക്ക് ഇഷ്ടപ്പെട്ടത്. അപ്പോഴേയ്ക്കും വാതിലിന് തെരുതെരെ മുട്ട്. "പിയ്യാപ്ലേ, കിന്നാരം മതി. ബാക്കി രാത്തിരി. പുതുക്കം പോണ്ടേ?"

അതായിരുന്നു പതിവ്. നിക്കാഹ് കഴിഞ്ഞാൽ മണവാളനേയും മണവാട്ടിയേയും കുറച്ചുനേരത്തേക്ക് മണിയറയിലാക്കി വാതിലടയ്ക്കും. നിക്കാഹിന്റെ സമയത്ത് പറഞ്ഞ മഹർ മണവാട്ടിയെ ഏൽപ്പിച്ച് പുറത്തു വരണം. പരസ്പരം ഒന്നു കാണുക എന്നതാണ് ഉദ്ദേശം. താമസിച്ചാൽ കൂട്ടുകാർ വാതിലിനു മുട്ടി പരിഹാസം തുടങ്ങും. മണവാളൻ തലയും കുനിച്ച് പുറത്തേക്കിറങ്ങി. കൂട്ടുകാർ എന്തൊക്കെയോ തമാശ പറഞ്ഞു കൊണ്ട് അയാളെ കൂട്ടിക്കൊണ്ടുപോയി. അതോടെ മണിയറയിൽ സ്ത്രീകളുടെ ഉന്തും തള്ളും.

"അള്ളോ, ആമിനാന്റെ മോറ് കണ്ടോ? ചെമ്പരത്തിപ്പൂപോലെ ചോന്നിന്, ഹമ്പടി വമ്പത്തി, നീ ആള് തരക്കേടില്ലാല്ലോ."

"ആരിക്കാ അയിലിപ്പം കണ്ണുകടി? വമ്പത്തികളങ്ങനാ."

പെണ്ണുങ്ങൾ അവളെപ്പിടിച്ച് ഇക്കിളിയാക്കി. നാണംകൊണ്ട് അവളുടെ മുഖം കൂമ്പി.

"അറ കണ്ടോര് തുന്നക്കാരന്റെ കാണിക്കപ്പണം മറക്കല്ലേ."

ആണുങ്ങളാരോ ഓർമ്മിപ്പിച്ചു. അറ ഒരുക്കിയ തുന്നൽക്കാരന് അറ കണ്ടവർ ചില്ലറ പൊലിക്കുക പതിവായിരുന്നു.

പുതുക്കം കൂട്ടിക്കൊണ്ടു പോകാൻ വന്ന സ്ത്രീകൾ അവളെ അലങ്കരിച്ച കാറിൽ കയറ്റിയിരുത്തി. അതോടെ നാണം പേടിയായി മാറി. നെഞ്ച് പടപടെ ഇടിക്കാൻ തുടങ്ങി. ഒപ്പനപ്പാട്ടിന്റെ ഈണവും പെണ്ണുങ്ങളുടെ കിന്നാരവും അവളുടെ മനസ്സ് തണുപ്പിച്ചില്ല. കാർ വീട്ടിന്റെ ഗേറ്റ് പിന്നിട്ടതും ആമിനയ്ക്ക് സങ്കടം വന്നുമുട്ടി. മുന്നിലും പിന്നിലും നിരനിരയായി കാറുകൾ. കറുപ്പും വെളുപ്പും. വീടും നാടും കണ്ണിൽ നിന്ന് മറയുന്നു. സ്വന്തം വീടുവിട്ട് ഒരു രാത്രിപോലും ഇതുവരെ എങ്ങും താമസിച്ചിട്ടില്ല. ബാപ്പയും ഇത്താത്തയുമില്ലാതെ... കരച്ചിലടക്കാൻ സാധിച്ചില്ല.

"അയ്യേ, എന്തിനാപ്പം കരേണ്? ജമാലൂട്ടീന്റെ കളിതമാശ കാണുമ്പം

ഈ കരച്ചില് ചിരിയാകൂലേ."

ആരോ സമാധാനിപ്പിച്ചു.

വെയിൽ മങ്ങി. ആകാശം ചുവന്നു. പിന്നെ കറുത്തു. നേരമിരുട്ടിയപ്പോഴാണ് കാറുകൾ ചുരം കയറാൻ തുടങ്ങിയത്. അരിച്ചരിച്ചാണ് കാറുകൾ നീങ്ങുന്നത്. നോക്കെത്താ ദൂരത്തോളം കുന്നും മലയും കാടും. മരത്തലപ്പുകൾ ദുഃഖമായി മാറി. കട്ടപിടിച്ച ഇരുട്ട്.

വളഞ്ഞും പുളഞ്ഞും കാറ് ചുരം കയറി. പച്ചക്കാടുകൾക്കിടയിൽ നടുമുറിഞ്ഞ ഒരു കൂറ്റൻ മരം. വേര് മുഴുവൻ പുറത്ത്. എപ്പോൾ വേണമെങ്കിലും മറിഞ്ഞു വീണേക്കാം. ഒന്നുകൂടി നോക്കണമെന്നുണ്ടായിരുന്നു. അപ്പോഴേക്കും കാറ് മുന്നോട്ട് നീങ്ങി. ഒരു വശത്ത് അറ്റം കാണാത്ത കൊല്ലി. ഒരടി തെറ്റിയാൽ...

ആമിന കണ്ണ് മുറുക്കെ അടച്ചു. കാറിലിരിക്കുന്നവർ കലപിലെ സംസാരിക്കുന്നുണ്ട്. പക്ഷേ ഒന്നും തെളിയുന്നില്ല. ചെവി അടഞ്ഞതുപോലെ. തണുത്ത കാറ്റു തട്ടിയപ്പോൾ കിടുകിടെ വിറച്ചു. നെഞ്ചിൽ എന്തോ ഉരുണ്ടുകയറുന്നു. അവൾ സീറ്റിൽ തല ചായ്ച്ചു. ഉണർന്നപ്പോൾ ഭർത്താവിന്റെ വീടെത്തിയിരിക്കുന്നു. കാന്തവിളക്കിന്റെ വെളിച്ചത്തിൽ ആ വീടും പരിസരവും അറബിക്കഥയിലെ കൊട്ടാരംപോലെ തോന്നിച്ചു. കാറിൽ നിന്നിറങ്ങുമ്പോൾ കാലിടറി വീഴാൻപോയി. ആരോ താങ്ങി... കൈപിടിച്ച് പടികൾ കയറ്റി. വാതിൽക്കൽ ഉമ്മ. തടിച്ചുരുണ്ട ഉമ്മയുടെ മുഖം നിറയെ ഗൗരവം. അവൾ തല കുനിച്ചു. ഉമ്മ അവളുടെ കൈപിടിച്ച് അകത്തേക്കു കൊണ്ടുപോയി. നടുവകത്തെ പട്ടു വിതാനിച്ച കസേരയിലിരുത്തി. അപ്പോഴേക്കും ഒപ്പനക്കാരികൾ പാട്ടു തുടങ്ങി.

"പുതുക്കപ്പൊന്ന് കൊടുക്കല് കയിഞ്ഞിട്ട് മതി."

ഉമ്മയുടെ ശബ്ദം മുഴങ്ങി. അവർ ചുവന്ന വെൽവെറ്റ് പെട്ടിയുമായി എത്തി. പെട്ടി തുറന്ന് നാലു ചുറയുള്ള പടിമാല കഴുത്തിലിട്ടു. കൈയിൽ ഒരു കട്ടിവളയും. ബന്ധുക്കൾ ഓരോരുത്തരായി സമ്മാനപ്പെട്ടി മടിയിൽവെച്ചു. ആഭരണപ്പെട്ടികൾകൊണ്ട് അവളുടെ മടി നിറഞ്ഞു.

"എല്ലാർടേം കയിഞ്ഞോ? പാത്തുമ്മാ ഇതൊക്കെയെടുത്ത് അലമാരില് വെച്ചാ. കുട്ടിക്ക് ചായ കൊടുക്ക്."

ഉമ്മ പറഞ്ഞതുകേട്ട് ഒരു സ്ത്രീ വന്ന് അവളുടെ മടിയിലെ പെട്ടികൾ എടുത്തുകൊണ്ടുപോയി. വേറൊരുത്തി ഉയരം കുറഞ്ഞ ഒരു മേശ അവളുടെ മുന്നിൽ കൊണ്ടുവെച്ചു. നിറയെ പലഹാരങ്ങൾ നിരത്തി. ഒന്നും തൊട്ടുനോക്കാൻപോലും കഴിഞ്ഞില്ല. ചൂടുള്ള ചായ തൊണ്ടയിലെത്തിയപ്പോൾ ആശ്വാസം. ഒപ്പനക്കാരികൾ പാടിത്തകർത്തു. പാട്ടും സൽക്കാരവും കഴിഞ്ഞപ്പോൾ നടുവകത്തെ ക്ലോക്കിൽ മണി പന്ത്രണ്ടടിച്ചു. പെണ്ണുങ്ങൾ ഓരോരുത്തരായി പിരിഞ്ഞു.

"പുതിയോട്ടിക്ക് അറ കാണിച്ചുകൊടുക്ക്."

ഉമ്മയുടെ ആജ്ഞ.

"ബാ കുട്ട്യേ. അറ കാണിച്ചുതരാം."

ആരോ വന്ന് കൈപിടിച്ചു. പിന്നാലെ ഒരു പടതന്നെയുണ്ട്. അവളെ അറയിലാക്കിയിട്ട് ആരും പിരിഞ്ഞില്ല. നിന്ന് കിന്നാരം പറയുകയാണ്.

"മതി പെണ്ണുങ്ങളേ. ഓല് കെടന്നോട്ടെ."

ഉമ്മ വിളിച്ചു പറയുന്നതു കേട്ട് പെൺപട മനസ്സില്ലാ മനസ്സോടെ പടിയിറങ്ങി. കോരിച്ചൊരിഞ്ഞ മഴ പെട്ടെന്ന് തോർന്നതുപോലെ. കട്ടിലിലിരിക്കുന്ന ജമാലിനെ കണ്ടതോടെ പേടി മാറി.

ഇരുട്ട്...

പിറ്റേദിവസം ഉച്ചയ്ക്കായിരുന്നു വിരുന്ന്. സാധാരണ കല്യാണദിവസം പെണ്ണിന്റെ വീട്ടിലാണ് അന്തിയുറങ്ങുന്നത്. നിക്കാഹ് കഴിഞ്ഞാൽ വരന്റെ ബന്ധുക്കൾ പെണ്ണിനെ അവരുടെ വീട്ടിലേക്ക് കൊണ്ടുപോകും. കുറച്ചു കഴിഞ്ഞാൽ പെണ്ണിന്റെ ബന്ധുക്കൾ ചെന്ന് പെണ്ണിനെ തിരിച്ചു വിളിച്ചുകൊണ്ടുവരും. അന്ന് രാത്രി വരന് പെണ്ണിന്റെ വീട്ടിൽ സൽക്കാരം. ദൂരമേറിയതുകൊണ്ടാണ് അന്ന് തിരിച്ചുപോകണ്ടെന്ന് തീരുമാനിച്ചത്. ഇത്താത്തയെക്കണ്ടതും ആമിന ഓടിച്ചെന്ന് കെട്ടിപ്പിടിച്ചു. ഇത്താത്തയുടെ കണ്ണുനിറഞ്ഞു. ഊണ് കഴിഞ്ഞ് മടക്കയാത്ര. പുതുമാരനും ചങ്ങാതിമാരും മറ്റൊരു കാറിൽ പുറകേ. അടുത്ത ഒരാഴ്ച അവളുടെ വീട്ടിലായിരുന്നു താമസം. വിരുന്നും സൽക്കാരവും സിനിമയും ഒക്കെയായി ദിവസങ്ങൾ പോയതറിഞ്ഞില്ല. വയനാട്ടിലേക്കു തിരിച്ചുപോകുമ്പോൾ കാറിൽ അവളും അയാളും മാത്രം. കാറിന്റെ ബാക്ക് സീറ്റിൽ കിന്നാരം പറഞ്ഞുകൊണ്ട് ഭർത്താവിനോട് ചേർന്നിരുന്നുള്ള യാത്ര. ഇടയ്ക്കിടെ അയാൾ കുസൃതികൾ കാണിക്കുമ്പോൾ അവൾ തുടയിൽ നുള്ളും. ഡ്രൈവർ ഇടം കണ്ണിട്ട് നോക്കി ചിരിക്കുന്നത് അവൾ കണ്ണാടിയിൽ കാണുന്നുണ്ടായിരുന്നു. ചൂണ്ടിക്കാണിച്ചപ്പോൾ ജമാലിനു തമാശ.

"എടാ ഹമുക്കേ, നീയെന്തിനാടാ ഒളിഞ്ഞു നോക്കുന്നത്?"

ഡ്രൈവർ വായപൊത്തി ചിരിയടക്കി. ഒമ്പതാം വളവിലെത്തിയപ്പോൾ കാർ നിർത്തിച്ച് അവളുടെ കൈയും പിടിച്ച് താഴെയിറങ്ങി.

"അങ്ങു താഴെ നോക്ക്. എത്ര കണ്ടാലും മതിവരൂല."

അതു നേരായിരുന്നു. പച്ചച്ച കുറ്റിക്കാടുകൾ നിറയെ ചുവപ്പും വെള്ളയും പൂക്കൾ. അങ്ങു താഴെ പച്ചപ്പരവതാനി വിരിച്ചതുപോലെ നെൽവയൽ. സൂര്യരശ്മി തട്ടിമിന്നിത്തിളങ്ങുന്ന കുന്നിൻചരിവുകൾ.

"എന്റെ റബ്ബേ എന്താ ചേല്!"

"അതിനേക്കാൾ ചേലുണ്ട് മോളേ നിന്റെ കവിളിന്."

ജമാൽ അവളുടെ കവിളിൽ കിള്ളി. കവിൾ ചുവന്നു തുടുത്തു. അവൾ പിണക്കം ഭാവിച്ചു മുഖം തിരിച്ചു.

"മധുരനാരങ്ങപോലുണ്ട്." അയാൾ ചെവിയിൽ പറഞ്ഞു.

"മൊലാളി നേരം പോണു. ഇനി താമസിച്ചാൽ ഉമ്മ ബേജാറാകും." ഡ്രൈവർ ഓർമ്മിപ്പിച്ചു.

"വരുന്നെടാ പഹയാ. ഓനൊരു കട്ടുറുമ്പ്."

വീടെത്തിയത് അറിഞ്ഞില്ല. ഉമ്മ വരാന്തയിലെ ചാരുകസേരയിൽ

കാത്തിരിക്കുന്നുണ്ടായിരുന്നു.

പിറകിൽ ഒരുത്തി വിശറികൊണ്ടു വീശുന്നു. കസേരച്ചുവട്ടിലിരുന്ന് ഒരുവൾ വെറ്റിലയിൽ നൂറു തേച്ചുകൊടുക്കുകയാണ്.

“എന്തേയ്ത്ര താമസം?”

അവരെ കണ്ടതും ചോദിച്ചു..

“ആടത്തെ സൽക്കാരൊക്കെ കഴിഞ്ഞ് പൊറപ്പെടാൻ വൈകി.”

“ഊം”

ഉമ്മ അമർത്തി മൂളിയിട്ട് അവളെ അടിമുടി ഒന്നു നോക്കി.

“ഏടെ നിന്റെ പണ്ടങ്ങൾ? ഇവിടെ ഏറിയ പെണ്ണുങ്ങളും പുതിയ പെണ്ണിനെ കാണാൻ കൂടീട്ടുണ്ട്. ഇച്ചേല്ക്ക് ഓലെ മുന്നില് ചെന്നാ ചേപ്ര എനക്കാ.”

“പെട്ടീലുണ്ട്. മൂപ്പര് പറഞ്ഞതാ എല്ലാകൂടി വാരിവലിച്ച് ഇട ണ്ടാന്ന്.”

“വേഗം ചെന്ന് എല്ലാം എടുത്തിട്. കിരിയാടൻ മൊയ്തുഹാജീന്റെ മഖോളാണെന്ന് മറക്കണ്ട.”

പുത്തരിയിൽ കല്ലുകടിച്ചതുപോലെയായി ആമിനക്ക്. അതുവരെ ഉണ്ടായിരുന്ന സന്തോഷം എങ്ങോ മറഞ്ഞു. കാലം ഏറെച്ചെന്നിട്ടും ഉമ്മ യുമായി പൊരുത്തപ്പെടാൻ അവൾക്ക് കഴിഞ്ഞില്ല.

ഇരുട്ട് പതിയിരിക്കുന്ന അകത്തളങ്ങൾ! ആജ്ഞകൾ മാത്രം പുറ പ്പെടുവിക്കുന്ന ഉമ്മ! മിണ്ടാനും പറയാനും ആളില്ല. അവൾക്ക് ശ്വാസം മുട്ടി. ജമാൽ മാത്രമായിരുന്നു ഏക ആശ്വാസം. രാവിലെ ഇറങ്ങിയാൽ രാവേറെ ചെന്നാലേ ആളെ ഒന്ന് കണ്ടുകിട്ടുകയുള്ളൂ. സ്വൈരമായി ഒന്നു സംസാരിക്കണമെങ്കിൽ മാളികയിലെത്തണം. ഉച്ചയ്ക്ക് ഊണിന് വരു മ്പോൾ മിന്നലാട്ടംപോലെ ഒന്നു കണ്ടാലായി. ഉമ്മ അടുത്തൊന്നുമില്ലെന്ന് ഉറപ്പുണ്ടെങ്കിൽ അവളോടെന്തെങ്കിലും കിന്നാരം പറയും.

പകൽ അവൾ എങ്ങനെയെങ്കിലും തള്ളിനീക്കും. വീട്ടിൽ കറണ്ടി ല്ല. സന്ധ്യമയങ്ങും മുമ്പേ ജോലിക്കാർ കമ്പിറാന്തലുകളും മേശവിള ക്കുകളും തുടച്ചുമിനുക്കി കത്തിച്ചു വയ്ക്കും. മുക്കിലും മൂലയിലും അപ്പോഴും ഇരുട്ട് തന്നെ. ഇരുട്ടിനെ അവൾ ഭയന്നു.

ആളനക്കമില്ലാത്ത ഇടനാഴികൾ പരന്നുപരന്ന് ഇരുളിൽ ലയിക്കുന്ന കാടുകൾ. രാത്രിയിലെ കനത്ത നിശ്ശബ്ദത. എല്ലാം അവളെ വല്ലാതെ പേടിപ്പിച്ചു.

തുണയ്ക്കായി ബാപ്പ അയച്ചുകൊടുത്ത പണിക്കാരിയാണ് ബിയ്യാ ത്തുട്ടി. ഇരുട്ട് പരക്കുന്നതോടെ ആമിന അവളെ അടുത്തുനിന്നുമാറാൻ അനുവദിക്കില്ല. വിശാലമായ തളവും രണ്ടു വലിയ കിടപ്പുമുറികളും, കമ്പി അഴികളിട്ട നീണ്ട വരാന്തയുമാണ് മുകളിലുള്ളത്. കുളിമുറി തള ത്തിലാണ്. കുളിമുറിയിൽ പോകണമെങ്കിൽ ബിയ്യാത്തുട്ടി കൂടെ വേണം. ഉമ്മ കണ്ടാൽ കണ്ണുരുട്ടും.

“എന്താത്? ഇള്ളക്കുട്ട്യാ കൈയും പിടിച്ച് നടക്കാൻ?”

അവിടത്തെ തട്ടിൻപുറം നിറയെ നരച്ചീറുകളാണ്. നേരമിരുട്ടിയാൽ മച്ചിൽ പട തുടങ്ങും. കുഞ്ഞുങ്ങളുടെ പീയോ പീയോ കരച്ചിൽ കൂടി യാകുമ്പോൾ ഭയന്ന് വിറയ്ക്കും. കൂട്ടിരിക്കുന്ന ബിയ്യാത്തുട്ടി അന്തിമയ ങ്ങുന്നതോടെ ഉറക്കംതൂങ്ങാൻ തുടങ്ങും.

"എടീ, എണീക്ക്, ഹലാക്കിന്റെ ഒറക്ക്."

ആമിന തട്ടിവിളിച്ചാൽ അവൾ ഉരുണ്ടുപിരണ്ട് എഴുന്നേറ്റിട്ട് പറ യും.

"ഞാൻ ഒറങ്ങണില്ലിത്താത്താ. ബല്ലാത്ത തലകുത്ത്. കണ്ണ് മിന്നി പ്പോയതാ."

വൈകുന്നേരമായാൽ ആമിന കാത്തിരിപ്പു തുടങ്ങും. കല്യാണം കഴിഞ്ഞ് ആദ്യനാളുകളിൽ ഇരുട്ടുന്നതിനു മുമ്പ് അയാൾ മാളികയിലെ ത്തുമായിരുന്നു. തിക്കും പൊക്കും നോക്കി, ഉമ്മ കാണുന്നില്ലെന്ന് ഉറപ്പു വരുത്തിയിട്ടാണ് എത്തുക. മകൻ മാളികയിലെത്തി എന്നറിഞ്ഞാൽ ഉമ്മ ആളയക്കും. ഒറ്റക്കിരുന്ന് മടുക്കുമ്പോൾ അവളും താഴേക്കിറങ്ങിച്ചെല്ലും. ഉമ്മയും മകനും സംസാരിച്ചിരിക്കുന്നുണ്ടാകും.

അവളെ കാണുമ്പോൾ ഉമ്മയുടെ മുഖം കറുക്കും.

"പെങ്കുട്ട്യോള് ഇങ്ങനെ അടക്കല്ലാണ്ടായാലോ? ഒരത്യാവശ്യകാ ര്യണ്ടായിറ്റല്ലേ ഓനെ വിളിപ്പിച്ചത്."

കേൾക്കുമ്പോൾ ആമിനയ്ക്ക് തൊലി ഉരിഞ്ഞുപോകുന്നതുപോലെ തോന്നും.

"മൂപ്പർക്ക് രാവേറെച്ചെല്ലുന്നതുവരെ പടിപ്പുരമാളികയിൽ എന്താ പണീന്ന് നീയൊന്ന് അന്വേഷിച്ചുനോക്ക് ബിയ്യാത്തുട്ടി."

ഒരിക്കൽ ആമിന ബിയ്യാത്തുട്ടിയോടു പറഞ്ഞു.

"ഇന്റെ റബ്ബേ. മെല്ലെപ്പറ, മൂപ്പത്തി കേക്കണ്ട."

"എന്തിനാ മെല്ലെപ്പറയുന്നത്? കാര്യമെന്താന്ന് നിനക്കറിയ്യോ?"

"ഞാൻ പറഞ്ഞതാന്ന് ആരോടും പറേല്ലേ ഇത്താത്ത. അവുടെ ചീട്ടുകളിയാണോലെ. വൈന്നേരാവുമ്പം തിന്നാനുള്ളതെല്ലാം പാത്രത്തി ലാക്കി അങ്ങോട്ടു കൊണ്ടോവുന്നതു കാണാം. ബല്യ മൂപ്പത്തിക്ക് എല്ലാം അറിയാം. ചീട്ടുകളി മാത്രമല്ല കുടീം ഉണ്ടോലെ."

"എന്തു കുടി? ആരാ കുടിക്കുന്നത്?"

"ഇനിക്ക് നിശ്ശല്ലാട്ടോ. ഇബിടെ ഓരോരുത്തര് പറേണത് കേട്ടതാ. ഇനിക്ക് എമ്പാടും പണീണ്ട്. ഞാൻ തായത്തേയ്ക്ക് പോണു."

ജമാൽ അടുത്തുവരുമ്പോൾ ഒരു വല്ലാത്ത മണമടിക്കുന്നതായി അവൾക്കും തോന്നാറുണ്ട്.

"നിങ്ങളെ എന്താ മണക്കുന്നത്? അടുത്തു വരുമ്പോൾ തലക്കു ത്തിളകും."

അവൾ ഇടയ്ക്ക് പറയാറുണ്ടായിരുന്നു. അയാൾ അതുകേട്ട് ഊറി ച്ചിരിക്കും. കുറേക്കഴിയുമ്പോൾ അക്കാര്യം അവളങ്ങു മറക്കും. മദ്യപി ച്ചവരെ അതിനുമുമ്പ് കണ്ടിട്ടില്ല. അതിന്റെ മണവും പരിചയമില്ല. പക്ഷേ

ഏറെ നാൾ കഴിയുന്നതിനു മുമ്പ് ഓരോന്നായി അറിഞ്ഞു തുടങ്ങി. രാത്രി കിടക്കാനെത്തുമ്പോൾ പലപ്പോഴും കാലുകൾക്ക് ഇടർച്ച. വാലും തുമ്പു മില്ലാതെ വായിൽ തോന്നിയതു പറയുക. അവൾക്ക് സഹിക്കാനായില്ല. "എന്റടുത്ത് വരുന്നില്ലെങ്കിൽ വേണ്ട. പക്ഷേ, എന്നും അന്തിപ്പാതിരാവരെ കള്ളുംകുടിച്ച് ചീട്ടുംകളിച്ച് നടക്കുന്നത് കണ്ടില്ലാന്നുവച്ചാ..."

അവൾ രണ്ടും കൽപ്പിച്ച് ഉമ്മയുടെ മുന്നിൽ പരാതി ബോധിപ്പിച്ചു.

"എന്നോടു കാര്യം ചോദിക്കാൻ മാത്രം ആയോ നീ? വെറുതെ വേണ്ടാതീനം പറഞ്ഞുണ്ടാക്കുന്നോ?"

ഉമ്മ പൊട്ടിത്തെറിച്ചു. അവർ ഉടനെ മകനെ വിളിപ്പിച്ചു.

"എന്താ ഇബള് കെടന്ന് തുള്ളണത്! നീ പോരാഞ്ഞിട്ടല്ലേ."

"എന്താ? എന്താ ഉണ്ടായത്?"

"ഓളോട് തന്നെ ചോയിച്ചു നോക്ക്."

ആമിന തേങ്ങിക്കൊണ്ട് കോണിപ്പടികൾ കയറി. പിന്നാലെ പുറപ്പെട്ട ജമാലിനെ ഉമ്മ തടഞ്ഞു.

"നീയ്യിപ്പം അങ്ങട്ട് പോണ്ട."

അന്ന് രാത്രി അയാൾ നേരത്തെ വന്നു. കൈയിൽ ഒരു പൊതിയു മുണ്ടായിരുന്നു. അവൾ അപ്പോഴും കമിഴ്ന്നുകിടന്ന് കരച്ചിൽതന്നെ.

"ആമി, ഇങ്ങട്ട് നോക്ക്യേ, ഇതു കണ്ടോ?"

അവൾ അനങ്ങിയില്ല. അയാൾ അടുത്തുവന്ന് തല പിടിച്ചുയർത്തി കവിളത്തെ കണ്ണീര് തുടച്ചിട്ട് പറഞ്ഞു:

"അയ്യേ, എന്താദ്ദ് കുട്ട്യേളപ്പോലെ? നീയല്ലാതെ ഉമ്മാനോട് ഒര യ്ക്കാൻ ചെല്ലോ? എന്താച്ചാ എന്നോടു പറഞ്ഞാപ്പോരെ? ബാ എണീക്ക്."

"ഇനി ഞാനിവിടെ നിക്കൂല. ഇപ്പോൾ പോണം. അല്ലെങ്കിൽ മാറി ത്താമസിക്കണം."

"അതിപ്പോ എങ്ങനാ? ഉമ്മ സമ്മതിക്ക്വൊ?"

"സമ്മതിപ്പിക്കണം."

"ശരി. ബാ കിടക്കാം. ബാക്കിയൊക്കെ പിന്നെ."

മാറിത്താമസിച്ചില്ലെങ്കിൽ അവൾ എല്ലാം ഇട്ടെറിഞ്ഞ് നാട്ടിൽപോകും. ആമിന എന്നും ജമാലിനോട് സങ്കടം പറഞ്ഞു. ജമാലിന് അരമന സുണ്ടെന്നറിഞ്ഞപ്പോൾ അവൾ ബാപ്പയെ വിവരം അറിയിച്ചു. തറവാട്ടിൽ നിന്നും കുറച്ചകലെ ഒരു ബംഗ്ലാവും രണ്ടേക്കർ തോട്ടവും വിൽക്കാനുള്ള കാര്യം ജമാൽ തന്നെയാണ് ബാപ്പയെ അറിയിച്ചത്. ബാപ്പ ഉമ്മയെച്ചെന്ന് കണ്ടു:

"ഇബ്ടടുത്ത് ഒരു പയേ ബംഗ്ലാവും രണ്ടേക്കർ തോട്ടവും വിൽക്കാനുണ്ടെന്ന് പുതിയാപ്ല പറഞ്ഞു. മൂപ്പർക്കതുമ്മല് ഒരു കണ്ണുണ്ട്. അതു മൂപ്പരുടെ പേരിൽ വാങ്ങിയിട്ടാലോ? ഉമ്മക്ക് ബിരോധല്ലാച്ച..."

"ഓനിക്ക് നിങ്ങളെ ഓശാരമൊന്നും മേണ്ട. പിന്നെ നിങ്ങളെ മോളെ പേരില് നിങ്ങള് സ്വത്ത് മേടിക്കണെതിന് എനക്കെന്തിനാ ബിരോതം?"

"നല്ല കണ്ണായ സ്ഥലാണ്. നാളെപ്പിറ്റേന്ന് ഓലിക്കത് ഒതകും. നിങ്ങളോട് ചോയ്ക്കാതേം പറയാതേം ഒന്നും ചെയ്യുന്നത് ശരിയല്ലാല്ലോ."

"നിങ്ങക്ക് മരിയാദ അറിയാം. നിങ്ങളെ മോക്കത് അറിയൂലാ. എപ്പളും മോറും കറപ്പിച്ചാ നടപ്പ്."

"ഓള് ചെറിയ കുട്ടിയല്ലേ? വിവരല്യ. കാട്ടിലും മുക്കിലുമൊന്നും താമസിച്ച് ശീലാല്ലാന്ന് കുട്ടിക്കോളീ."

"ഇനിയിപ്പോ അതൊന്നും ശീലാവാതെ തരമില്ല. പെണ്ണുവീട്ടില് കാവല് കിടക്കാൻ എന്റെ മോനെ കിട്ടൂല."

ബാപ്പ വീടും തോട്ടവും അവളുടെ പേരിൽത്തന്നെ എഴുതിച്ചു. വാടകയ്ക്ക് കൊടുക്കാനാണെന്നും പറഞ്ഞ് അറ്റകുറ്റപ്പണികളും നടത്തി. മടങ്ങി തറവാട്ടിലേക്ക് ഇല്ലെന്ന് മുനീറയെ പ്രസവിക്കാൻ പോകുമ്പോഴേ ആമിന തീരുമാനിച്ചിരുന്നു. പക്ഷേ, അക്കാര്യം അവൾ ആരോടും മിണ്ടിയില്ല. പ്രസവം കഴിഞ്ഞ് തൊണ്ണൂറ് കഴിഞ്ഞിട്ടും അവൾ തിരിച്ചുപോകാൻ കൂട്ടാക്കിയില്ല. ഉമ്മ ആളെ അയച്ചു. കാട്ടിലെ തണുപ്പ് കുട്ടിക്ക് പിടിക്കില്ലെന്ന് പറഞ്ഞ് അവൾ ഒഴിഞ്ഞുമാറി. ജമാൽ വന്നപ്പോൾ അവൾ കാര്യം പറഞ്ഞു:

"ആ കോട്ടയിലേക്ക് ഞാനിനി ഇല്ല. നമുക്ക് നമ്മളെ വീട്ടിലേക്ക് പോകാം."

"നിനക്ക് ഉമ്മയെ അറിയാഞ്ഞിട്ടാ."

"നിങ്ങൾ ഒന്നും അറിയാത്ത മട്ടിൽ നിന്നാമതി. മാറിത്താമസിച്ചു കഴീമ്പം ഉമ്മ ഒന്നും മിണ്ടില്ല."

മാറണമെന്ന് അയാൾക്കും മോഹമുണ്ട്. പക്ഷേ ധൈര്യമില്ല. ആമിന ധൈര്യപ്പെട്ടുനിന്നു. ജമാൽ വിളിക്കാൻ വന്നപ്പോൾ കൂടെ പുറപ്പെട്ടു. ബാപ്പയെപ്പോലും ഒന്നിച്ചുപോരാൻ അനുവദിച്ചില്ല. വയനാട്ടിലെത്തിയപ്പോൾ കാർ നേരെ പുതിയ ബംഗ്ലാവിലേക്കു വിടാൻ അവൾ ഡ്രൈവറോട് പറഞ്ഞു. ജമാൽ വഴിയിൽ ഇറങ്ങി.

"ഞാൻ കൊറച്ച് കഴിഞ്ഞ് അങ്ങെത്താം."

വിവരം ഉമ്മയുടെ ചെവിയിലെത്താൻ അധികനേരം വേണ്ടിവന്നില്ല. അവർ നാട് വിറപ്പിച്ചു. "ഉളുപ്പുണ്ടോടാ നിനക്ക്. നിന്റെ കുടീല് പൊറുക്കാൻ കയ്യൂല്ലെങ്കില് ആ പൊട്ടിത്തിരിഞ്ഞോള് ഓളെ ബയിക്ക് പോട്ടെടാ. കിരിയാടൻ മൊയ്തുഹാജീന്റെ മോനിക്ക് പെണ്ണിനാണോടാ പഞ്ഞം? ചൊല്ലടാ മൊയി. പെണ്ണ് ആള് തരക്കേടില്ലാല്ലോ."

ജമാലിനെ അവർ തറവാട്ടിൽനിന്ന് പുറത്തിറങ്ങാൻ സമ്മതിച്ചില്ല. ആമിന പുതിയ വീട്ടിൽ തനിയെ. വിവരമറിഞ്ഞ് ബാപ്പയെത്തി. കുട്ട്യേമിഹാജിയേയും കൂട്ടി ഉമ്മയെ ചെന്നുകണ്ടു. അവർ ആമിനയുടെ വീടടക്കി ചീത്തവിളിച്ചു. മകനെ അയക്കില്ലെന്ന് ഒരേ വാശി. നാട്ടുകാരും ബന്ധുക്കളും മധ്യസ്ഥത്തിനെത്തി. ജമാൽ പകൽ മുഴുവൻ ഉമ്മയുടെ കൂടെ. രാത്രിമാത്രം ആമിനയുടെ വീട്ടിൽ. അതായിരുന്നു കരാർ.

പിന്നെയും വ്യവസ്ഥകൾ ഏറെയുണ്ടായിരുന്നു. തൽക്കാലം എല്ലാം കലങ്ങിത്തെളിഞ്ഞു.

പക്ഷേ, അത് കലക്കങ്ങളുടെ തുടക്കമായിരുന്നു. മാറിത്താമസിച്ചിട്ടും ജമാൽ പഴയ രീതികളൊന്നും മാറ്റാൻ കൂട്ടാക്കിയില്ല; പുതിയത് തുടങ്ങുകയും ചെയ്തു. ഇപ്പോഴിതാ ഈ അവസ്ഥയിൽ! തൽക്കാലം ഭേദമുണ്ട്. അന്നത്തെ ആ അവസ്ഥ! ഓർക്കുമ്പോൾ ഞടുക്കം. ഡോക്ടർ വന്ന് മരുന്നു കുത്തിവയ്ക്കുന്നതുവരെ കാട്ടിക്കൂട്ടിയ പരാക്രമങ്ങൾ! ഡോക്ടർ തന്നെ ബാപ്പയെ ഫോണിൽ വിവരമറിയിച്ചു. ബാപ്പയും ആംബുലൻസും ഒപ്പമെത്തി. വിവരം കേട്ടറിഞ്ഞ് ഉമ്മയും എത്തിയിരുന്നു.

"പഹച്ചീ നീ ഓനെ കൊന്നോ? എന്തു മാരണം ചെയ്തിട്ടാ നീയോനെ ഇക്കോലത്തിലാക്കിയത്?"

നാടുമുഴുക്കെ കേൾക്കെയാണ് അവർ മാറത്തടിച്ച് നിലവിളിച്ചത്. ഇപ്പോഴും ആ മുഴക്കം ചെവിയിലുണ്ട്.

"ഇഞ്ചക്ഷന് മരുന്ന് വാങ്ങിച്ചില്ലേ?"

നഴ്സിന്റെ ചോദ്യം കേട്ട് ആമിന മേശയ്ക്കരികിലേക്ക് നടന്നു.

പത്ത്

നല്ല ഉറക്കത്തിലായിരുന്നു ആമി. ജമാൽ വിളിക്കുന്നതു കേട്ട് കണ്ണുതുറക്കാൻ ശ്രമിച്ചു. കൺപോളകൾക്കു കനം.

"എന്താ? എന്തിനാ വിളിച്ചത്?"

കിടന്നുകൊണ്ടുതന്നെ ചോദിച്ചു.

"ഏതു നേരവും ഉറക്കം. വെയിലു മൂത്തിട്ടും നീയിതുവരെ ചായ തന്നോ?"

"അള്ളോ ഇത് പാതിരയാ. മണി രണ്ടായതേയുള്ളൂ. നിങ്ങള് കെട ന്നുറങ്ങിക്കോ."

"ഇപ്പോ പാതിരയല്ല. പുലർച്ചയാ. നീ ചായ കൊണ്ടാ."

"ഫ്ളാസ്കിൽ കട്ടൻകാപ്പിയുണ്ട്. തരട്ടേ?"

"വേണ്ട. ചായ മതി."

"യാ ഇലാഹി, ഈ നട്ടപ്പാതിരയ്ക്ക് ചായക്ക് ഞാനെവിടെപ്പോകും? കാന്റീൻ അഞ്ചു മണിക്കല്ലേ തുറക്കൂ."

"പാതിരയല്ലാന്നു പറഞ്ഞില്ലേ?"

ജമാലിന്റെ ഭാവം മാറി. പെട്ടെന്ന് ചാടി എണീറ്റപ്പോൾ മേശപ്പുറ ത്തിരുന്ന മരുന്നു കുപ്പി താഴെ വീണുടഞ്ഞു. പാതിരാത്രിയിലെ കനത്ത നിശ്ശബ്ദതയിൽ കുപ്പി തകർന്നുടഞ്ഞ ശബ്ദം അവിടമെല്ലാം മുഴങ്ങി. അയാളെ മുറിയിൽ ഒറ്റയ്ക്കാക്കി നഴ്സിനെ വിളിക്കാൻ പോകാൻ ആമി നയ്ക്കു ധൈര്യമില്ലായിരുന്നു. അയാൾ തളർന്നു കട്ടിലിലേക്കു മറിഞ്ഞു. ചുരുണ്ടുകൂടിക്കിടന്നു കിതച്ചു. ആമിന നഴ്സിനെ വിളിക്കാൻ ഓടി.

"ദാ വരണുമ്മാ."

നഴ്സ് ഇഞ്ചക്ഷന്റെ മരുന്നുമായി കൂടെ വന്നു. ജമാൽ കട്ടിലിൽ കിടന്നു കൈയും കാലുമിട്ടടിച്ചു നിലവിളി തന്നെ.

“ഉമ്മ ആ കൈ ഒന്നു പിടിച്ചേ.”

ആമിന കൈപിടിക്കാൻ ചെന്നപ്പോൾ ഒരു തട്ട്.

“എന്നെ തൊടരുത്... അള്ളോ... യാ റബ്ബീ... വേദന ദേഹം മുഴുവൻ വേദന. എന്റെ വയർ എരിയുന്നു...”

കണ്ടു സഹിക്കാൻ കഴിയാതെ ആമിനയും കരച്ചിൽ തുടങ്ങി.

“ഉമ്മാ ഒന്നു ശ്രദ്ധിച്ചോണേ. ഞാൻ അറ്റൻഡറെ വിളിച്ചോണ്ടു വരാം.”

നഴ്സ് അറ്റൻഡറുമായി ഉടനെ എത്തി. കൂടെ ഡ്യൂട്ടി ഡോക്ടറുമുണ്ടായിരുന്നു. അവർ ബലമായി പിടിച്ചു കിടത്തി മരുന്നു കുത്തിവച്ചു. ജമാൽ ഞരങ്ങിയും മൂളിയും വീണ്ടും മയക്കത്തിലായി.

“പേടിക്കാനൊന്നുമില്ല. കുറച്ചു ദിവസത്തിനകം എല്ലാം ശരിയാകും. നിങ്ങളും കുറച്ചുനേരം കിടന്നോളൂ.”

ഡോക്ടർ പോകുമ്പോൾ ആശ്വസിപ്പിച്ചു. ആമിനയ്ക്ക് കിടക്കാൻ കഴിഞ്ഞില്ല. അവൾ വാതിൽ ചാരി കസേരയിൽ ചെന്നിരുന്നു. ഒരു സ്വസ്ഥതയും കിട്ടുന്നില്ല. കുട്ടികളെ കണ്ടിട്ട് ആഴ്ച ഒന്നുകഴിഞ്ഞു. മുനീറയും നസീറയും ബാപ്പയെ കാണാൻ വന്നിരുന്നു. ബാപ്പ അവരെ തിരിച്ചറിഞ്ഞില്ല. അന്ന് വളരെ കൂടുതലായിരുന്നു. ബാപ്പയുടെ വെപ്രാളം കണ്ട് നസീറ പേടിച്ചു കരഞ്ഞു. മുനീറ മുഖം പൊത്തി മുറിവിട്ടോടി. കുട്ടികൾ ആസ്പത്രിയിൽ വരുന്നത് അവൾ തന്നെയാണ് വിലക്കിയത്. നൊടിഞ്ഞും പറഞ്ഞും ഒരാഴ്ച ജമാലിന്റെ ഉമ്മ കൂടെ ഉണ്ടായിരുന്നു. “തറവാട്ടീന്ന് മാറിയതിപ്പിന്നെ ഓനിക്കൊരു സൈ്വരല്ല. എപ്പളും സൂക്കേട്. ഇടങ്ങേറൊഴിഞ്ഞ നേരല്ല. എന്റെ കുട്ടീന്റെ കെടപ്പ് കണ്ടില്ലേ? എന്റെ ചങ്ക് പൊട്ടണ്. എന്റെ കുട്ടിക്ക് ആരോ കടുത്ത മാരണം ചെയ്തടക്കണ്. ലോട്ടറന്മാർക്കു തിരിയണ സൂക്കേടല്ല ഇത്. ഞാൻ പൊരേച്ചെന്ന് മൊയില്യാരെ വിളിച്ചു അയിനുമേണ്ട പണി നോക്കട്ടെ. ഇപ്പഹയരേം ബിശ്വസിച്ചിരുന്നാ സരിയാവൂലാ.”

അതും പറഞ്ഞ് പോയിട്ട് ഒരാഴ്ച കഴിഞ്ഞു. ഇതുവരെ തിരിഞ്ഞു നോക്കിയിട്ടില്ല. വരാത്തതാണ് നല്ലത്. അടുത്തുണ്ടായാൽ അവർ വെറുതേ അതുമിതും പറഞ്ഞ് കണ്ണീരൊലിപ്പിക്കും. അതു കാണുമ്പോൾ മകന്റെ മനസ്സ് വീണ്ടും താളം തെറ്റും.

ഒന്നു കിടക്കാമെന്നു കരുതിയതാണ്. അപ്പോഴാണ് അടുത്തെവിടെയോ പള്ളിയിൽ നിന്ന് സുബഹി ബാങ്ക് വിളി കേട്ടത്. അവൾ ചെന്ന് പല്ലു തേച്ചു. ഒളു എടുത്ത് നിസ്കരിച്ചു. നിസ്കാരപ്പായിലിരുന്ന് ഏറെ നേരം ഖുർ ആൻ ഓതി. എത്രനേരമെന്നു അറിയില്ല. മയങ്ങിപ്പോയി.

“ആമീ, ആമീ...”

ജമാൽ വിളിക്കുന്നതു കേട്ടാണ് ഉണർന്നത്. മുസഅബു' അടച്ചു വെച്ച് എഴുന്നേറ്റ് അടുത്ത് ചെന്നു. രാത്രി കണ്ട രൗദ്രഭാവം എങ്ങോ

പോയിമറഞ്ഞിരിക്കുന്നു. കണ്ണുകളിൽ ദയനീയത.

“മണി എത്രയായി?”

“ആറു മണി കഴിഞ്ഞു കാണും. ചായ വേണ്ടേ?”

“നീ നിസ്കരിച്ച് കഴിഞ്ഞു മതി.”

“നിസ്കാരം കഴിഞ്ഞു. ഈ പായൊന്നു മടക്കി വെച്ചോട്ടെ.”

അപ്പോഴേക്കും ചായയും മറ്റു സാധനങ്ങളുമായി ഡ്രൈവറെത്തി. ആമിന ജമാലിനെ കുളിമുറിയിൽ കൊണ്ടുപോയി പല്ലുതേപ്പിച്ചു. മുഖം കഴുകിത്തുടച്ച് കട്ടിലിൽ ഇരുത്തി ചായകൊടുത്തു.

“ഈ താടിയും മുടിയുമൊക്കെ വടിക്കണ്ടീരുന്ന്. കാടനെപ്പോലെയുണ്ട്.”

“അയിനെന്താ? ഇബടടുത്ത് അമ്പട്ടനുണ്ട്. ഞാൻ പോയി കൂട്ടിക്കൊണ്ടേരട്ടേ?”

ഡ്രൈവർ ചോദിച്ചു.

“എന്താ ആമീ, നീ എന്തു പറയുന്നു?”

“ആകെ ജടപിടിച്ചു. വെട്ടണത് നല്ലത് തന്നെ. ഡോക്ടറോട് ഒന്നു ചോദിക്കണ്ടേ?”

“എന്തിനാദ്? ഞാൻ മുടിവെട്ടണതിന് ഡോക്ടർക്കെന്തിനാ എതിർപ്പ്?” നീ ചെന്നു കൂട്ടിക്കൊണ്ടുവാടാ.”

മുടിവെട്ടും ഷേവിങ്ങും കഴിഞ്ഞ് കുളിച്ച് ഡ്രസ് മാറിയപ്പോൾ ആളാകെ മാറി. മുഖം പ്രസന്നം.

“ട്ടോ ആമീ, തൽക്കാലം വയനാട്ടിലേക്കു പോണ്ടാന്നാ ഞാൻ വിചാരിക്കണത്. എന്താ നിന്റെ അഭിപ്രായം?”

“ഡാക്ടറും അതുതന്നാ പറഞ്ഞത്. കുറച്ചു കാലത്തേക്ക് അവിടന്നു മാറിത്താമസിക്കുന്നത് നല്ലതാന്നു പറഞ്ഞു.”

“നിന്റെ നാട്ടിൽ എന്തെങ്കിലും ബിസിനസ് തുടങ്ങിയാലോ? എസ്റ്റേറ്റ് വരുമാനം കൊണ്ടൊന്നും എവിടേയും എത്തുന്നില്ല.”

“നമ്മക്ക് ബാപ്പയുമായി ആലോചിച്ച് വേണ്ടത് ചെയ്യാം. ഇപ്പം കൊറച്ചു കെടന്നോളീ. മരുന്നു തരാൻ സമയമായി. ഞാൻ നഴ്സിനെ വിളിച്ചിട്ട് വരാം.”

പകൽ പ്രശ്നമൊന്നുമില്ല. മിണ്ടാതെ കിടന്നോളും. രാത്രിയാകുമ്പോഴാണ് വെപ്രാളം. രണ്ടാഴ്ചകൊണ്ട് എല്ലാം പഴയതുപോലെ ആകുമെന്ന് ഡോക്ടർ ഉറപ്പിച്ചു പറയുന്നു. ഇപ്പോൾ കുറച്ചു ദിവസമായി ഇവിടത്തന്നെ സ്ഥിരതാമസമാക്കുന്നതിനെക്കുറിച്ച് മാത്രമാണ് സംസാരം.

“ഇവിടെന്ന് നേരെ നിന്റെ വീട്ടിലേക്ക് പോവാട്ടോ ആമീ. വയനാട്ടിലേക്ക് പോവാനേ തോന്നണില്ല. ഉമ്മ എന്ത് പറയ്യോ എന്തോ? ബിസിനസ്സിന്റെ കാര്യം ബാപ്പാനോടു പറഞ്ഞോ?”

“അതിനെക്കുറിച്ചൊക്കെ ആലോചിച്ച് ഇപ്പോ മനസ്സ് പുണ്ണാക്കണ്ട. എല്ലാം ബാപ്പ ഏറ്റിട്ടുണ്ട്. ബാപ്പയുടെ കടപ്പുറത്തുള്ള ഗോഡൗൺ ഒഴിഞ്ഞുകിടക്കുകയാണ്. വാടക എന്താന്നുവച്ചാൽ തരാന്ന് ഞാൻ പറഞ്ഞി

ട്ടുണ്ട്. അവിടെ ഹോൾസെയിൽ ഏജൻസി തൊടങ്ങാനാ ബാപ്പ പറഞ്ഞത്. ഒരു ഷെയർ ബാപ്പയ്ക്ക്. എഴുത്തുകുത്തുകൾ നടക്കുന്നുണ്ട്."

"വേഗം വേണട്ടോ."

"ഒരു മാസം റസ്റ്റെടുക്കണമെന്ന് ഡോക്ടർ പ്രത്യേകം പറഞ്ഞിട്ടുണ്ട്. കുട്ടികൾക്ക് ലീവ് തുടങ്ങി. ഒരു മാസം ഊട്ടിയിൽ ചെന്ന് താമസിച്ചാലോ? ബാപ്പയുടെ ചങ്ങാതിക്ക് അവിടെ വീടുണ്ട്. ഒഴിഞ്ഞുകിടക്കുകയാ. നിങ്ങക്ക് സമ്മതമാണെങ്കി അയാക്ക് എഴുതാമെന്നു പറയുന്നു."

"അതൊരു നല്ല ഐഡിയായാ. നീ ഡോക്ടറോട് പറഞ്ഞ് വേഗം ഡിസ്ചാർജ് വാങ്ങ്. ഇവിടെ മടുത്തു."

"ആളിന്ന് സുന്ദരനായിട്ടുണ്ടല്ലോ."

മരുന്നുമായി എത്തിയ നേഴ്സ് ലോഹ്യം പറഞ്ഞു.

പതിനൊന്ന്

"ആമീ, ഒരയിമ്പതിനായിരം ഉറുപ്പിക വേണ്ടീരുന്നു. അത്യാവശ്യാ."

"എന്റേല് അയിമ്പതുറുപ്യേം കൂടി ഇല്ല."

"ഇപ്പോ നീ തന്നെയല്ലേ കച്ചോടൊക്കെ നടത്തണത്. വെച്ചടികേറ്റാണെന്നാണല്ലോ കേട്ടത്. എസ്റ്റേറ്റ്ന്ന് കിട്ടണതൊക്കെ എന്താ ചെയ്യണത്?"

"ആണുങ്ങള് പോരാത്തതോണ്ടാണല്ലോ പെണ്ണായ ഞാനൊരുത്തി എല്ലാം നോക്കേണ്ടി വന്നത്. ഞാനും രണ്ടു കുട്ട്യോളും എങ്ങനാ കഴിയണതെന്ന് നിങ്ങൾക്ക് വിചാരണ്ടോ?"

"വലിയ വർത്താനമൊന്നും പറേണ്ട. പണം തരാൻ പറ്റ്വോ ഇല്ലേന്ന് പറഞ്ഞാമതി."

"എന്റെ ഒറ്റപൈസ നിങ്ങക്ക് കളിക്കാനായി ഇനി ഞാൻ തരൂല്ല. രണ്ടു പെങ്കുട്ട്യോളാണ്. നിങ്ങളുടെ മക്കളായിപ്പോയതുകൊണ്ട് കണക്കില്ലാത്ത സ്ത്രീധനം കൊടുത്താലും പുതിയാപ്ലമാരെ കിട്ട്വോന്നു സംശ്യാ. ഇനി എന്നോടു പൈസ ചോദിക്കരുത്."

"ഉറപ്പാണോ?"

"തന്നെ."

"നീ ഖേദിക്കേണ്ടിവരും. ഇനി എന്നെ കാണണമെങ്കില് നീ എന്റെ കാലില് വീഴണം. അല്ലെങ്കിൽ ഞാൻ പേരുമാറ്റും."

"എന്റെ പട്ടി വരും കാലു പിടിക്കാൻ. ചെല്ല്. എവിടേക്കാണെന്നു വെച്ചാൽ ചെല്ല്."

വീണ്ടും പഴയതിലേക്കു മടങ്ങുകയാണല്ലോ എന്നോർത്താണ് അവൾക്ക് നൊമ്പരം. ആസ്പത്രിയിൽനിന്ന് ഒരു പുതിയ മനുഷ്യനായിട്ടാണ് ജമാൽ ആമിയുടെ വീട്ടിൽ എത്തിയത്. ഒരാഴ്ച റസ്റ്റെടുത്തശേഷം ഊട്ടിയാത്ര. ആ ഒരുമാസം ആമിനയ്ക്ക് സന്തോഷത്തിന്റെ നാളുകളായിരുന്നു.

കളിയും ചിരിയും നിറഞ്ഞ ദിവസങ്ങൾ. ഊട്ടിയിൽ നിന്ന് തിരിച്ചെത്തിയപ്പോഴേക്ക് ബിസിനസ് കാര്യങ്ങൾ ബാപ്പ ഏകദേശം ശരിയാക്കിയിരുന്നു.

"ഉമ്മാനെ ഒന്നു കണ്ട് വിവരം പറയണ്ടേ?"

ജമാൽ ചോദിച്ചു.

അയാളെ ഒറ്റക്കയക്കാൻ ആമിനയ്ക്ക് ധൈര്യമില്ലായിരുന്നു. അവളും കൂടെ പുറപ്പെട്ടു. ആമിന പ്രതീക്ഷിച്ചതുപോലെ തന്നെ സംഭവിച്ചു. ഉമ്മ അവളേയും കുടുംബത്തെയും അടക്കി ചീത്ത വിളിച്ചു. ശാപവാക്കുകൾ കൊണ്ട് മൂടി. മകനെ അടുത്തു പിടിച്ചിരുത്തി എണ്ണിപ്പെറുക്കി കരഞ്ഞു. ജമാലിന്റെ കണ്ണു നിറഞ്ഞു. മനസുമാറി.

"ആമീ, നീയും കുട്ട്യോളും മടങ്ങിപൊയ്ക്കോ. ഞാൻ രണ്ടീസം കഴിഞ്ഞു വരാം."

ആമിന കൂട്ടാക്കിയില്ല.

"നിങ്ങളെ ഇക്കോലത്തിലാക്കിയെടുക്കാൻ ഞാൻ പെട്ട പാടിന് കണക്കില്ല. നിങ്ങളിവിടെ ഒറ്റയ്ക്കു നിന്നാൽ ശരിയാവൂല."

പിടിച്ച പിടിയാലേ കൂട്ടിക്കൊണ്ടുവന്നു.

മനസില്ലാമനസോടെയാണ് വയനാട്ടിൽനിന്ന് പോന്നതെങ്കിലും നഗരജീവിതം ജമാലിന് ഇഷ്ടപ്പെട്ടു. ബിസിനസുകാര്യങ്ങൾ എളുപ്പത്തിൽ പഠിച്ചു. വളരെപ്പെട്ടെന്ന് ആൾക്കാരുമായി ഇണങ്ങുന്ന സ്വഭാവം. അതുകൊണ്ടുതന്നെ ധാരാളം ചങ്ങാതിമാർ. ഉന്നതരുമായാണ് ചങ്ങാത്തം. പല ക്ലബ്ബുകളിലും മെമ്പർ. എന്നും തിരക്ക്.

ഒരു മാസം ആമിനയുടെ വീട്ടിൽ താമസിച്ചതോടെ അയാൾക്കു മടുത്തു.

"ട്ടോ, ആമീ, ഈ ഭാര്യവീട്ടിൽ താമസിക്കുന്ന ഏർപ്പാട് തീരെ സുഖമില്ല. നമുക്ക് മാറിത്താമസിക്കാം."

ആമിന സമ്മതിച്ചു. വാടകയ്ക്ക് വീടെടുത്ത് മാറിത്താമസിച്ചു. ആ വീട് അന്തസിനൊത്തതല്ല എന്നായി പിന്നത്തെ പരാതി. ഉടനെ പുതിയ വീടുവയ്ക്കണം. വീട്ടിന്നടുത്തായി അൻപത് സെന്റ് സ്ഥലമുണ്ടായിരുന്നതു ബാപ്പ അവളുടെ പേരിൽ എഴുതിക്കൊടുത്തു. വലിയൊരു ബംഗ്ലാവിന്റെ പ്ലാനുമായി വന്നപ്പോൾ അവൾ എതിർത്തുനോക്കി.

"ഇപ്പോ പൈസക്കു കൊറച്ചു മുട്ടുള്ള സമയാ. ചെറിയ പൊര മതി."

"അതൊന്നും നീ അറിയണ്ട. വീട് നമ്മളെ അന്തസിനൊത്തതാകണം."

മുകളിലത്തെ നിലയിൽ മൂന്നു വലിയ കിടപ്പറകൾ. ബാൽക്കണി.

താഴെ വിശാലമായ ഹാളിൽ നിന്നു മുകളിലേക്കു കയറാനുള്ള ഏണി. ഹാളിൽ ഇടതും വലതുമായി രണ്ട് കിടപ്പുമുറികൾ. ഊണ് മുറി. വീണ്ടുമൊരു ചെറിയ തളം. തളത്തിൽ മറ്റൊരു കിടപ്പുമുറി. അടുക്കള, വരാന്ത, സ്റ്റോർ മുറി പരന്നങ്ങനെ കിടക്കുന്നു. വയനാട്ടിലെ കുറച്ച് സ്വത്ത് വിറ്റ പണംകൊണ്ടാണ് പണി തുടങ്ങിയത്. അതു കഴിഞ്ഞപ്പോൾ അവൾ പറഞ്ഞതുപോലെ പണത്തിന് ബുദ്ധിമുട്ട് വന്നു. ബാപ്പ കുറേ സഹായിച്ചു. ബിസിനസ്സിന് കാശേറെ മുടക്കിയിരുന്നു. ജമാൽ അങ്ങനെയാണ്. ഒരു കാര്യത്തിനിറങ്ങിയാൽ മുമ്പും പിമ്പും നോട്ടമില്ല.

പണി കഴിഞ്ഞപ്പോൾ കേമമായിരുന്നു. ബന്ധുക്കളെയും മിത്രങ്ങളെയും വിളിച്ചു പാലുകാച്ചൽ നടത്തണമെന്നായിരുന്നു മോഹം. വയനാട്ടിൽ വിവരം പറയാൻ ചെന്നപ്പോൾ ഉമ്മ പതിവുപോലെ ഇടഞ്ഞു. ആ വീട്ടിൽ കാലു കുത്തില്ലെന്ന് മകനെപ്പിടിച്ച് സത്യം ചെയ്തു. അതോടെ ആഘോഷങ്ങളൊന്നും വേണ്ടെന്നുവച്ചു. നല്ല ഒരു ദിവസം നോക്കി താമസം മാറ്റി.

ഒഴിവു കിട്ടുമ്പോൾ ഉമ്മയെച്ചെന്നു കാണാൻ അവൾ ഓർമ്മിപ്പിക്കുമായിരുന്നു. ചിലപ്പോൾ അവളും കൂടെച്ചെല്ലും. അവൾ ചെല്ലുന്നത് ഉമ്മയ്ക്കിഷ്ടമില്ലെന്നു കുത്തും മുനയുംവെച്ച സംസാരത്തിൽ നിന്നു മനസിലായതോടെ അവൾ പോക്കു നിർത്തി.

പല തിരക്കുകൾ കാരണം അയാൾ ചിലപ്പോൾ ആഴ്ചകളോളം ഉമ്മയെ കാണാൻ ചെന്നില്ലെന്നു വരും. അതിനു പഴി കേൾക്കുന്നത് ആമിനയാണ്. അവർ ഫോൺ വിളിച്ച് വായിൽ തോന്നിയതു പറയും. സാധാരണ ഗതിയിൽ അവൾ എല്ലാം മിണ്ടാതെ കേൾക്കും. സഹികെടുമ്പോൾ എന്തെങ്കിലുമൊക്കെ പറഞ്ഞുപോകും. അടുത്ത തവണ മകൻ ചെല്ലുമ്പോൾ പൂരമായിരിക്കും. ആദ്യമൊന്നും ഉമ്മ പറയുന്നത് മകൻ ചെവികൊടുക്കാറില്ലായിരുന്നു.

"നീയെന്തിനാ വയസായ ഉമ്മാനോട് തർക്കുത്തരം പറയണത്?" ഈയിടെ ജമാൽ ചോദിച്ചത് ആമിന കേട്ടില്ലെന്നു നടിച്ചു.

"പഴയതൊന്നും പിന്നെ തൊടങ്ങല്ലേ? ഒന്നു പച്ചപിടിച്ചു വരുന്നതേയുള്ളൂ."

അവൾ ഇടയ്ക്കിടെ ഓർമ്മിപ്പിക്കാറുണ്ട്. ചങ്ങാതിമാരുടെ എണ്ണം കൂടുന്തോറും വീട്ടിലെത്തുന്നതും വൈകിത്തുടങ്ങി. അയാളെ അവൾക്ക് നന്നായി അറിയാം. എല്ലാം വേഗത്തിൽ മടുക്കും. മനസുറപ്പ് തീരെയില്ല. ആരെങ്കിലും എന്തെങ്കിലും രണ്ടു നല്ല വാക്കു പറഞ്ഞാൽ മയങ്ങിപ്പോകും. അവർക്കുവേണ്ടി വാരിക്കോരി ചെലവാക്കുകയും ചെയ്യും. അതുകൊണ്ട് ആദ്യമേ ഒരു നിയന്ത്രണം വയ്ക്കാൻ അവൾ ശ്രദ്ധിച്ചിരുന്നു. അയാൾ എതിർത്തതുമില്ല. പക്ഷേ, എങ്ങനെയോ ഓരോന്നായി അവളുടെ നിയന്ത്രണത്തിൽ നിന്നു വിട്ടുപോയി.

വീണ്ടും സമരത്തിന് ഇറങ്ങേണ്ട അവസ്ഥ. എതിർപ്പ് കാണിക്കുന്നത് അയാൾക്കിഷ്ടമില്ലെന്നറിയാം. ആമിന എപ്പോഴും താണുകൊടു

ക്കണം. ഭൂമിയോളം താഴണമെന്നും അവൾക്കുണ്ട്. പക്ഷേ, കടിഞ്ഞാണില്ലാതെ ഓരോന്നു പ്രവർത്തിച്ചു തുടങ്ങിയാൽ... വീണ്ടും പഴയ അവസ്ഥ... പലതവണ സ്നേഹത്തിൽ പറഞ്ഞുനോക്കി.

"ബിസിനസ്സാകുമ്പോൾ ഇതൊന്നുമില്ലാതെ കഴിയില്ല."

"ഇങ്ങനെ നിയന്ത്രണമില്ലാതെ വാരിക്കോരി ചെലവാക്കിയാൽ മുടിയാൻ ഏറെ നേരം വേണ്ട."

"പടച്ചോൻ പണം തരുന്നത് ചെലവാക്കാനാ. അല്ലാതെ നിന്നെപ്പോലെ പണവും പെട്ടിയിൽ വെച്ചുപൂട്ടി ഭൂതത്താനെപ്പോലെ കാവലിരുന്നാൽ മരിച്ചാലും സ്വൈരം കിട്ടൂലാ."

"അങ്ങനെ കെട്ടിപ്പൂട്ടിവച്ചതുകൊണ്ടാണല്ലോ നിങ്ങക്കിപ്പോ ദീവാളികുളിക്കാൻ കഴിയുന്നത്..."

"നിനക്ക് പണം മാത്രം മതി. വെറുതെയല്ല ഉമ്മ പറയുന്നത്..."

"എന്താ നിർത്തിയത്? ഇപ്രാവശ്യം എന്തു പുതിയ സംഗതിയാ ഉമ്മ മന്ത്രിച്ചു തന്നത്? കേക്കട്ടെ."

"നിന്റെ തണ്ടു മാറ്റണ്ട... നാവിന് ഏഴര മുഴമാ നീളം..."

അലർച്ച.

ഉമ്മ വൈൻഡു ചെയ്തു പറഞ്ഞയച്ചതായിരിക്കും... വൈൻഡു തീരുന്നതുവരെ തുള്ളും. തുള്ളട്ടേ. അവൾ അടങ്ങി. ഓരോ തവണ വയനാട്ടിൽ പോയി വരുമ്പോഴും പരാതികളുടെ നീണ്ടനിര. അവൾക്ക് അയാളെ വിലയില്ല. ബാപ്പയും മോളും കൂടി അയാളെ കച്ചവടത്തിൽ നിന്നു പുറത്താക്കാനുള്ള ശ്രമമാണ്...

മാസത്തിൽ പലതവണ വയനാട്ടിൽ പോകും. ഒരു ചെറിയ പനി വന്നാൽ മതി ഉടനെ എത്തണമെന്നു പറഞ്ഞ് ഉമ്മ ഫോൺ വിളിക്കും. വയനാട്ടിലെ ഡോക്ടർമാരുടെ ചികിത്സ ഇപ്പോഴവർക്ക് പോര. എന്തിനും ഏതിനും ചെക്കപ്പ്. എന്നാലും ആമിനയുടെ വീട്ടിൽ കയറില്ല.

"ഉമ്മ ഇവിടെ വന്നിട്ടു വീട്ടിലെന്താ കൂട്ടിക്കൊണ്ടു വരാഞ്ഞത്? കുട്ടികളെ കാണാനെങ്കിലും..."

"എന്തിനാ നിന്റെ പത്രാസ് കാണാനോ? നിന്നെ ആശ്രയിച്ചു കഴിയേണ്ട ഗതികേടൊന്നും അവർക്കില്ല."

കേൾക്കുമ്പോൾ ആമിനയുടെ നാവു തരിക്കും. കിരിയാടൻമാരുടെ പത്രാസ് അവളും കാണുന്നുണ്ട്. കുറേ വിറ്റുതീർന്നു. ബാക്കി നോക്കാനാളില്ലാതെ കാടുപിടിച്ചു കിടക്കുന്നു. മകൻ ഇടക്കിടെ പണം കെട്ടിക്കൊണ്ടുപോകുന്നത് അവൾ അറിയുന്നുണ്ട്. കുറച്ച് കാലമായി എല്ലാം കണ്ടില്ലെന്നു നടിക്കുകയാണ്. പ്രായമായി വരുന്ന മക്കളെ ഓർത്താണ് അടങ്ങുന്നത്. ഉമ്മയെ ആസ്പത്രിയിൽ അഡ്മിറ്റ് ചെയ്ത വിവരം അവളെ അറിയിക്കില്ല. കേട്ടറിഞ്ഞ് അവൾ ചെല്ലണം. വീട്ടിൽ നിന്ന് നേരാനേരങ്ങളിൽ ഭക്ഷണം കൊടുത്തയക്കണം. എന്നാലും പരാതി.

"മോനും മരോളും നോക്കാനുണ്ടല്ലോന്നാ നാട്ടാര് പറയണത്! ഓലിക്കുണ്ടോ എന്നെ നോക്കാൻ നേരം? കുഞ്ഞിപ്പാത്തു ഉള്ളതോണ്ടു

വെള്ളം കുടിച്ചു കെടക്കണു."

കുഞ്ഞിപ്പാത്തു ഉമ്മയുടെ പണിക്കാരിയാണ്.

"ഈ ചില്ലറ സൂക്കേടിനൊക്കെ ഇത്രേം ദൂരം വരുന്നതിനേക്കാൾ നല്ലത് അവിടത്തന്നെ കാണിക്കലെല്ലേ? കുന്നും മലയും ഇറങ്ങി ഇങ്ങെത്തുമ്പളത്തിന് സൂക്കേട് കൂടും."

ഒരിക്കൽ ആമിന പറഞ്ഞതു കേട്ട് അവർ ചൊടിച്ചു. "കേട്ടില്ല, ഞാൻ സൂക്കേടൊന്നുമില്ലാതെ ബെറുതെ ആസ്പത്രീല് കെടക്കുന്നതാ. കേട്ടില്ലേടാ നിന്റെ ഓള് പറഞ്ഞത്. നീയെന്നെ എന്റെ പെരേല് കൊണ്ടാക്കിത്തന്നേക്ക്."

അവർ അന്നു തന്നെ ശാഠ്യം പിടിച്ച് ഡിസ്ചാർജ് വാങ്ങി നാട്ടിലേക്ക് പോയി. മകനും പോയി. ഒരാഴ്ചത്തേക്ക് ഒരു വിവരവുമില്ലായിരുന്നു. അവൾ ഫോൺ വിളിച്ചു.

നല്ല സുഖമില്ല. കുറച്ചു ദിവസം കഴിഞ്ഞു വരാം എന്നായിരുന്നു മറുപടി. ആമിന പലതവണ താണുകേണു പറഞ്ഞിട്ടാണ് തിരിച്ചു വന്നത്.

"ലക്ഷക്കണക്കിന് ഉറുപ്പിക കച്ചവടത്തിൽ മുടക്കിയിട്ട് നിങ്ങളിങ്ങനെ തൊടങ്ങിയാലോ? ബാപ്പയ്ക്കിപ്പോൾ പഴയതുപോലുള്ള ആരോഗ്യമില്ല."

"എനക്കും പണ്ടത്തെപ്പോലെ മണ്ടിപ്പാഞ്ഞു നടക്കാനൊന്നും ആവുന്നില്ല. ബാപ്പ കാരണവന്മാര് സമ്പാദിച്ചതൊക്കെ നോക്കാനാളില്ലാതെ നശിക്കുന്നു. ഉമ്മയ്ക്കാണെങ്കില് വയസ്സായി. എപ്പളും സൂക്കേട്. ആ കാട്ടില് വയസ്സായ ഉമ്മാനെ ഒറ്റക്കാക്കി പെൺവീട്ടില് കുടീരിക്കണെന്നും പറഞ്ഞ് നാട്ടാര് മക്കാറാക്കണ്."

"ഇതൊന്നും നേരത്തേ തോന്നീരുന്നില്ലല്ലോ. ഇപ്പളെന്താ പുതിയ ഓരോ തോന്നൽ?"

"നിന്റെ പെരുമാറ്റംകൊണ്ടുതന്നെ. പണമിടപാടൊക്കെ ഇപ്പോ നിന്റെ പേരിലല്ലേ? നീ മതിയല്ലോ കാര്യം നോക്കാൻ."

"നിങ്ങള് ചോദിക്കുന്നത് തരുന്നില്ലേ? ഞാനും കൂടെ നോക്കാതിരുന്നാൽ മുച്ചൂടും നശിക്കും."

"നല്ല എ ക്ലാസ് കാപ്പിത്തോട്ടം വിൽക്കാനുണ്ടെന്ന് ഹംസ കഴിഞ്ഞതവണ വന്നപ്പോ പറഞ്ഞു. നമ്മുടെ തോട്ടത്തിന് തൊട്ടടുത്തുതന്നെ. ബിസിനസ് നമുക്ക് ശരിയാവൂല. ഇതു കൊടുത്തിട്ട് വയനാട്ടിൽ തോട്ടം വാങ്ങാം."

"നാട്ടിൽ പോകാനുള്ള പൂതി എന്തിനാന്ന് ഇപ്പോ മനസ്സിലായി. ആ പഹയൻ പിന്നേം കൂട്യോ വയ്യാലേ? ഓന്റെ സമ്പാദ്യൊക്കെ തീർന്നോ? പഹയനിപ്പോ ഇതിന്റെ മോളിലാ കണ്ണ്? അപ്പൂതി ഓൻ മനസില് വെച്ചാ മതി?"

"നീ കെടന്ന് തുള്ളണ്ട, ഞാൻ പറഞ്ഞൂന്നേ ഉള്ളൂ. ഞാനേതായാലും കൊറച്ചു ദിവസം നാട്ടിൽച്ചെന്നു നിക്കാൻ തീരുമാനിച്ചു. തോട്ടമൊന്ന് ശരിയാക്കിയെടുക്കണം. നീയും കുട്ട്യോളും കൂടെപ്പോരെ."

"എന്നെ കൊന്നാലും ഞാനിനി അങ്ങോട്ടേക്കില്ല. അവിടന്ന് പോരുമ്പള്ള ഹാല് ഓർമ്മണ്ടല്ലോ. അവിടെച്ചെന്ന് എല്ലാം ആദിയേ തൊടങ്ങിക്കോ. എനക്കത് കാണാനുള്ള കരുത്തില്ല."

"നിയ്യ് ബേജാറാവണ്ട. പഴയതൊന്നും തൊടരാൻ പൂതിയില്ല. അതോണ്ടല്ലേ നിന്നെ കൂടി വിളിക്കുന്നത്. ഇവിടത്തെ കാര്യം ബാപ്പ നോക്കിക്കോളും."

"എന്നെ വിളിക്കണ്ട. ഞാൻ പോരൂലാ."

പറയുമ്പോൾ അവളുടെ തൊണ്ടയിടറി.

അതിനിടെ ഹംസ പലതവണ വന്നുപോയി. കൈനിറയെ പണവുംകൊണ്ടാണ് അവൻ പോയതെന്ന് ആലി പറഞ്ഞത് കേട്ടപ്പോൾ അവൾക്ക് അടക്കാൻ കഴിഞ്ഞില്ല.

"നിങ്ങള് ഹംസ വരുമ്പം വരുമ്പം എന്തിനാ നോട്ടെണ്ണിക്കൊടുക്കുന്നത്? എന്താ പുതിയ പരിപാടി?"

"ആ കള്ള ഹിമാറ് ആലി കൊളുത്തിത്തന്നതായിരിക്കും അല്ലേ? ആ തിരുമാലിയെ ഇങ്ങോട്ട് കെട്ടിയെടുക്കരുതെന്ന് അന്നേ പറഞ്ഞതാ. അല്ലെങ്കിൽ എന്റെ വാക്കിനിവിടെ എന്താ വില?"

"എന്തു പറഞ്ഞാലും ശരി, ആ ഹമുക്ക് ഹംസയെ ഇതിനകത്ത് കയറ്റാൻ ഞാൻ സമ്മതിക്കൂലാ."

"തോട്ടത്തിൽ വളമിടീക്കാനാ പണം കൊടുത്തത്. കാപ്പി വിൽക്കുമ്പോ മടക്കിത്തരാം. എന്തു ചെയ്താലും കുറ്റാ. എങ്ങനെ നിന്നാലും കുറ്റം. എന്നാലിനി നീ തന്നെ ഭരിച്ചോ."

അരിശപ്പെട്ടു മുണ്ടും ഷർട്ടും പെട്ടിയിലാക്കി ഇറങ്ങിപ്പോയി. അതൊരു പതിവായി. എന്തെങ്കിലും പിണങ്ങിപ്പറഞ്ഞാൽ പെട്ടിയും തൂക്കി ഒരു പോക്കാണ്. തോന്നുമ്പോൾ തിരിച്ചുവരും. ഫോൺ വിളിച്ചാൽ ആളെ കിട്ടില്ല. കുറേ ആയപ്പോൾ അവൾക്കും വാശികയറി.

"ഞാൻ പീടികയിൽ ചെന്നിരിക്കാൻ പോവ്വാ. ബാപ്പ എല്ലാം പഠിപ്പിച്ചു തരണം."

"നീ പീട്യേലേക്കൊന്നും പോണ്ട. പൊരേലിരുന്ന് കണക്കൊക്കെ നോക്ക്യാ മതി. ആലി പോര. പിടിപ്പുള്ള ഒരു മാനേജരെ വയ്ക്കാം. എന്റെ അറിവിൽപ്പെട്ട ഒരു കുട്ടിയുണ്ട്. വിശ്വസ്തൻ. നീ ഒന്നുകൊണ്ടും ബേജാറാവണ്ട. ഞാൻ ഹയത്തോടെ ഉണ്ടല്ലോ." ബാപ്പ സമാധാനിപ്പിച്ചു.

അങ്ങനെ സ്വയം സമാധാനപ്പെട്ടു കഴിയുകയായിരുന്നു. അപ്പോഴാണ് ആലി എസ്റ്റേറ്റിൽ നിന്ന് പുതിയ ന്യൂസുമായി എത്തിയത്.

"മൊതലാളി എസ്റ്റേറ്റിൽ ഒരു പെണ്ണിനെ കൊണ്ടുവന്നു താമസിപ്പിച്ചിരിക്കുന്നൂന്ന് നാട്ടില് ശ്രുതി. ഓളെ കെട്ടീന്നും കെട്ടീലാന്നും രണ്ടു പക്ഷം നാട്ടാർ."

"ആലി നേരിൽ കണ്ടോ?"

"എന്നെ അങ്ങട്ട് അടുക്കാൻ സമ്മയിച്ചില്ല."

നുണയായിരിക്കണേ-അവൾ പ്രാർത്ഥിച്ചു. അവൾ പിണക്കം

മറന്നു. പലവട്ടം ഫോൺ ചെയ്തിട്ടാണ് ആളെക്കിട്ടിയത്.

"ഇങ്ങോട്ടുള്ള വഴിയൊക്കെ മറന്നോ?"

അവൾ പരിഭവം പറഞ്ഞു.

"കുറച്ചു തെരക്കായിരുന്നു. ഏതായാലും നാളെ വരുന്നുണ്ട്. അത്യാവശ്യമായിട്ട് പണം വേണം. കടമായിട്ട് മതി."

"പണത്തിനുവേണ്ടി വരണ്ട."

"നിന്നേം കുട്ട്യോളേം ഒന്നും കാണാലോ. ഞാൻ നാളെ തീർച്ചയായും വരാം."

പറഞ്ഞതുപോലെ ആളെത്തി. പണം കൊടുക്കില്ലെന്ന് പറഞ്ഞപ്പോൾ പിണങ്ങിപ്പോവുകയും ചെയ്തു.

"കേട്ടോ ഇത്താത്ത, ഓല് വലിയ മായക്കാരാ. പെരേല് ഒരു മൊയില്യാരെ സ്ഥിരായിട്ട് താമസിപ്പിച്ചിട്ടാ മന്തിരോം മാറ്റലും കയിക്കണത്. ഞാനെന്റെ കണ്ണോണ്ടു കണ്ടതാ. അതോണ്ടാ മൂപ്പരിക്ക് ഇങ്ങോട്ട് ചായ്‌വില്ലാത്തത്. ഞമ്മളതിന് മറുമരുന്ന് ചെയ്യണം. ഞമ്മക്ക് മലപ്പുറത്തെ തങ്ങള്പ്പാപ്പായെ ഒന്ന് കണ്ടാലോ? മൂപ്പര് വിചാരിച്ചാ നടക്കാത്ത കാര്യണ്ടോ?"

ബിയ്യാത്തുട്ടി പറഞ്ഞതു കേട്ട് ആമിന അവളെ തറപ്പിച്ചൊന്നു നോക്കിയിട്ട് ചോദിച്ചു.

"തലേലെഴുത്ത് മാറ്റാനുള്ള മരുന്നുണ്ടോ നിന്റെ തങ്ങളുപ്പാപ്പാന്റെ കൈയിൽ?"

പന്ത്രണ്ട്

ഉറക്കം കിട്ടുന്നില്ല. ആമിന മുറിയിൽ അങ്ങോട്ടുമിങ്ങോട്ടും നടക്കുന്നു. ചുമരിലെ കുക്കുക്ലോക്കിലെ കുരുവി തല പുറത്തേക്കിട്ട് മൂന്നു പ്രാവശ്യം കൂവി. കഴിഞ്ഞ വിവാഹവാർഷികത്തിന് ഭർത്താവ് സ്നേഹപൂർവ്വം സമ്മാനിച്ചതാണ് ആ ക്ലോക്ക്. അത് ദൂരേക്ക് വലിച്ചെറിയാനാണ് അപ്പോൾ തോന്നിയത്. എല്ലാവരോടും ഒടുങ്ങാത്ത പക. മനസും ശരീരവും വെന്തുരുകുന്നു. തൊണ്ട വരളുന്നു. സൈഡ് ടേബിളിൽ തണുത്ത വെള്ളം നിറച്ച ഫ്ളാസ്കുണ്ട്. ആ ഭംഗിയുള്ള ഫ്ളാസ്കും അയാൾ വാങ്ങിച്ചുകൊടുത്തതു തന്നെ. ആ മുറിയിലെ ഓരോ വസ്തുവും അയാളെ ഓർമ്മിപ്പിക്കുന്നു. എന്നാലും അയാൾ...

മറ്റൊരു സ്ത്രീ അവളുടെ വീട്ടിൽ... ഓർക്കുന്തോറും മനസിലെ തീ ആളിപ്പടരുകയാണ്. മറ്റാരെങ്കിലും പറഞ്ഞതാണെങ്കിൽ വിശ്വസിക്കില്ലായിരുന്നു. നേരിട്ടു കണ്ടതാണ്. മതിയായി. എല്ലാ ബന്ധവും തീർന്നു. അവളെ സംബന്ധിച്ചിടത്തോളം ഭർത്താവ് മരിച്ചുകഴിഞ്ഞിരിക്കുന്നു.

ആവശ്യപ്പെട്ട പണം കൊടുക്കാത്തതിന് പിണങ്ങിപ്പോയതു മുതൽ അവൾ അസ്വസ്ഥയായിരുന്നു. തൽക്കാലത്തെ അരിശത്തിന് എന്തൊക്കെയോ പറഞ്ഞെങ്കിലും പിന്നീട് സങ്കടമായി. പലപ്രാവശ്യം ഫോൺ ചെയ്തുനോക്കി. അവളാണെന്നറിയുമ്പോൾ ഫോൺ താഴെ വയ്ക്കുന്ന ഒച്ച. അതോടെ വാശിയായി. കുറേ ദിവസത്തേക്ക് അങ്ങോട്ടൊന്നു വിളിച്ചതേയില്ല.

"ഇങ്ങനെ വാശിപിടിച്ചിരിക്കുന്നതിലർത്ഥമില്ല. അങ്ങോട്ടൊന്നു പോയി നോക്കീന്നുവച്ചിട്ട് നാണക്കേടൊന്നും വരാനില്ല. ആണുങ്ങളെ മനസാ. മാറാൻ ഏറെ നേരമൊന്നും വേണ്ട."

ഇത്താത്ത പലവട്ടം ഓർമ്മിപ്പിച്ചു. അപ്പോഴൊക്കെ അവരോടു തട്ടിക്കയറി.

"ആമീ, ഞാനൊന്നു വയനാട്ടിലോളം പോയാലോ?" ബാപ്പയും ചോദിക്കാതിരുന്നില്ല.

അവൾ സമ്മതിച്ചില്ല. ആരും പോകണ്ട. കൈയും കാലും പിടിച്ച് കൂട്ടിക്കൊണ്ടു വരികയും വേണ്ട. സ്വമനസാലെ തോന്നുമ്പോൾ വരട്ടെ. ഉറപ്പിച്ചു പറയുമ്പോഴും മനസിൽ തീയായിരുന്നു. അസുഖം വല്ലതും വന്നു കിടപ്പിലായോ എന്നായിരുന്നു പേടി. ഹംസയാണ് കൂട്ട്. മറന്നതെല്ലാം വീണ്ടും ആരംഭിച്ചിട്ടുണ്ടാകും. കുറച്ച് തോട്ടം കൂടി വിറ്റതായി കേട്ടിരുന്നു. ഒരു മാസം കഴിഞ്ഞിട്ടും വിവരമൊന്നുമില്ലാതായപ്പോൾ മനസ്സ് പിടിവിട്ടു. രാത്രി കിടന്നാൽ ഉറക്കമില്ല. ആകെ എരിപൊരി സഞ്ചാരം. പെണ്ണല്ലേ? താണുകൊടുക്കാം എന്നുതന്നെ വിചാരിച്ചു. പലതവണ ഫോൺ വിളിച്ചു. മുതലാളി സ്ഥലത്തില്ലെന്ന് ജോലിക്കാരന്റെ ഒരേ പല്ലവി. ആരോ പഠിപ്പിച്ചതുപോലെ.

സഹിക്കാൻ കഴിയാതെയാണ് ആമിന ഉമ്മയെ വിളിച്ചത്. ആമിനയാണ് വിളിക്കുന്നതെന്നറിഞ്ഞ് അവർ ഫോൺ എടുക്കാൻ കൂട്ടാക്കില്ലായിരുന്നു. സ്വരവും പേരുമൊക്കെ മാറ്റിപ്പറഞ്ഞാണ് ഉമ്മയെ ഫോണിൽ കിട്ടിയത്. ആമിനയാണെന്നറിഞ്ഞപ്പോൾ അവർ അരിശപ്പെട്ടു.

"എന്തേ ഇപ്പം ഉമ്മാനെ ഓർമ്മ വന്നത്? ഓന്റെ കാര്യം ഞാനെങനാ അറീണത്? നീയല്ലേ ആട്ടിത്തെളിച്ച് കൊണ്ടോയത്?"

"മൂപ്പര് ഇവിടന്നു പോയിട്ട് മാസം ഒന്നായി. സൂക്കേടൊന്നും ഇല്ലെന്നു കേട്ടാത്തന്നെ സമാധാനായി."

"ഓ, പിരിശം ഒലിക്കണ്. മയക്കിക്കൊണ്ടോയാ അതുപോലെ അണച്ചുനിർത്താനും പഠിക്കണം. ആങ്കുട്ട്യോളാവുമ്പം എപ്പളും അടിമപ്പണിക്ക് കിട്ടീന്നുവരില്ല. ഓനെ മടുത്തപ്പം ഉന്തിപ്പറഞ്ഞയച്ചിട്ട് ഉമ്മാനോട് ചോയ്ക്കാൻ വന്നിരിക്കുന്നു മദാമ്മ."

അവൾ എതിർത്തൊന്നും ഉരിയാടാതെ ഫോൺവച്ചു.

വയനാട്ടിലോളം ഒന്നു പോകാൻ തീരുമാനിച്ചു. ബാപ്പയോട് വിവരം പറഞ്ഞു. ബാപ്പ കൂടെവരാൻ ഒരുങ്ങി. അവൾ സമ്മതിച്ചില്ല. പുലർച്ചേ അഞ്ചുമണിക്ക് പുറപ്പെട്ടു. കുട്ടികളോടു മിണ്ടിയില്ല. അറിഞ്ഞാൽ രണ്ടും കൂടെ വരാൻ വാശിപിടിക്കും. ആലിയും കൂടെ ഉണ്ടായിരുന്നു. അവിടെ എത്തിയപ്പോൾ മണി ഏഴ്.

"ഗെയിറ്റ് തുറന്നിട്ടില്ല." ഡ്രൈവർ.

"സാരല്ല, ഞാൻ ചെന്ന് താക്കോല് വാങ്ങിക്കൊണ്ടുവരാം." ആലി ഇറങ്ങി.

"ഞാനും വരാം. പെട്ടെന്ന് കാണുമ്പോൾ മൂപ്പരൊന്നു പകയ്ക്കും."

"അതിപ്പം എങ്ങനാ ഗേറ്റ് ചാടാനോ?"

"ഇവിടെ എവിടെയോ മതില് കുറച്ച് പൊളിഞ്ഞിരുന്നല്ലോ." ആമിനയ്ക്ക് ഉത്സാഹമായി.

പ്രയാസപ്പെട്ട് മതിൽ കയറിമറിഞ്ഞ് അകത്തെത്തി. പൂന്തോട്ടം കാടുപിടിച്ചു കിടക്കുന്നു. നടപ്പാത നിറയെ ഉണങ്ങിയ ഇലകൾ. മുറ്റം നിറയെ ചപ്പുചവറുകൾ. ഒച്ചയും അനക്കവുമില്ല. ആരും ഉണർന്നിട്ടില്ല.

"ഇവിടെ ഒന്ന് വൃത്തിയാക്കിച്ചൂടെ ആലി? മനുഷ്യൻ പെരുമാറണ ലക്ഷണമില്ലാല്ലോ."

ആലി ബെല്ലടിക്കാൻ തുനിഞ്ഞപ്പോൾ അവൾ തടഞ്ഞു. അവൾ വെറുതെ വീട് വലംവച്ചു. ബെഡ്റൂമിൽ ഫാൻ തിരിയുന്ന ശബ്ദം കേൾക്കാം. ആ ഫാനിന് എപ്പോഴും ഒരു മൂളക്കമാണ്. ജനൽ അടഞ്ഞു കിടക്കുന്നു. അവൾ പിടിച്ചുനോക്കിയപ്പോൾ ജനാല കുറ്റിയിട്ടിട്ടില്ല. ജനാല തുറന്നതും ആകെ വല്ലാതായി. കട്ടിലിൽ അയാളും മറ്റൊരു സ്ത്രീയും! സുഖമായ ഉറക്കം. ജനാല വലിച്ചടച്ച് മുൻവശത്തേക്കോടി. ബഹളം കേട്ടാകണം മുറിക്കകത്തുള്ളവർ ഉണർന്നു. അവൾ മുൻവശത്തെത്തുമ്പോഴേക്കും അയാളും വാതിൽ തുറന്ന് മുറ്റത്തെത്തിയിരുന്നു. കൂടെ ആ സ്ത്രീയും. വാരി വലിച്ച് ചുറ്റിയ സാരി. പാറിപ്പറന്നു കിടക്കുന്ന മുടി. ഒരിക്കൽകൂടി നോക്കാൻ ആമിനയ്ക്കായില്ല. അവൾ ഓടി. കാറിനടുത്തേക്ക്. പിന്നാലെ ആലിയും.

ഗേറ്റിലെത്തിയപ്പോൾ തളർച്ച. മതില് ചാടാനുള്ള ശേഷിയൊന്നും അപ്പോഴില്ല. അവൾ അടഞ്ഞുകിടക്കുന്ന ഗേറ്റിന് മുന്നിൽ തളർന്നിരുന്നു.

"ആലീ, താക്കോലിന്നാ. കാർ അകത്തേക്കെടുക്കാൻ പറ."

പിറകേ വന്ന ജമാൽ താക്കോൽ ആലിക്ക് നീട്ടി. ആമിന എഴുന്നേൽക്കാൻ ഒരു ശ്രമം നടത്തി. ശരീരം തളരുന്നു. തലയ്ക്കകത്ത് കൊടുങ്കാറ്റ്. ജമാൽ സഹായിക്കാനെന്നോണം അടുത്തേക്ക് വരുന്നതുകണ്ട് ആമിന ചാടിയെണീറ്റു. ഉറക്കെ കരഞ്ഞുകൊണ്ട് ഓടി കാറിൽ കയറി. രക്ഷപ്പെടാനെന്നപോലെ. ജമാൽ തരിച്ചുനിന്നു. ജമാൽ ആലിയോട് എന്തോ വിശദീകരിക്കാൻ മുതിരുന്നത് കണ്ട് ആമിനയുടെ ശബ്ദമുയർന്നു.

"ആലി വരുന്നുണ്ടോ? ഡ്രൈവർ വണ്ടിയെടുക്ക്."

"ആമീ... ഒന്ന് കയറിയിട്ട് പോകാം. ഒരു കാര്യം പറയാനുണ്ട്."

ആമി തറപ്പിച്ചൊന്നു നോക്കി. എന്തൊക്കെയോ ഉറക്കെ വിളിച്ചു പറയണമെന്നുണ്ടായിരുന്നു അവൾക്ക്. പക്ഷേ നാവനങ്ങുന്നില്ല. തൊണ്ടയിൽ ഈയം ഉരുക്കിയൊഴിച്ചതുപോലെ. കണ്ണ് നിറഞ്ഞൊഴുകി.

"വണ്ടി വിട്..." അലർച്ച. അറിയാതെ തിരിഞ്ഞുനോക്കിപ്പോയി. വെറുമൊരു ലുങ്കിമാത്രമുടുത്ത് മെലിഞ്ഞുണങ്ങിയ രൂപം. വിളറിയ മുഖം. അയാൾ ഒരു പൊട്ടായി മറയുന്നതുവരെ അവൾ പുറകിലേക്കു നോക്കിയിരുന്നു.

മഞ്ഞുവീണു നനഞ്ഞ മരങ്ങൾക്കിടയിലൂടെ സൂര്യൻ എത്തിനോക്കിത്തുടങ്ങിയതേയുള്ളൂ. കൈയിൽ ചോറ്റുപാത്രവുമായി എസ്റ്റേറ്റുകളിലേക്കു പോകുന്ന ജോലിക്കാരുടെ കൂട്ടം. അവർ ഉറക്കെ സംസാരിക്കുന്നു. ആണിനും പെണ്ണിനും ഉത്സാഹം. തെളിഞ്ഞ മുഖങ്ങൾ.

എങ്ങും പച്ചപ്പ്. മരച്ചില്ലയിൽ നിന്നുറ്റി വീഴുന്ന മഞ്ഞുതുള്ളികൾ. മരത്തലപ്പുകൾക്കിടയിൽ ഒളിച്ചുകളിക്കുന്ന സൂര്യൻ. കാപ്പിത്തലപ്പുകൾക്കിടിയിൽ ചാഞ്ചാടുന്ന സൂര്യരശ്മികൾക്ക് അരുണനിറം. നോക്കെത്താദൂരത്തോളം കാപ്പിത്തോട്ടം. ചില്ല വിടർത്തിയാടുന്ന ചോലമരങ്ങൾ. നിരനിരയായി നിൽക്കുന്ന കവുങ്ങുകളിൽ നിറയെ പൊൻനിറമുള്ള ചെമ്പഴുക്കാക്കുലകൾ. എങ്ങും ഐശ്വര്യം. പതുക്കെ ഓരോന്നായി കണ്ണിൽനിന്ന് മറയുന്നു... ഇനി അതൊന്നും ഒരിക്കലും കാണില്ലെന്നോ... എല്ലാം മറയുന്നു...

മുന്നിൽ വിണ്ടുകീറിയ തരിശുനിലം. ഒരുതുള്ളി വെള്ളത്തിനു വേണ്ടി കേഴുന്ന ഭൂമി. ഭൂമി പിളരുന്നു. അവൾ പാതാളത്തിലേക്ക് താഴ്ന്ന് താഴ്ന്നു പോവുകയാണ്. പാതാളത്തിന് അറ്റമില്ല. കൂരിരുട്ട്. ഒരു മരം പോലും എങ്ങുമില്ല. പച്ചപ്പില്ല. കറുപ്പ് മാത്രം... ശ്വാസം മുട്ടുന്നു... തൊണ്ട വരളുന്നു... ഉള്ളിൽ നിന്ന് നീരാവി പൊങ്ങുന്നു. ഉറക്കെ വിളിക്കണമെന്നുണ്ടായിരുന്നു. തൊണ്ടയിൽ തീയ്. അല്ല ചുട്ടുപൊള്ളുന്ന കനൽക്കട്ടകൾ. രക്ഷപ്പെടണം... ഈ എരിതീയിൽ നിന്ന് പുറത്ത് കടക്കണം... അവൾ കുതറി...

എവിടെയാണ്? ചുറ്റും നീലാകാശം. ഇടയ്ക്കിടെ കറുത്ത മേഘം. കാണെക്കാണെ കറുത്ത മേഘം മൂടി. വീണ്ടും ഇരുട്ട്. ഒന്നും കാണാൻ വയ്യ. കണ്ണിൽ ഇരുട്ട്, മനസിലും... ആകാശത്തിലേക്ക് പറന്നപ്പോൾ ചിറകുണ്ടായിരുന്നല്ലോ... ചിറക് മുറിഞ്ഞല്ലോ... അല്ല ആരോ മുറിച്ചതാണ് അവളുടെ ചിറക്... മുറിഞ്ഞ ചിറകിട്ടടിച്ച് പറക്കാൻ ശ്രമിച്ചു. മേഘം നീങ്ങി. ഇരുട്ട് മറഞ്ഞു. ഇനി പറക്കാം. എങ്ങോട്ട് പറക്കും? ചുറ്റും അന്തമില്ലാത്ത നീലാകാശം. താഴേക്ക് പറക്കാം. ഭൂമിയിലേക്ക്... മുറിഞ്ഞ ചിറകിട്ടടിച്ചു. ഒരടിപോലും മുന്നോട്ടു നീങ്ങാൻ കഴിയുന്നില്ല. ആകാശത്തങ്ങനെ തൂങ്ങിക്കിടക്കുകയാണ്. ആലംബമില്ലാതെ. ശൂന്യതയിൽ അങ്ങനെ തൂങ്ങിക്കിടക്കാം. കാലാകാലം. പക്ഷേ, അതെന്താ മുന്നിൽ... ചിറകു വിടർത്തി അവളുടെ നേരേ ചീറി അടുക്കുന്നു. ഒരു കഴുകൻ. അതവളെ കൊത്തിക്കീറാൻ വരുന്നു. കണ്ണുകളിൽ ആർത്തി. കൊക്കുകൾ നീണ്ട് നീണ്ട്... താഴേക്ക് നോക്കുമ്പോൾ തലചുറ്റുന്നു. ഭൂമി അങ്ങു താഴെയാണ്... തളരുന്നു... കഴുകൻ തലയ്ക്കാണല്ലോ ആഞ്ഞുകൊത്തുന്നത്...

“എന്റള്ളോ...”

അവൾ ഉറക്കെ നിലവിളിച്ചു.

കണ്ണുതുറന്നു. കാറ് നിർത്തിയിരിക്കുന്നു.

"എന്തിനാ നിർത്തിയത്. വേഗം വിട്."

"ഞമ്മള് പൊരേലെത്തി."

"ഏത് പൊര? എനിക്ക് കൂടില്ല... ഇണയില്ല... തുണയില്ല... ഇവിടന്ന് രക്ഷപ്പെടണം... വേഗം..."

"ഉമ്മ വന്നു. ഉമ്മ വന്നു. ബാപ്പ ഏടെ?"

കുട്ടികളുടെ ചോദ്യം കാതിൽ അലയ്ക്കുന്നു.

എവിടെ ബാപ്പ? കുട്ടികളുടെ ബാപ്പയെവിടെ? എന്തു പറയും അവരോട്...

കുക്കു വീണ്ടും കൂവിയല്ലോ... എത്ര തവണ? അഞ്ചോ ആറോ? എത്രയെങ്കിലുമാകട്ടെ. അവളുടെ സമയത്തിന്റെ സൂചി നിലച്ചുപോയല്ലോ...

പതിമൂന്ന്

ക്ലോക്ക് നിലത്തുവീണ് പൊട്ടിച്ചിതറുന്ന ശബ്ദം അയാൾ കേട്ട താണല്ലോ. അത് അയാൾ വിവാഹവാർഷികത്തിന് സമ്മാനം കൊടുത്തതായിരുന്നില്ലേ? ആകെ നുറുങ്ങിപ്പോയി. പളുങ്ക് തുണ്ടുകൾ അയാളെ തുറിച്ചുനോക്കുന്നു. അതിന്റെ കടുത്ത രശ്മികൾ കണ്ണിൽ തറച്ചപ്പോൾ അയാൾ എഴുന്നേറ്റുനടന്നു. മനസിനകത്ത് പുകയുന്ന നെരിപ്പോട്. ആരോടെന്നില്ലാത്ത അരിശം. "ആരാ അവിടെ? ഒരു ഗ്ലാസ് വെള്ളം കൊണ്ടന്നാ." അകത്തേക്ക് നോക്കി വിളിച്ചുപറഞ്ഞു.

"ദാ വെള്ളം."

സ്ത്രീ ശബ്ദംകേട്ട് അന്തംവിട്ടു.

"നീയിതുവരെ പോയില്ലേ? നിന്നോടാരാ വെള്ളം കൊണ്ടുവരാൻ പറഞ്ഞത്."

"ചെക്കൻ പുറത്ത് പോയിരിക്ക്യാ."

"നിന്നെ എന്റെ കണ്ണിന്റെ മുന്നിൽ കാണരുത്, അസത്ത്."

"ഇതാപ്പം കൂത്ത്. നിങ്ങളെ ഉമ്മ കൈയും കാലും പിടിച്ചിട്ടാ ഞാൻ പോന്നത്. ഇപ്പം കണ്ണിൽ കരടായോ?"

"നിന്നോടാ പോകാൻ പറഞ്ഞത്. ഇബിടാരുമില്ലേ? ഇവളെപ്പിടിച്ച് പുറത്താക്ക്."

"എന്നോട് കളിക്കല്ലേ. എന്റെ കൊണം മാറും. റംലാനെ നിങ്ങക്കറിഞ്ഞൂടാ."

"നാശം... എടാ കാദറേ... ഉമ്മാനെ വിളിക്കാനാളയക്ക്..."

ജമാൽ അകത്തേക്കു നടന്നു. ആമിയേയും കുട്ടികളേയും ഉടനെ

കാണണമെന്ന് തോന്നി അയാൾക്ക്. എന്തൊക്കെ പറയാനുണ്ട് അയാൾക്ക് ആമിയോട്... പക്ഷേ, അവൾ ഒന്നും കേൾക്കാൻ നിൽക്കാതെ, ഒരു വാക്കും ഉരിയാടാതെ... അവളോട് മാപ്പ് പറയണം. ഉടനെ കോൾ ബുക്ക് ചെയ്ത് ഫോണിനടുത്ത് കാവലിരുന്നു. വളരെ നേരം കാത്തിരുന്നിട്ടും കിട്ടിയില്ല. ടെലഫോൺ എക്സ്ചേഞ്ചുകാരെ അടക്കി ചീത്തവിളിച്ച് അരിശം തീർത്തു. കോൾ അർജന്റാക്കി.

എല്ലാറ്റിനും കാരണക്കാരി അയാളുടെ ഉമ്മയാണ്. അവർ അറിഞ്ഞുകൊണ്ട് പാപത്തിന് കൂട്ടുനിന്നതാണല്ലോ. എന്തിനുവേണ്ടി? ആമിനയെ പാഠം പഠിപ്പിക്കുമെന്നാണല്ലോ പ്രതിജ്ഞ. റംലയെ വീട്ടുപണിക്കെന്നും പറഞ്ഞ് ഇവിടെ നിർത്തിയതിന്റെ പൊരുൾ ഇതായിരുന്നോ? രാത്രി കുടിച്ച് ലക്കില്ലാതായപ്പോഴാണ് അവൾ കണ്ണിൽപ്പെട്ടത്. തരക്കേടില്ല. അവളുടെ കുണുങ്ങലും കുഴയലും കൂടി ആയപ്പോൾ... ആലോചനയില്ലാതെ... അതൊരു പതിവാക്കണമെന്ന് ഒട്ടും ആഗ്രഹിച്ചിരുന്നതല്ല. പകൽ അവളെ കാണുമ്പോൾ വല്ലാത്ത വീർപ്പുമുട്ടൽ. പ്രത്യേകിച്ചും വീട്ടുകാരി ചമയുമ്പോൾ. രാവിലെ അവൾ ചായയുമായി വിളിച്ചുണർത്തുമ്പോൾ അസ്വസ്ഥത. സകലതും മറക്കാൻ കുപ്പി തുറക്കും. പിന്നെ ഒന്നും ഓർമ്മയുണ്ടാവില്ല. ആമി ഇങ്ങനെ അറിയിക്കാതെ വരുമെന്ന് കരുതിയതല്ല. വരുമെന്ന് മുൻകൂട്ടി അറിഞ്ഞിരുന്നെങ്കിൽ...

ഫോൺ അടിക്കുന്ന ഒച്ചകേട്ട് ഓടിച്ചെന്നു. ആമിയുടെ ഒച്ചകേട്ടപ്പോൾ ആകെ ഒരു വിറയൽ.

"ഞാനാണ്... ആമീ..."

പറഞ്ഞപ്പോൾ വാക്കുകൾക്ക് ഇടർച്ച.

"ഏത് ഞാൻ? വെറുതെ സ്ത്രീകളെ ശല്യം ചെയ്യുന്നോ?"

"നിനക്കെന്നെ മനസിലായില്ലേ? ഞാനാണ് ആമീ, ജമാൽ. മുനീറയുടെ ബാപ്പ..."

"എന്റെ മക്കളുടെ ബാപ്പ മരിച്ചുപോയി. ബാക്കി ഇന്ന് അവിടെ വരുന്നവർ പറഞ്ഞുതരും."

ആമി ഫോൺവെച്ച ശബ്ദം കേട്ട് ഞടുങ്ങി.

എന്തൊക്കെയോ വേരറ്റ് വീണിരിക്കുന്നു. ആമിനയുടെ ഇടറിയ ശബ്ദം അപ്പോഴും കാതിൽ മുഴങ്ങിക്കേൾക്കാം. ആരോ വരുന്നെന്നല്ലേ പറഞ്ഞത്? ആരായിരിക്കും? എന്തിനാ വരുന്നത്? വരട്ടെ. ജമാലിന് ആരേയും പേടിയില്ല. ഉഗ്രപ്രതാപിയായ ബാപ്പപോലും ജമാലിനെ പേടിപ്പിച്ചിട്ടില്ല. ബാപ്പ മുന്നിൽ നിൽക്കുന്നു. ആറടി ഉയരം. ഉയരത്തിനൊത്ത തടി. കറുത്ത വട്ടമുഖം. മൊട്ടയടിച്ച് മിനുസപ്പെടുത്തിയ തലയിൽ വെള്ള മസ്ലിൻ തലയിൽക്കെട്ട്. ചുവന്ന കണ്ണുകൾ. തറപ്പിച്ചൊന്നു നോക്കിയാൽ ഏതു കൊമ്പനും തലയൊന്നു താഴ്ത്തും. പക്ഷേ മകനെ കാണുമ്പോൾ കണ്ണുകളിൽ അലിവ്. മുഖത്ത് ചിരി. ജമാലിനെ ആരും പേടിപ്പിച്ചിട്ടില്ല. അതൊട്ട് ഇഷ്ടവുമല്ല.

പടിപ്പുരമാളികയിലാണ് ബാപ്പയുടെ സ്ഥിരതാമസം. അങ്ങോട്ടു

ചെല്ലരുതെന്ന് വിലക്കുണ്ട്. എന്നാലും ജമാൽ ഒളിഞ്ഞും പതുങ്ങിയും അവിടെയെത്തും. അതിരാവിലെ ബാപ്പയുടെ മുറിയിൽ നിന്നു പരിചയമില്ലാത്ത പല സ്ത്രീകളും ഇറങ്ങിപ്പോകുന്നത് കാണുമ്പോൾ കുഞ്ഞു മനസിൽ സംശയം.

"ബാപ്പാന്റെ മുറീന്ന് പൊലർച്ചക്ക് പെണ്ണൊരുത്തി ഇറങ്ങിപ്പോണത് കണ്ടല്ലോ. ആരാ ഉമ്മ അത്?"

ഉമ്മയോടും ചോദിക്കും. കേട്ടഭാവമില്ല. വീണ്ടും വീണ്ടും ചോദിച്ച് ശല്യപ്പെടുത്തുമ്പോൾ ഉമ്മ കണ്ണുരുട്ടും.

"ആവശ്യമില്ലാത്ത കാര്യങ്ങൾ കാണാനും കേൾക്കാനും ജമാലൂട്ടി പോണ്ട. അതൊന്നും കുട്ട്യേളറിയേണ്ട കാര്യല്ല."

"ബാപ്പ എന്തിനാപ്പം പടിപ്പുര മാള്യമ്മല് കുടീരിക്കണത്. ഞമ്മളെ പെരേല് എത്ര മുറികളാ ഒയിഞ്ഞ് കെടക്കണത്?"

ചിലപ്പോൾ ബാപ്പയോട് നേരിട്ടാണ് ചോദ്യം.

ബാപ്പയുടെ നിലയ്ക്കാത്ത പൊട്ടിച്ചിരി. ബാപ്പയുടെ ചുറ്റും ഒരു കൂട്ടം സിൽബന്തികൾ. അവരും ചിരിയിൽ പങ്കുചേരും. എന്തോ തമാശ കേട്ടതുപോലെ. ഒരാൾ പറഞ്ഞു.

"മോൻ വലുതാവ്വാണ്. ലേശം ഒളിയും മറയും ആയാ നന്ന്."

"മോന്റെ മുന്നില് ബാപ്പാക്കെന്തു മറ? കിരിയാടൻ മൊയ്തുഹാജീന്റെ മോൻ ബാപ്പാന്റെ ശുജായിത്തരം കണ്ടും കേട്ടും ബളരട്ടേ."

ബാപ്പ പറയും.

പുറത്ത് സിംഹമായിരുന്നെങ്കിലും ഉമ്മയുടെ മുന്നിൽ ബാപ്പ എപ്പോഴും കുഞ്ഞാടാണ്. ഉമ്മ പറയുന്നതെന്തും അപ്പപ്പോൾ സാധിച്ചുകൊടുക്കും.

"പിന്നെ, അങ്ങാടീലെ ആ പീട്യമുറ്യള് ഇന്റെ പേരില് മാറ്റി എയ്തിത്താന്നേക്കീന്നും."

ഉമ്മ പറഞ്ഞാൽ പിറ്റേദിവസം അത് ഉമ്മയുടെ പേരിൽ മാറ്റി രജിസ്റ്റർ ചെയ്തിരിക്കും. ഉമ്മയുടെ ആവശ്യങ്ങൾക്ക് അതിരില്ല.

"മേത്തലപ്പൊരേലെ കാദറാജീന്റെ ഓളെ കയ്ത്തിലെ കാശിമാല ഇങ്ങള് കണ്ടീനോ? അയ്മ്പത് പവനിൽ കൊറയൂല."

"മാറ്റാൻ പെണ്ണുങ്ങളെ കയ്ത്തിലും കണ്ണിലും നോക്കണത് ഹറാമല്ലേ ഐഷക്കുട്ട്യേ."

"പിന്നേ, മാറ്റാൻ പെണ്ണുങ്ങളെ നോക്കാത്തൊരാളും. ഞമ്മളെക്കൊണ്ട് പറീക്കല്ലേ..."

"നിനക്കിപ്പം എന്താ മേണ്ട്യത്? കാശിമാല? കാദറാജീന്റെ ഓളെ മാല എത്ര പവനാന്നാ പറഞ്ഞത്?"

"അയ്മ്പത്."

"എന്നാ നീ അറുപത് പവന്റെ മാല ഉണ്ടാക്കിക്കോ. കിരിയാടൻ മൊയ്തുഹാജീന്റെ ഓള് ഒന്നിനും ഏടേം കൊറഞ്ഞ് പോകരുത്."

പിറ്റേദിവസം രാവിലെ തട്ടാൻ ഹാജർ.

പട്ടിലും പൊന്നിലും പൊതിഞ്ഞ് അത്തറിന്റെ മണം നാലുപാടും

വിതറിയാണ് ഉമ്മയുടെ നടപ്പ്. ഉമ്മയുടെ പിന്നാലെ വെറ്റിലച്ചെല്ലവും കോളാമ്പിയുമായി രണ്ടുപേർ. ആമിന നിസ്സാരകാര്യങ്ങൾക്ക് പിണങ്ങുമ്പോൾ ഉമ്മ പറയും.

“മാലും മുതലുമുള്ള ആണുങ്ങളാകുമ്പം പൊറത്ത് ചെല ചിറ്റങ്ങളൊക്കെ ഉണ്ടായെന്നു വരും. അതൊക്കെ കണ്ടില്ലാന്നും കേട്ടില്ലാന്നും വെച്ച് ആണുങ്ങളെ താളത്തിന് നിന്നുകൊടുക്കണം. അങ്ങനെ ഓലെ ഞമ്മളെ താളത്തിന് തുള്ളിക്കണം. അബടയാ പെണ്ണിന്റെ ഉശിര് കാട്ടേണ്ടത്. ഇബന്റെ ബാപ്പാന്റെ കാര്യം തന്നെ നോക്ക്യാപ്പോരെ? എന്തെല്ലാം ശുജായിത്തരങ്ങള് കാട്ടിക്കൂട്ടി! ഞമ്മള് അതു ചിക്കിപ്പരത്തി ഇബളെമാതിരി മോറും കറപ്പിച്ചു നടന്നീർന്നേങ്കില് നല്ല കണക്കായിപ്പോയീനു. ഇക്കണ്ട മൊതലൊക്കെ കണ്ടോല് കൊണ്ട് പോയീരുന്നു. പെണ്ണുങ്ങളായാ തലേല് പുസ്തീ വേണം. എന്തേ പൊള്ളാ?”

അടുത്തുനിൽക്കുന്ന പണിക്കാരിയോടാണ് ചോദ്യം. അവൾ തലയാട്ടി ശരിവയ്ക്കും.

ആ നാട്ടിൽനിന്ന് ആദ്യമായി അന്യനാട്ടിൽ പഠിക്കാൻ പോയത് ജമാലാണ്. അതും മദിരാശിയിൽ. പത്താംക്ലാസ് പാസ്സായപ്പോൾ മകനെ മദ്രാസിൽ കോളേജിൽ ചേർത്ത് പഠിപ്പിക്കാൻ ബാപ്പയ്ക്കായിരുന്നു തിടുക്കം. കിരിയാടൻ മൊയ്തുഹാജിയുടെ പ്രതാപം നാലാൾ അറിയട്ടെ! പെട്ടിയും കിടക്കയും പരിവാരങ്ങളുമായി ഒരു രാജകുമാരനെപ്പോലെയാണ് കോളേജ് ഹോസ്റ്റലിലെത്തിയത്. ഫുൾക്കൈ ഷർട്ട്, ഒറ്റമുണ്ട്. പറ്റേ വെട്ടിയ തലയിൽ ജിന്നാക്കേപ്പ്. ബാപ്പയുടെ തലയിൽക്കെട്ടും മകന്റെ തൊപ്പിയും വേഷവുമൊക്കെ കണ്ട് കുട്ടികൾ പരിഹാസം തുടങ്ങി.

“ഇവറ്റങ്ങള് എന്താടാ കണകുണാന്ന് പറഞ്ഞ് ബയ്യാലെ നടക്കണത്?”

ബാപ്പ കൂടെ ഉണ്ടായിരുന്ന കാര്യസ്ഥനോട് ചോദിച്ചു.

“ഞമ്മളെ കെട്ടും മട്ടും ഒക്കെക്കണ്ട് ഓല് അജബായിട്ടുണ്ടാകും. ഓലിതുവരെ മൊയലാളിമാരെ കണ്ടിനോ?”

കാര്യസ്ഥൻ മൊയ്തീൻ പറഞ്ഞതുകേട്ട് മാനേജർ ചാക്കോ ചിരി അടക്കുന്നത് ജമാൽ ശ്രദ്ധിച്ചു.

ഹോസ്റ്റൽ മുറി ബാപ്പയ്ക്കു തീരെ പിടിച്ചില്ല. “ഇതിന്റുള്ളില് നാലഞ്ചു കട്ടിലുണ്ടല്ലോ. കണ്ട കാഫ്രീങ്ങളെ ഒപ്പരം കെടക്കേണ്ടി വരോ? ഒറ്റക്കുള്ള മുറിയൊന്നുമില്ലേ?”

ബാപ്പ മാനേജരോട് തിരക്കി. ആദ്യത്തെക്കൊല്ലം ഇങ്ങനെയുള്ള മുറിയേ കിട്ടുള്ളൂ എന്ന് ചാക്കോ പറഞ്ഞത് ബാപ്പയെ ചൊടിപ്പിച്ചു. അങ്ങനെയാണ് കോളേജിനടുത്ത് ഒരു ചെറിയ വീട് വാടകയ്ക്കെടുത്തത്. വെപ്പിന് മൊയ്തീന്റെ മോൻ മമ്മൂട്ടിയെ വരുത്തി. എല്ലാം ഏർപ്പാടാക്കിയിട്ടേ ബാപ്പയും പരിവാരങ്ങളും തിരിച്ചുപോയുള്ളൂ.

ബാപ്പ പോയതും വേഷം പരിഷ്കരിച്ചു. മുണ്ട് മാറ്റി പാന്റിട്ടു. മുടി വളർത്തി. ചങ്ങാതിമാരുണ്ടായി. വൈകുന്നേരമാകുമ്പോൾ വീട്ടിൽ കൂട്ടു

കാരുടെ തിരക്ക്. എല്ലാവർക്കും മമ്മൂട്ടിയുടെ വക ചായ. മലയാളിയായ ടോമിയുമായാണ് ആദ്യം പരിചയപ്പെട്ടത്. ടോമിയാണ് ജമാലിനെ നേതാവാക്കിയത്.

"എടാ നേതാവാകുമ്പം കുറച്ച് ഗമയൊക്കെ വേണം. സിഗരറ്റ് വലിച്ച് പൊകയും വിട്ട്..."

"ഛേ... അതൊക്കെ മോശാ."

"സിഗരറ്റ് വലിക്കുന്നത് മോശമാണെന്ന് ആരാ പറഞ്ഞത്? എങ്കില് നമ്മുടെ പ്രിൻസിപ്പള് മോശക്കാരനാ?"

"മൂപ്പര് സിഗരറ്റ് വലിക്കോ?"

"പിന്നില്ലാതെ? കോമേഴ്സ് സാറും വലിക്കും."

"നീ കണ്ടിട്ടുണ്ടോ?"

"പിന്നില്ലാതെ? നീ ആളൊരു പുളുന്തൂസനാ. നേതാവാകണമെങ്കിൽ മോഡേണാകണം. നീ എന്തെല്ലാം കാണാൻ കെടക്കുന്നു."

അവൻ ഓരോന്നായി കാണിച്ചുതന്നു. വെറുതേ ഹരത്തിന് അതെല്ലാം ശീലമാക്കി. പണം കാറ്റിൽ പറത്തി നേതാവായി നടന്നു. വിലസി നടന്നിട്ടും പ്രീയൂണിവേഴ്സിറ്റി നല്ല മാർക്കോടെ ജയിച്ചു. ബാപ്പയ്ക്ക് എന്തെന്നില്ലാത്ത അഭിമാനം. ഡിഗ്രിക്ക് ചേർന്ന കൊല്ലമാണ് ബാപ്പ മരിച്ചത്. അതിനുശേഷവും ഉമ്മ ഒന്നിനും ഒരു കുറവും വരുത്തിയില്ല. ആവശ്യപ്പെടുന്നത് അയച്ചുതരും, എന്തിനെന്ന ചോദ്യവുമില്ല.

ബാപ്പ മരിച്ചതോടെ മൂത്താപ്പയായിരുന്നു എല്ലാറ്റിനും മേൽനോട്ടം. അദ്ദേഹം ബാപ്പയെപ്പോലെയല്ല. കുറച്ച് ലോകവിവരമുള്ള കൂട്ടത്തിലാണ്. ഇടയ്ക്കിടെ പണമാവശ്യപ്പെട്ടപ്പോൾ എഴുതി. "മതി പഠിച്ചത്. നിന്റെ വിവരങ്ങളൊക്കെ ഞാനും അറിയുന്നുണ്ട്. ഇങ്ങനെ പോയാൽ പഠിത്തം അവസാനിക്കലുണ്ടാവില്ല. അവനവന്റെ കാര്യം നോക്കി നടത്താനാളില്ല. ഉടനെ പുറപ്പെട്ടോളൂ."

അപ്പോൾ വയനാട്ടിലേക്ക് തിരിച്ചുചെല്ലാൻ അയാൾക്ക് ഒട്ടും ആഗ്രഹമില്ലായിരുന്നു. മൂത്താപ്പയോട് എതിർത്തു പറയാനുള്ള ധൈര്യവുമില്ല, ഉമ്മയെക്കൊണ്ട് പറയിച്ചു.

"ഓൻ പഠിച്ച് ബല്യ ആളാകണമെന്നത് മൂപ്പരുടെ ബല്യ ആശയായിരുന്നു."

ഉമ്മ താങ്ങി. മൂത്താപ്പ മിണ്ടിയില്ല.

വൈകുന്നേരം കുപ്പിയും ഗ്ലാസുമൊക്കെയായി ആഘോഷിച്ചുകൊണ്ടിരുന്ന സമയത്താണ് ഒരു മുന്നറിയിപ്പുമില്ലാതെ ഒരിക്കൽ മൂത്താപ്പ കയറിവന്നത്. ഹരം പിടിച്ചു വരുന്നതേയുള്ളൂ. അന്ന് രാത്രിയിലേക്ക് വേറെ ചില പരിപാടികളും ഒപ്പിച്ചുവച്ചിരുന്നു. കോളിംഗ്ബെൽ കേട്ടപ്പോൾ സന്തോഷം ഇരമ്പി.

"ടേയ് കതകൈ തൊറന്ത് കൊട്. അന്ത മുനിസാമിയാക്കും. ഇന്ന് രാത്രി ഒരു സർപ്രൈസ് ഇരുക്ക്."

അടുത്തിരുന്ന വടിവേലുവിനോട് പറഞ്ഞു.

"എന്നടാ വിഷയം?"

"പെൺവിഷയം താനെടാ. നല്ല കിളിപോലൊരു പെണ്ണിനെ എത്തിക്കാമെന്ന് മുനിസ്വാമി ഏറ്റെട്ടുണ്ട്."

കേട്ടതും വടിവേലു ഒരോട്ടമായിരുന്നു. മടങ്ങിവന്നപ്പോൾ അവന്റെ മുഖത്ത് നിരാശ.

"ടേയ് സംതിങ്ങ് ഗഡ് ബഡ്. ഒൺ ഓൾഡ്മാൻ ആസ്കിങ്ങ് ഫോർയു."

പിറുപിറുത്തുകൊണ്ടാണ് മുൻവശത്ത് ചെന്നത്. മൂത്താപ്പയെ കണ്ടതും നിന്ന നിൽപ്പിൽ ഉരുകി. അകത്തേക്ക് കടക്കാൻ തുനിഞ്ഞ മൂത്താപ്പയെ തടഞ്ഞു.

"ആകെ വാരി വലിച്ചിട്ടിരിക്കയാണ്. ഹോട്ടലിൽ പോകാം."

"നിന്റെ പൊര ഞാനുമൊന്നു കാണട്ടെ" മൂത്താപ്പ അർത്ഥംവച്ചു പറഞ്ഞു.

"സംഗതി പന്തികേടാണെന്നു കണ്ട കൂട്ടുകാർ പിൻവാതിൽ വഴി സ്ഥലം വിട്ടിരുന്നു. വീടാകെ ഒന്നു നടന്നുകണ്ടിട്ട് മൂത്താപ്പ പറഞ്ഞു.

"മതി പഠിപ്പ്. ഇന്നുതന്നെ നാട്ടിലേക്ക് വണ്ടി കയറിക്കോ."

പരീക്ഷ അടുത്തു... ഇപ്പോ പെട്ടെന്നു പോന്നാ... മൂന്നുകൊല്ലം പഠിച്ചത് വെറുതെയാകും..."

"മിണ്ടരുത്. ഏറെ പഠിച്ചാ നീയങ്ങ് എത്തലുണ്ടാവില്ല."

മൂത്താപ്പ ദേഷ്യപ്പെട്ട് നിൽക്കുമ്പോഴായിരുന്നു മുനിസ്വാമിയുടെ എഴുന്നള്ളത്ത്. കൂടെ ഒരു ശൃംഗാരിപ്പെണ്ണും. ആംഗ്യം കാണിച്ച് വിലക്കിയിട്ടും അവൻ വിടുവായത്തം നിർത്തിയില്ല. മൂത്താപ്പയുടെ കാലിൽ വീണു. പരീക്ഷ കഴിഞ്ഞാൽ ഉടനെ അങ്ങെത്താം. ഇത്തവണ ക്ഷമിക്കണം.

ആദ്യം സമ്മതിച്ചില്ല. ഹോസ്റ്റലിൽ നിന്നു പഠിച്ചോളാം എന്ന് വാക്കു കൊടുത്തപ്പഴേ വഴങ്ങിയുള്ളൂ.

പരീക്ഷ കഴിഞ്ഞ് നാട്ടിലെത്തിയപ്പോൾ വീട്ടിലാകെ തിരക്കും ബഹളവും. പെയിന്റിങ്ങ്, വാർണീഷിങ്ങ്, നിറയെ പണിക്കാർ.

"എന്താ ഇവിടെ വിശേഷം?"

ഉമ്മയോടു തിരക്കി.

"ഇതാപ്പം നന്നായത്. മൂത്താപ്പ നിനക്കൊന്നും എയ്തിലേ? നിന്റെ മംഗലം ഒറപ്പിച്ചു. അടുത്തമാസം നാലാന്തി."

"ഞാൻ കാണാതെ... അറിയാതെ..."

"നീയ്യെന്തിനാ കാണണത്? ഞങ്ങള് കണ്ടു. കുട്ടി തരക്കേടില്ല. ബല്യ പയിശക്കാരാ. മൂത്താപ്പാന്റെ ചങ്ങായീന്റെ മോളാ."

അപ്പോഴേക്കും മൂത്താപ്പ എത്തി.

"കയിഞ്ഞില്ലേ ആടത്തേ പരിപാടിയൊക്കെ?"

കടുപ്പിച്ചാണ് ചോദിച്ചത്.

"കാര്യമൊക്കെ ഉമ്മ പറഞ്ഞീലേ? നല്ല കുട്ട്യാ. കോളജിലു പഠിക്ക്യാ. പരിഷ്കാരോം ഉണ്ട്. എന്തുകൊണ്ടും ചേരും. ഹസ്സനാജി എന്റെ സ്വന്തം ആളാ. നീ എന്നെ ബെടക്കാക്കരുത്."

കഴിഞ്ഞ തവണ ലീവിന്നു വന്നപ്പോൾ ഹസ്സനാജിയെ മൂത്താപ്പ പരിചയപ്പെടുത്തിത്തന്നിരുന്നു. വെറുതെ നാടുകാണാൻ വന്നതാണെ ന്നാണ് പറഞ്ഞത്.

കല്യാണത്തിന്റെ അന്നാണ് ആമിനയെ ആദ്യമായി കണ്ടത്. സുന്ദരി തന്നെ. ആലോചന ആമിനയെക്കുറിച്ചായപ്പോൾ മനസിന് വീണ്ടും ഇളക്കം. അതാരാ മുന്നിൽ? ആമിന! തന്നെ. ആമി മുന്നിൽ നിൽക്കുന്നു. മുഖത്ത് സങ്കടം.

"എന്നാലും എന്നോടിത് ചെയ്തല്ലോ."

"ആമീ... ഞാൻ.."

"മിണ്ടിപ്പോകരുത്... ഒന്നും കേൾക്കണ്ട. എന്നെ ചതിച്ചിട്ട്... രണ്ടു മക്കളുണ്ടെന്ന കാര്യംപോലും മറന്നില്ലേ..."

"ആമീ, സോറി. അടങ്ങ്."

"അടങ്ങൂല... ഇനി ഞാൻ അടങ്ങൂലാ..."

"ഉമ്മ മിണ്ടല്ലേ... ബാപ്പ പാവല്ലേ..."

"മോളേ... ഉമ്മാനെ പറഞ്ഞ് മനസ്സിലാക്ക്..."

"നീയെന്താടാ ഇക്കാട്ടിക്കൂട്ടണത്?"

ഉമ്മയാണ്.

"നിങ്ങളറിഞ്ഞില്ലേ: ആമിപോയി. ഓളിനി വരൂലാ."

"വരണ്ട. ആ വല തീർന്നല്ലോ. നിനക്കെന്താ ബേറെ പെണ്ണു കിട്ടില്ലേ?"

"നിങ്ങളെന്റെ മുമ്പീന്ന് പോണുണ്ടോ? ഇനി ഇവിടെ കാണരുത്."

അയാൾ വേച്ചു വേച്ചു മുറിയിലെ കട്ടിലിൽ ചെന്നുവീണു.

"മോനേ ജമാലൂട്ട്യേ ഒന്നെണീറ്റേ."

ഉമ്മ തട്ടിവിളിച്ചപ്പോഴാണ് എണീറ്റത്.

"ആമിനാന്റെ ബാപ്പേം അളിയനുമൊക്കെ വന്നിന്."

എത്തിയോ? തല നേരെ നിൽക്കുന്നില്ല. മുഖം കടുത്തിരിക്കുന്നു. ചുവന്ന കണ്ണുകൾ. ജമാൽ കുടിച്ചിട്ടുണ്ട്. അതിനാർക്കാ ചേതം? ഇനിയും കുടിക്കും. ഇഷ്ടമുള്ളതുപോലെ പ്രവർത്തിക്കും...

"ഞാനിപ്പോ വരാം."

കുളിമുറിയിൽ ചെന്ന് മുഖം കഴുകി. മുഷിഞ്ഞ വേഷം മാറി. പൗഡ റിട്ടു. ദേഹമാസകലം സ്പ്രേ പൂശി. കണ്ണാടിയിൽ നോക്കി മുടി ഒന്നു കൂടി മിനുക്കി. ജമാൽ ഇപ്പോഴും 'പുതിയാപ്ല' തന്നെ. എന്നും അങ്ങനെ തന്നെ ആയിരിക്കും. ആമിയുടെ 'പുതിയാപ്ല'.

കാലിടറുന്നുണ്ടോ? മനസിനാണോ ഇടർച്ച? വന്നവർ പോർട്ടിക്കോ വിൽ കാറിനടുത്ത് നിൽക്കുകയാണ്.

"ഹലോ. കയറി ഇരിക്കാമല്ലോ."

"ഇരിക്കാൻ വന്നതല്ല. നമ്മള് വന്ന നേരം ശരിയായില്ലെന്ന് തോന്നുന്നു."

കരീം അളിയനാണ്. അയാൾ അല്ലെങ്കിലും കുശുമ്പനാണ്. ജമാ ലിനെ ചെറുതാക്കാൻ പണ്ടേ അയാൾ ശ്രമിക്കാറുണ്ട്. അപ്പോഴൊന്നും വിട്ടുകൊടുക്കാറില്ല. ഇപ്പോൾ നാവിനാരോ ചങ്ങലയിട്ടിരിക്കുന്നു. തല കുനിയുന്നുണ്ടോ?

"ഇരിക്കാൻ നേരല്ല. ഇരിക്കാൻ പറ്റുന്ന പണിയല്ലല്ലോ നിങ്ങള് കാട്ട്യത്? ആമിനാന്റെ മൊയിക്ക് വന്നതാ."

ബാപ്പ ഒറ്റവീർപ്പിൽ പറഞ്ഞു തീർത്തു. വിയർപ്പിൽ മുങ്ങി. തൊണ്ട വരളുന്നു. നാവനങ്ങുന്നില്ല.

"കാദറേ ചായ."

അകത്തേക്കു നോക്കി വിളിച്ചു പറഞ്ഞു.

"ചായയൊന്നും വേണ്ട. എന്നാലും ഉളുപ്പില്ലാത്ത പണിയായിപ്പോയി നിങ്ങള് കാണിച്ചത്. നിങ്ങൾ രണ്ടാമത് കല്യാണം കയിച്ച വിവരം ആമി പറഞ്ഞപ്പളാ ഞങ്ങളറിഞ്ഞത്."

കരീം വീണ്ടും കുത്തി.

"കല്യാണമോ? ഞാൻ ആമിയെ മാത്രമേ കല്യാണം കഴിച്ചിട്ടുള്ളു."

"നേരോ മാറ്റാനൊരുത്തീന്റെ കൂടെ കെടന്നുറങ്ങുന്നത് ഞമ്മക്ക് ഹറാമല്ലേന്ന്."

ജമാൽ അടുത്തുകണ്ട കസേരയിൽ ഇരുന്നു. തല ഉയർത്താൻ കഴിയുന്നില്ല. അടിമുടി വിറയ്ക്കുന്നു. എന്ത് മറുപടി പറയും? എന്ത് ന്യായ മുണ്ട് പറയാൻ?"

"നിങ്ങള് ആവശ്യമില്ലാത്തതൊന്നും കുത്തിപ്പൊന്തിക്കണ്ട. നിങ്ങ ളെന്റെ മോളെ ഒയിവാക്കിത്തന്നേക്ക്. ഓളവിടെ അന്നമിറക്കാതെ കെടന്ന് കരയാൻ തൊടങ്ങീട്ട് ദെവസം രണ്ടായി."

ബാപ്പ കൂടെ വന്ന ആളെ കൂടുതൽ സംസാരിക്കാൻ അനുവദിച്ചില്ല.

"ഞാൻ അവിടം വരെ ഒന്നു വരാം. ഞാൻ പറഞ്ഞാൽ ആമി കേൾക്കാതിരിക്കില്ല."

"അത് പണ്ട്. ഇനി ഓള് കേക്കൂല. ഓക്ക് നിങ്ങളെ വേണ്ടാന്നു തീർത്തു പറഞ്ഞു."

"ആമി അങ്ങനെ പറയൂല."

"നിങ്ങള് ഓളെക്കൊണ്ടു പറയിച്ചതാ."

"ഓള് കണ്ണോണ്ടു കണ്ടതും നിങ്ങള് ഇല്ലാതാക്ക്വോ? ഓക്ക് മതി യായി. ഞങ്ങക്കും."

"എനിക്ക് മതിയായില്ലെങ്കിലോ?"

"മതിയാക്കാൻ പറ്റ്വോന്ന് ഞമ്മളൊന്ന് നോക്കട്ടെ."

"പേടിപ്പിക്കല്ലേ..."

"പേടിപ്പിക്കാൻ ഞങ്ങളാരാ? പോലീസോ? നിങ്ങളി കുലുമാലിന് നിക്കാണ്ട് ഓളെ കാര്യം തീർത്തു തന്നേക്ക്."

ബാപ്പ താണു. ജമാലിന് അനക്കമില്ല. ഒരേ ഇരിപ്പ്.

"നിങ്ങളിപ്പം ഇടയാൻ തന്നെയാ നിശ്ചയം അല്ലേ? എല്ലാം അറി ഞ്ഞുകൊണ്ട്..."

"തന്നെ, എന്തു ചെയ്യും?"

"ചെല്ല്. എല്ലാ വഴിയും നോക്ക്. ജമാലിനെ പേടിപ്പിക്കല്ലേ... മൊഴി തരാൻ മനസ്സില്ല..."

പതിനാല്

ദാഹമുണ്ടായിരുന്നില്ല. എന്നാലും വെള്ളമെടുത്തു കുടിച്ചു. ചുറ്റും നോക്കി. വീട്ടിത്തടിയിൽ ചിത്രപ്പണി ചെയ്ത ചാരുള്ള ഇരട്ടക്കട്ടിൽ. പതു പതുപ്പുള്ള കിടക്കയ്ക്ക് സാറ്റിൻവിരി. ഞൊറികളുള്ള പട്ടുവിരികൾ തൂക്കിയ ജനൽ. നിലം മുഴുവൻ അഴകാർന്ന പേർഷ്യൻ പരവതാനി. ചുമരിലെ ഷോകേസിൽ ഭംഗിയായി നിരത്തിയിരിക്കുന്ന അലങ്കാര വസ്തുക്കൾ. കട്ടിലിന്നരികിലുള്ള സൈഡ് ടേബിളിൽ സ്റ്റീരിയോ സെറ്റ്. അരികിലുള്ള സ്റ്റാൻഡിൽ കാസറ്റുകൾ. മുറിയുടെ കോണിലായി ടി വിയും വി സി ആറും. എ സി ഓൺ ചെയ്തിരിക്കുന്നതിനാൽ മുറിയിൽ തണുപ്പ്. എന്നിട്ടും ആമിനയുടെ ഉള്ളു ചുട്ടുപൊള്ളുന്നു.

എന്തെല്ലാം സഹിച്ചും പൊറുത്തുമാണ് അയാളുടെ കൂടെ കഴി ഞ്ഞത്! എത്ര കയ്ക്കുന്ന അനുഭവങ്ങൾ! ഒരിക്കൽ ബാംഗ്ലൂരിലെ ഹോട്ട ലിൽ വെച്ചുണ്ടായത്... ഡൈനിങ് റൂമിൽവച്ച് അയാളുടെ ഒരു പരിചയ ക്കാരനെ കാണാനിടയായി. അയാൾ ഒരു വൃത്തികെട്ട ചിരിയുമായി അടു ത്തുവന്നിട്ടു പറഞ്ഞു:

"പുതിയ ചരക്ക് തരക്കേടില്ലല്ലോ."

നിന്ന നിൽപ്പിൽ നീരാവിയായി വായുവിൽ ലയിച്ചിരുന്നെങ്കിൽ! അന്ന വൾക്കു തോന്നി.

"ഞാനെപ്പോ വന്നാലും ഇവിടെയാ താമസം."

ഹോട്ടലിൽ റൂമെടുക്കുമ്പോൾ പറഞ്ഞിരുന്നു. പലരോടൊപ്പം പല വട്ടം വന്നു കാണും. കാണുന്നവർക്ക് അവളും അതിലൊരുത്തി. എന്നിട്ടും പിടിച്ചുനിന്നു. പക്ഷേ, സ്വന്തം കിടപ്പറയിൽ ഒരന്യസ്ത്രീ... സഹിക്കാ

നാവുന്നില്ല. അയാൾക്ക് അയാളുടെ വഴി. ആമിക്ക് ഇനി ഭർത്താവ് വേണ്ട. പക്ഷേ, അയാൾ കൂട്ടാക്കുന്നില്ല. മാത്രമല്ല, പ്രതികാരത്തിനിറങ്ങിയിരിക്കുകയാണ്. അയാളുടെ സാധനങ്ങളെല്ലാം കൊടുത്തയക്കണമെന്നും പറഞ്ഞ് ആളെ അയച്ചിരിക്കുകയാണ്. എങ്ങനെ സഹിക്കും! അവൾ അലമാര തുറന്നു. അട്ടിയായി മടക്കിവച്ചിരിക്കുന്ന പാന്റും ഷർട്ടും. അവൾ ഓരോന്നായി ചുരുട്ടി പുറത്തേക്കെറിഞ്ഞു. കൊണ്ടുപോട്ടെ എല്ലാം. അവൾക്ക് ഒന്നും കാണണ്ട. അപ്പോഴാണ് ആൽബം കണ്ടത്. പല പോസിൽ ഫോട്ടോയെടുക്കുക അയാളുടെ ഒരു ഹോബിയായിരുന്നു. എങ്ങോട്ടിറങ്ങുമ്പോഴും ക്യാമറ തോളിലുണ്ടാവും. അവരൊന്നിച്ചുള്ള പല പോസിലുള്ള ഫോട്ടോകൾ. കണ്ടപ്പോൾ കലിയിളകി. അവൾ അതെല്ലാം വലിച്ചുകീറി നാലുപാടും വിതറി. മുനീറ വന്നു തടഞ്ഞപ്പോൾ ഒരു തട്ടു കൊടുത്തു.

അവൾ മുഖം പൊത്തിക്കരഞ്ഞുകൊണ്ട് മുറിവിട്ടു.

അയാൾ വാങ്ങിച്ചുകൊടുത്ത സാരികൾ ഓരോന്നായി അവൾ പുറത്തേക്കിട്ടു. ആഭരണപ്പെട്ടി കൈയിലെടുത്തപ്പോഴാണ് ഇത്താത്ത എത്തിയത്.

“നീയെന്തു പിരാന്താ ആമീ ഇക്കാട്ടുന്നത്. ആലോചനയില്ലാതെ ഓരോന്നു കാട്ടിക്കൂട്ടിയിട്ട്...”

“മിണ്ടണ്ട. ആരും മിണ്ടണ്ട. ഇപ്പോ എല്ലാരിക്കും സമാധാനമായില്ലേ.”

“നിന്റെ വർത്താനം കേട്ടാത്തോന്നും ഞാനെന്തോ ചെയ്തതാണെന്ന്. മൊയിക്കൊന്നും പോണ്ടാന്ന് ഞാനന്നേ പറഞ്ഞതല്ലേ. അയാളൊരു പാവാ. ആ തള്ളയിട്ട് കലിതുള്ളിക്കുന്നതാ.”

“എന്നാ നിങ്ങളുചെന്ന് അയാളൊപ്പരം പൊറുത്തോ.”

“ഇവളെ വായിലുള്ള കേക്കാനല്ലേ ബാപ്പ എന്നെ ഇങ്ങോട്ടുവിളിച്ചത്. ഞാൻ പോണു.”

“എല്ലാരും പോയ്ക്കോളീ. എനിക്കാരേം കാണേണ്ട. ഞാൻ പറയുന്നത് ആർക്കും വിശ്വാസമില്ല. മുനീറ ചെറുതായിരിക്കുമ്പം തൊട്ടു ഞാൻ പറേണു. ബാപ്പേം മോളും കേട്ടോ? നിങ്ങളൊക്കെ വലിയ തറവാട്ടുകാർ. നാലാളറിഞ്ഞാൽ തറവാടിത്തം ഇടിഞ്ഞുവീഴും. ഇപ്പോ ആരും ഒന്നും അറിയുന്നില്ലല്ലോ. എല്ലാരും കൂടി എന്റെ ജീവിതം തുലച്ചില്ലേ?”

“എന്നോടു കുരച്ചു ചാടണ്ട. നിന്റെ സങ്കടം കണ്ടോണ്ട് പറഞ്ഞതാ. രണ്ടു പെൺമക്കളാണെന്ന കാര്യം മറക്കണ്ട. നിക്കാഹിനു കൈകൊടുക്കാൻ ബാപ്പതന്നെ വേണം.”

“അപ്പളത്തിന് എന്റെ മക്കൾ യത്തീമിങ്ങളാകും.”

“വേണ്ടാത്തതൊന്നും പറയണ്ട. അതിനു മാത്രം ഇപ്പോ എന്താ ഉണ്ടായത്?”

“ഒന്നും ഉണ്ടായില്ലേ? നിങ്ങളാണ് എന്റെ സ്ഥാനത്തെങ്കിലോ?”

“വെറുതെ അതുമിതും പറയണ്ട. ഈ ബാപ്പാന്റെ പണിയാ...

ബാക്കീള്ളോരിക്ക് നൂറുകൂട്ടം പണീണ്ട്. നിന്നോട് തർക്കം പിടിക്കാൻ ഞാനില്ല."

ഹസ്സനാജി എല്ലാം കേട്ടുകൊണ്ട് തളത്തിൽ ഇരിക്കുകയായിരുന്നു. സഫിയ പിണങ്ങിപ്പോകുന്നത് കണ്ടിട്ടും അയാൾ ഒന്നും മിണ്ടിയില്ല. കുറച്ചു കഴിയുമ്പോൾ അവൾ പിണക്കം മറന്ന് വീണ്ടും വരുമെന്ന് ബാപ്പയ്ക്കറിയാം.

അലമാരിയിലെ സാധനങ്ങൾ തീർന്നപ്പോൾ ആമിന കട്ടിലിൽ ചെന്നു വീണു.

ഭർത്താവിന് ഒരുപാടു കുറ്റങ്ങളും കുറവുകളും ഉണ്ടായിരുന്നു. എന്നാലും ആമിനയ്ക്ക് അയാൾ ഉയിരായിരുന്നു. അയാൾക്കും അങ്ങനെത്തന്നെ ആയിരിക്കുമെന്നാണല്ലോ അവൾ കരുതിയത്. ആ ധാരണ തെറ്റായിരുന്നോ? അന്യയായ ഒരു പെണ്ണിനെ വിളിച്ചു വീട്ടിൽ താമസിപ്പിക്കുക! അതും ഉമ്മയുടെ മൗനാനുവാദത്തോടെ! എന്നിട്ടും ഒന്നും ഉണ്ടായിട്ടില്ലെന്ന്! ആ ഉമ്മയാണ് എല്ലാറ്റിനും കാരണം. ഉമ്മ കൂടെ നിന്നിരുന്നെങ്കിൽ അവൾ അയാളെ ഒരു പുതിയ മനുഷ്യനാക്കിയെടുക്കുമായിരുന്നു. സമ്മതിച്ചില്ല. മകനെ അവർ വശീകരിച്ചെടുത്തു. ഉമ്മയിൽ നിന്നും അകറ്റി. ആമിക്കെതിരെയുള്ള കുറ്റപത്രങ്ങൾക്ക് കൈയും കണക്കുമില്ല. കണക്കു തീർക്കാൻ കണ്ടുപിടിച്ച വഴിയും തരക്കേടില്ല. അവർ അനുഭവിക്കും. മകന്റെ നാശം കണ്ടേ ആ തള്ള അടങ്ങൂ.

"ഇനി ഇപ്പണിക്കില്ല."

ഓരോ പ്രാവശ്യം ആസ്പത്രിയിൽ നിന്നിറങ്ങുമ്പോഴും അവളുടെ തലയിൽ തൊട്ടു സത്യംചെയ്യും. അങ്ങനെ എത്ര തവണ! അയാളാണ് ആസ്പത്രിയിൽ കിടക്കുന്നതെന്ന് നാട്ടുകാർ അറിയരുത്. അസുഖമാണെന്ന് പറയാമോ? കള്ളു കുടിച്ചും മയക്കുമരുന്നു കുത്തിവച്ചും സ്വയം അസുഖം വരുത്തിവയ്ക്കുന്നതല്ലേ? അതെങ്ങനെ പുറത്തുപറയും. ആമിക്കു സുഖമില്ല. കുറച്ചു ദിവസം ആസ്പത്രിയിൽ കിടക്കണമെന്നാണ് ഡോക്ടർ പറയുന്നത്. ഓരോ പ്രാവശ്യവും ആസ്പത്രിയിൽ കിടക്കുമ്പോഴും പറയാറുള്ള നുണ തിരുത്താൻ അവൾ മിനക്കെടാറുമില്ല.

എല്ലാം സഹിച്ചില്ലേ, ക്ഷമിച്ചില്ലേ? എന്നിട്ടും കുറ്റം ആമിക്ക്. ആമി കഥകൾ കെട്ടിച്ചമച്ചുണ്ടാക്കുന്നു. ഭർത്താവിനെ നാട്ടുകാരുടെ മുന്നിൽ താറടിക്കുന്നു. നാട്ടുകാരും വീട്ടുകാരും ഇപ്പോൾ ആമിനയെ കുറ്റപ്പെടുത്തുന്നു. ഒരാൾ മുകളിലിരുന്ന് എല്ലാം കാണുന്നുണ്ടല്ലോ. അതുമാത്രമാണ് അവളുടെ ആശ്വാസം. എന്തു ചെയ്യുമ്പോഴും അയാളുടെ നന്മയെക്കുറിച്ചു മാത്രമേ അവൾ ചിന്തിച്ചിട്ടുള്ളൂ.

ജമാൽ മനസുറപ്പില്ലാത്തവനായിരുന്നെങ്കിലും സ്നേഹത്തിനു കുറവൊന്നുമില്ലായിരുന്നു. ഉമ്മയിൽ നിന്ന് അകറ്റിയതുകൊണ്ടാണ് മനസിന്റെ താളം പിഴച്ചത്. പെണ്ണ് പണക്കാരി. അതിന്റെ തണ്ടുമുണ്ട്. മാത്രമോ? അവളൊരു നിത്യരോഗി. എന്നും ചികിത്സ, ആസ്പത്രി. കുട്ട്യേമി ഹാജി

പണംപിടുങ്ങി ജമാലിന്റെ വീട്ടുകാരെ ചതിച്ചതാണ്. അയാളുടെ ബന്ധുക്കൾ പറഞ്ഞു നടക്കുന്നത് ആമിനയുടെ ചെവിയിലും എത്തുന്നുണ്ട്.

"ഓക്ക് മെന്റലാ. വെറുതെ മനുഷ്യരുടെ മേക്കിട്ട് കേറാൻ വരും."

അങ്ങനെ ജമാൽ ആരോടോ പറഞ്ഞെന്നറിഞ്ഞപ്പോൾ ആമിന കുറച്ചൊന്നുമല്ല വേദനിച്ചത്. അയാൾക്കങ്ങനെ പറയാനാവുമോ? എത്ര ആലോചിച്ചിട്ടും അവൾക്ക് അന്തം കിട്ടുന്നില്ല. ആഹാരമില്ല. ഉറക്കമില്ല. മനസിന്റെ താളം നേരായിട്ടും തെറ്റുന്നുണ്ടോ? ഇല്ല. അങ്ങനെ വിട്ടുകൊടുക്കാൻ അവൾ തയ്യാറല്ല. തന്റേടം വീണ്ടെടുക്കണം. എന്തിന് സ്വയം നശിക്കുന്നു. സ്നേഹമില്ലാത്ത ഒരുവനുവേണ്ടി ജീവിതം ഹോമിക്കുകയോ?

"ആമീ, അയാൾ രണ്ടാമതും പെണ്ണുകെട്ടാൻ പോണൂന്നാ കേട്ടത്. നീ തർക്കം മതിയാക്കി ഒന്നു ഫോൺ വിളിച്ചുനോക്ക്."

ഇത്താത്ത പലവട്ടം വക്കാലത്തു പറഞ്ഞു.

"അയാളു പെണ്ണുകെട്ടിയാ എനിക്കൊരു ചുക്കൂല്ലാ. ഓക്ക് അയാളെ നന്നാക്കിയെടുക്കാൻ പറ്റുമെങ്കിൽ നന്നാക്കട്ടെ. അങ്ങനെയെങ്കിലും തള്ളയ്ക്കു സമാധാനം കിട്ടട്ടെ."

"നീയിങ്ങനെ ആധിപിടിച്ചു കെടന്നോ. അക്കൂട്ടരു പറഞ്ഞു നടക്കുന്നത് എന്തെങ്കിലും നീ അറിയുന്നുണ്ടോ?"

"ഉം എന്താ പറയുന്നത്?"

"നിന്റെ സൈ്വരക്കേട് സഹിക്കാൻ കഴിയാതെ അവരു നിന്നെ പറഞ്ഞയച്ചതാത്രെ. നിനക്ക് മനസിന് താളക്കേടുണ്ടെന്നുവരെ ആ തള്ള ആലിയോടു പറഞ്ഞു. അതോണ്ടാ അവര് മോനെ വീണ്ടും കെട്ടിക്കാമ്പോണതത്രേ.

"കെട്ടിച്ചോട്ടെ എനിക്കെന്താ ചേതം."

അതു പറയുമ്പോൾ കരഞ്ഞുപോയി. അതോടെ വാശിയായി. രോഗം മറന്നു. പതിവിലും നന്നായി അണിഞ്ഞൊരുങ്ങി പുറത്തൊക്കെ പോയിത്തുടങ്ങി.

"ബല്ലാത്തൊരുത്തിതന്നെ. നടപ്പു കണ്ടില്ലേ. വെറുതേയല്ല മാപ്പിള ഇട്ടേച്ചു പോയത്. ഓക്കൊരു കൂസലുമില്ല."

പിന്നെ അതായി പരാതി. സ്വന്തം ബന്ധുക്കൾ പോലും അവൾ കേൾക്കെ പറഞ്ഞു. കേട്ടതായി നടിച്ചില്ല.

ഇത്താത്ത ഇടയ്ക്കൊക്കെ പരാതിയുമായി എത്തി.

"പീട്യേപ്പോയി ഇരിക്കേണ്ട ആവശ്യമെന്താ നിനക്ക്? പൊരേലിരുന്ന് കണക്ക് നോക്ക്യാപ്പോരേ? അളിയങ്കയോട് ഓരോരുത്തര് അതുമിതും പറയുന്നു."

ഉള്ളം വിങ്ങുമ്പോഴും അന്യരുടെ മുന്നിൽ കെട്ടിച്ചമഞ്ഞു നടന്നു. ആരോടൊക്കെയോ പകരം വീട്ടാനെന്നപോലെ. ബാപ്പ എല്ലാം കണ്ടിട്ടും ഒന്നും മിണ്ടിയില്ല.

"ആ പഹയൻ കയറില്ലാതെ കെട്ടിയിരിക്കയല്ലേ? മൊഴി എഴുതി ത്തന്നിരുന്നെങ്കില്..."

"തന്നിരുന്നെങ്കില്...?"

"അന്നേക്കന്ന് നിന്നെ ഞാൻ വേറെ കെട്ടിക്കും. നിനക്കെന്താ ഒരു കുറവ്. മൊഞ്ചില്ലേ. പഠിപ്പില്ലേ, പണമില്ലേ?"

"എല്ലാമുണ്ട്. തലവരമാത്രം നന്നല്ല."

"കയിഞ്ഞതെല്ലാം മറക്കുമോളെ."

അതുകേൾക്കുമ്പോൾ അവൾ കലിതുള്ളും. എന്തെല്ലാം മറക്കും? മക്കൾ! അവരെ മറക്കാനോ? അയാൾക്കു മറക്കാമെങ്കിൽ അവൾക്കെ ന്തുകൊണ്ടു മറന്നുകൂടാ? കോടതിയിൽ കേസ് കൊടുത്താലോ വിവാ ഹമോചനത്തിന്? കൂട്ടിൽ കയറി നിൽക്കുക. എന്നിട്ട് വക്കീൽ ചോദി ക്കുന്ന വേണ്ടാത്ത ചോദ്യങ്ങൾക്കൊക്കെ ഉത്തരം പറയുക. ആവുമോ അവൾക്ക്? അങ്ങനെ കേസ് വാദിച്ച് ജയിച്ച് ബന്ധം ഒഴിഞ്ഞു കിട്ടിയിട്ട് മക്കളെ അനാഥരാക്കി മറ്റൊരുത്തന്റെ കൂടെ പൊറുക്കാൻ കഴിയുമോ?

മക്കൾ ബാപ്പയെക്കുറിച്ച് ഇപ്പോൾ ഒന്നും ചോദിക്കാറില്ല. അവരോടു അങ്ങോട്ട് ഒന്നും പറയാറുമില്ല. അവർ എല്ലാം കാണുന്നുണ്ടല്ലോ. എല്ലാം അറിയുന്നുമുണ്ട്. അറിയാത്ത മട്ട് കാണിക്കുകയാണ്. അങ്ങനെ കഴിയ ട്ടെ. ആ ഏടുകൾ ഇനിയൊരിക്കലും മറിച്ചുനോക്കാൻ മോഹമില്ല. പൊടി പിടിച്ചങ്ങനെ കിടക്കട്ടെ. ഇനി അവൾക്ക് കൂട്ടുവേണ്ട. ഈ ഇരട്ടക്കട്ടി ലിന്റെ ഒരു ഭാഗം ഇനി എന്നെന്നും ഒഴിഞ്ഞു തന്നെ കിടക്കും. എത്ര ശ്രമിച്ചാലും മനസിൽനിന്നു ജമാലിനെ പിഴുതുമാറ്റാൻ അവൾക്കാവു മെന്നു തോന്നുന്നില്ല.

വയനാട്ടിൽ നിന്നും തിരിച്ചെത്തിയതു മുതൽ അയാളെ മറക്കാൻ ശ്രമിക്കുകയാണ്; വെറുക്കാനും. അതിനൊരു പ്രയാസവും ഉണ്ടാവില്ലെ ന്നായിരുന്നു ധാരണ. അത്തരം കാഴ്ചയാണല്ലോ കണ്ടതും. പക്ഷേ, അവൾക്ക് ഒന്നും മറക്കാൻ കഴിയുന്നില്ല. എപ്പോഴും അയാളെക്കുറിച്ചുള്ള ചിന്ത മാത്രം. നിമിഷം തോറും, ദിനം തോറും മനസിന്റെ നീറ്റൽ ഏറു ന്നതല്ലാതെ കുറയുന്നില്ല. അവൾ ഉരുകിയുരികിത്തീരുകയാണ്.

"ഉമ്മ ഓടി വരീ, വല്ലിപ്പക്ക് തീരെ സുഖമില്ല. ശ്വാസം മുട്ടുന്നു."

മകളുടെ ഉറക്കെയുള്ള വിളി കാതിൽ മുഴങ്ങിയപ്പോൾ ആമിന അന്തംവിട്ടുനിന്നു.

പതിനഞ്ച്

മോളെ എന്നു വിളിക്കണമെന്നുണ്ടായിരുന്നു. നാവനങ്ങുന്നില്ല. പതുക്കെ കണ്ണുതുറക്കാൻ ശ്രമിച്ചു. എഴുന്നേൽക്കാൻ നോക്കിയെങ്കിലും അനങ്ങാനായില്ല. വല്ലാത്ത ദാഹം. വെള്ളം... ആരെങ്കിലും കേട്ടോ? ആരോ നെറ്റി തടവുന്നതായി തോന്നിയപ്പോൾ പ്രയാസപ്പെട്ട് മുരടനക്കി.

"ബാപ്പാക്ക് എന്താ വേണ്ട്യത്?"

ആമിയുടെ ശബ്ദം തിരിച്ചറിഞ്ഞു.

പ്രയാസപ്പെട്ടാണ് കണ്ണുതുറന്നത്. ആമിയുടെ പരവശമായ മുഖം. ഒരേ കിടപ്പ് കിടന്നിട്ടാകണം ദേഹമാസകലം വേദന.

"ബാപ്പാക്ക് കുടിക്കാനെന്തെങ്കിലും തരട്ടേ?"

തലയിളക്കി.

ആമി ചൂടുള്ളതെന്തോ വായിലൊഴിച്ചു. ഹോർലിക്സ്... പിറകിൽ തലയിണകൂടെ വച്ചപ്പോൾ ഇരിപ്പ് സുഖമായി. അപ്പോഴാണ് ആമിയുടെ മുഖം ശ്രദ്ധിച്ചത്. ആകെ വിളറി വെളുത്തിരിക്കുന്നു. കുഴിയിലാണ്ട കണ്ണും പാറിപ്പറന്ന തലമുടിയും.

"എന്തേ ഉണ്ടായത്? നിന്റെയൊരു കോലം!"

"അത് ബേജാറോണ്ടാ. നല്ലോണം. പേപ്പറ് വായിക്കുമ്പളല്ലേ ഓർമ്മ കെട്ട് വീണത്! തണുത്ത് ഐസ് പോലെ ആയിപ്പോയി. ഭാഗ്യത്തിന് ഡോക്ടർ വീട്ടിലുണ്ടായിരുന്നു. അറിഞ്ഞതും ഓടിയെത്തി. ഇവിടത്തന്നെ ഉണ്ടായിരുന്നു. ഉച്ച കഴിഞ്ഞപ്പഴാ പോയത്. അതോണ്ട് ആസ്പത്രീ പോവാണ്ട് കയ്ച്ചലായി. അന്നേരം തൊടങ്ങിയ മയക്കാ. ഇപ്പളാ കണ്ണു തുറന്നത്."

“ബാപ്പാക്ക് ഒന്നൂലാ മോളേ. പെട്ടെന്ന് ഒരു ശ്വാസംമുട്ടല് പോലെ തോന്നി. പിന്നെ ഒന്നും ഓർമ്മയില്ല.”

“ബി പി കൂടിയതാ. പടച്ചോൻ കാത്തു.”

“ഇപ്പോ മണി എന്തായി?”

“നാലര കഴിഞ്ഞു.”

“നീയിതുവരെ ഉറങ്ങാഞ്ഞതെന്താ? കൊറച്ചുനേരം കെടന്നോ. ബാപ്പാക്ക് നല്ല സുഖം തോന്നുന്നു.”

“ഇനിയിപ്പോ നേരം വെളുക്കാനായില്ലേ.”

“അതു സാരല്ല. കൊറച്ചു നേരം ഒന്ന് തല ചായ്ച്ചോ. ഇല്ലെങ്കില് രാവിലേ തലപൊന്തൂലാ.”

“ബാപ്പാനെ കെടത്തിത്തരട്ടേ?”

“ആ”

അവൾ കട്ടിലിൽ കിടത്തി പുതപ്പിച്ചു. നിർബന്ധിച്ചപ്പോൾ അവളും കിടന്നു. കിടന്നതും ആമിന ഉറങ്ങിപ്പോയി. അവൾ വല്ലാതെ പേടിച്ചിട്ടുണ്ടാകും. ബാപ്പ എണീറ്റിരുന്ന് സംസാരിക്കുന്നത് കണ്ടപ്പോൾ ആശ്വാസം തോന്നിയിരിക്കും. ജനലിൽക്കൂടി തണുത്ത കാറ്റ് മുറിയിലേക്കരിച്ചുകയറി. പുതപ്പുവലിച്ച് കഴുത്തോളം മൂടി. നേരം വെള്ളകീറി വരുന്നതേയുള്ളൂ. നടന്നതൊന്നും ഓർമ്മയില്ല. മരിച്ചതുപോലുള്ള കിടപ്പ്. ഓരോന്നായി ഓർക്കാൻ ശ്രമിച്ചു. രാവിലെ കണികണ്ടത് വയനാട്ടിൽ നിന്നെത്തിയ ജമാലിന്റെ പണിക്കാരനെയാണ്. വിവരമറിഞ്ഞതും ആമിന പൊട്ടിത്തെറിച്ചു. അവൾ കട്ടിലിൽ കിടന്ന് എണ്ണിപ്പെറുക്കി കരയുന്നതു കണ്ടുകൊണ്ടാണ് സിറ്റൗട്ടിലെ കസേരയിൽ ചെന്നിരുന്നത്. ജമാലുമായുള്ള ബന്ധം വേർപെടുത്തണമെന്ന് ആമിനക്ക് ഒരേ വാശി. ആമിനയെ ഒഴിവാക്കുന്ന പ്രശ്നമില്ലെന്ന് ജമാൽ കടുംപിടുത്തം. എന്തുചെയ്യും? വിങ്ങിപ്പൊട്ടുന്നന മകളെ ആശ്വസിപ്പിക്കാൻ വാക്കുകളില്ല.

കണ്ടും കേട്ടും മനസ്സ് തളർന്നു. മനസ്സ് തളർന്നപ്പോൾ ശരീരവും തളർന്നുപോയതായിരിക്കും. വയസ്സ് പത്തെഴുപത് കഴിഞ്ഞില്ലേ? ഇനിയും എത്രകാലം? ബാപ്പയുടെ കാലംകഴിഞ്ഞാൽ ആമിനക്ക് ആരുണ്ട് തുണ? അവളും പറക്കമുറ്റാത്ത രണ്ടുപെൺകുട്ടികളും...

എന്തിന് വെറുതേ അതുമിതുമാലോചിച്ചു മനസ്സ് പുണ്ണാക്കണം? അവളേയും തന്നെയും സൃഷ്ടിക്കുമ്പോഴേ വിധിയും തീരുമാനിച്ചിട്ടുണ്ടാകും. മനുഷ്യർ നിസ്സഹായർ. മരിച്ചുപോയാൽ മതി എന്ന് തോന്നാറുണ്ടെങ്കിലും ഉള്ളിൽ ഭയമാണ്. മരിക്കുന്നതിലല്ല. അതിനു ശേഷമുള്ള കാര്യമോർത്ത്. ഖബറിൽ വെറും മണ്ണിൽ കിടക്കണം. പട്ടുമെത്തയിൽ കിടക്കുമ്പോൾ ഖബറിലെ ശിക്ഷയെക്കുറിച്ച് ആരോർക്കുന്നു! വെറും മണ്ണിൽ മൂന്നു കഷ്ണം തുണിയുമായി എല്ലാരും അടങ്ങും. ലക്ഷപ്രഭുവും തെണ്ടിയും ഒരുപോലെ വെറും കൈയുമായി മടങ്ങുന്നു. സമ്പാദ്യം കൊണ്ടൊന്നും അവിടെ കാര്യമില്ല. ജീവിച്ചിരിക്കുമ്പോൾ ചെയ്ത നന്മകൾ മാത്രമുണ്ടാകും കൂട്ടിന്. തിന്നു മദിച്ച് നടക്കുമ്പോൾ

ഇതൊക്കെ ആരോർക്കുന്നു? ശരീരം തളരുമ്പോഴാണ് ദൈവചിന്തകൾ മനസിലുദിക്കുന്നത്. ഓരോരുത്തരം ചെയ്യുന്ന നന്മതിന്മകളെക്കുറിച്ച് സർവ്വശക്തനായ തമ്പുരാന് സൂക്ഷ്മവിവരമുണ്ട്. നന്മതിന്മകൾ രേഖപ്പെടുത്തുവാനായി മനുഷ്യനിരുപുറത്തും ഓരോ ദൂതരെ നിയമിച്ചിട്ടുണ്ട്. അവർക്ക് തെറ്റുപറ്റില്ല. അവസാനം ഒരുനാൾ ഈ ഭൂമിയാകെ മൈതാനംപോലെ പരന്നു പരന്ന്... അന്ന് ആയിരമായിരം കൊല്ലങ്ങളായി മരിച്ചുമണ്ണടിഞ്ഞവരെ മുഴുവൻ അണിനിരത്തും. ഓരോരുത്തരെയായി ചോദ്യം ചെയ്യും. നന്മകൾ വാഴ്ത്തപ്പെടും. ചെയ്യുന്ന ഓരോ തെറ്റിനും കൊടുംശിക്ഷയുണ്ട്. അടുത്തെവിടെയോ ഉള്ള പള്ളിയിൽ നിന്നും ബാങ്കുവിളി ഉയർന്നപ്പോൾ അറിയാതെ എഴുന്നേറ്റു. അനക്കം കേട്ടാവണം ആമിന കണ്ണുതുറന്നു. കട്ടിലിൽ ഇരിക്കുന്നതു കണ്ട് ഓടിപ്പിടിച്ച് അടുത്തെത്തി.

"ബാപ്പ എന്തിനാ ഒറ്റയ്ക്കെണീറ്റത്? തല ചുറ്റിയാലോ?"

"സുബഹി ബാങ്ക് കൊടുക്കുന്നത് കേട്ടപ്പോൾ കിടത്തം കൊണ്ടില്ല."

"ഇന്നുംകൂടെ കഴിഞ്ഞോട്ടെ ബാപ്പാ."

"അത് പറ്റൂലാ. നീ പിടിച്ച് കുളിമുറിയിലാക്കിത്തന്നാമതി."

"എന്നാ പണിക്കാരെ ആരേങ്കിലും കൂടി വിളിക്കാം."

"അതൊന്നും വേണ്ട. എനിക്ക് നല്ല സുഖം തോന്നുന്നുണ്ട്."

നിർബന്ധിച്ചപ്പോൾ ആമിന കൈപിടിച്ച് കുളിമുറിയിൽ എത്തിച്ചു.

"വാതില് കുറ്റീടണ്ട."

അവൾ വാതിലും ചാരി പുറത്തുനിന്നു. പല്ലുതേപ്പ് കഴിഞ്ഞ് നിസ്കാരത്തിനുവേണ്ടി ഒളു എടുത്തു കഴിഞ്ഞപ്പോഴേക്ക് ക്ഷീണം തോന്നി. ആമിനയുടെ കൈപിടിച്ചുതന്നെ കട്ടിലിൽ ചെന്നിരുന്നു.

"ബാപ്പാക്ക് ക്ഷീണം നല്ലോണം മാറീട്ടില്ല. ഇരുന്ന് നിസ്കരിച്ചാ മതി."

"അത്രേള്ളൂ. ഈ തുണിയൊന്നു മാറ്റണം. ചായക്ക് പറ."

കട്ടിലിലിരുന്നുതന്നെ നിസ്കരിച്ചു. തലേദിവസം വിട്ടുപോയ നിസ്കാരം ആദ്യം കടംവീട്ടി. സുബഹി നിസ്കാരം കഴിഞ്ഞപ്പോൾ ശരിക്കും തളർന്നു. അപ്പോഴേക്കും പണിക്കാരൻ ചായയുമായി എത്തി. ചൂടുള്ള ചായ കുടിച്ചപ്പോൾ വല്ലാത്ത ക്ഷീണം. കണ്ണുകളിൽ മയക്കം.

"സഫിയ വന്നില്ലേ? കുട്ട്യേളെ ഹാലെന്താ?"

"ഇത്താത്ത ഉണ്ടായിരുന്നു. രാത്രിയാ പോയത്. മുനീറാന്റെ നെലവിളികേട്ടല്ലേ ഞാനെത്തിയത്. പെണ്ണാകെ പേടിച്ചുപോയി."

"മുനീറാന്റെ കാര്യം പറഞ്ഞപ്പളാ ഓർത്തത്. ഓക്കൊരു കല്യാണാലോചന വന്നിരുന്നു. മുന്തിയ തറവാട്ടുകാരാ. മരക്കച്ചോടക്കാരാ. പൂത്ത പൈശ. ബാപ്പ അബൂക്കറാജീനെ ഞാൻ നല്ലോണം അറിയും. ഒന്ന് ആലോചിച്ചാലോ?"

"ഓള് പഠിക്കട്ടെ ബാപ്പ. മുന്തിയ തറവാട്ടുകാര് വേണ്ടാന്ന് ഞാൻ

പണ്ടേ തീരുമാനിച്ചതാ. മുന്തിയ തറവാട്ടുകാരുടെ സ്വഭാവം ഞാൻ കൊറേ കണ്ടതല്ലേ."

"എന്നിട്ട് ജസീലാന്റെ പുതിയാപ്ലക്കിപ്പം എന്താ തകരാറ്? നീ ഒന്നും കൂടി ആലോചിക്ക്. ഓരോന്ന് സമയാസമയത്ത് നടത്തുന്നതാ നല്ലത്."

"തലവര നന്നായാൽ ഏടെച്ചെന്നാലും നല്ലതുതന്നെ."

" നീ വെറുതെ..."

മുഴുമിക്കുന്നതിനു മുമ്പ് സഫിയ എത്തി.

"എന്താ ബാപ്പേം മോളും കൂടേ രാവിലത്തന്നെ ഒരു തർക്കം; രാത്രി എങ്ങനെ ഉണ്ടേർന്ന്? ഒറങ്ങിയോ? എപ്പളേ മയക്കം തെളിഞ്ഞത്?"

എണീറ്റിരുന്ന് സംസാരിക്കുന്ന ബാപ്പയെ കണ്ടപ്പോൾ സഫിയയുടെ മുഖത്ത് ആശ്വാസം.

"മുനീറാക്ക് ഒരാലോചന വന്ന കാര്യം പറഞ്ഞതാ."

"അതിനൊക്കെ ഇനി നാളെത്ര കിടക്കുന്നു. ബാപ്പാന്റെ ക്ഷീണമൊന്നു മാറട്ടെ. നീ ചെന്ന് കുളിച്ചിട്ടു വാ ആമീ. അതുവരെ ഞാനിവിടെ ഇരിക്കാം."

"ബാപ്പാക്ക് കഞ്ഞി തരട്ടേ?"

ആമി ചോദിച്ചു.

"ഇപ്പളല്ലേ ചായ കുടിച്ചത്. കുറച്ച് കഴിയട്ടെ. നീ ചെന്ന് കുളിച്ചോ."

ആമിന പോയപ്പോൾ സഫിയ ബാപ്പയെ കട്ടിലിൽ കിടത്തി. കസേര വലിച്ചിട്ട് അടുത്തിരുന്നു.

"ഞാനിന്നലെ രാത്രി ഇവിടെ നിക്കാത്തതിന് ബാപ്പാക്ക് പിണക്കമുണ്ടോ? പാതിരാവരെ ഞങ്ങള് രണ്ടാളും ഉണ്ടായിരുന്നു. ആടത്തെ സ്ഥിതി ബാപ്പാക്കറിയാലോ. എന്തിനും ഞാൻ കൂടെ നിക്കണം. കല്യാണം കഴിഞ്ഞു കുട്ടി ഒന്നായി. എന്നാലും ജസീലാക്ക് കുട്ടിക്കളി മാറീട്ടില്ല. ഓളെ പ്രായത്തില് ഞാനെന്തെല്ലാം ചെയ്തിരിക്കുന്നു!"

സഫിയ അങ്ങനെയാണ്. എപ്പോഴും എല്ലാവരോടും പരിഭവം. അവളുടെ ഉമ്മയും അങ്ങനെത്തന്നെ ആയിരുന്നു. ചെറിയ കാര്യം മതി പിണങ്ങാൻ. പെട്ടെന്ന് ഇണങ്ങുകയും ചെയ്യും. കല്യാണം കഴിക്കുമ്പോൾ കദീശുവിനു വയസ്സ് പതിനാല്. നിലാത്തിരി കത്തിച്ചതുപോലെ. പട്ടിലും പൊന്നിലും മൂടി അടിമുടി തിളങ്ങി, ഉദിച്ചുയരുന്ന പതിനാലാം രാവു പോലെ. ആ മുഖം ഇപ്പോഴും മനസിലുണ്ട്.

അവളുണ്ടായിരുന്നെങ്കിൽ ആമിനയ്ക്ക് ഈ ഗതി വരുമായിരുന്നില്ല. ജമാലുമായി പിണങ്ങിപ്പോരുക ആമിയുടെ പതിവാണ്. ഇനി അങ്ങോട്ടയക്കല്ലേ ബാപ്പാ. ഓരോ തവണയും അവൾ തർക്കം പിടിക്കും. അതൊക്കെ കുട്ടിത്തമായേ കണക്കാക്കിയുള്ളൂ. മാണിക്കോത്ത് ഹസ്സനാജിയുടെ മരുമകൻ മോശക്കാരനാണെന്ന് നാട്ടാരറിയരുതെന്നുണ്ടായിരുന്നു. അതുകൊണ്ടാണ് കണ്ടതും കേട്ടതും തിരുത്താൻ തുനിയാതെ മൂടിവയ്ക്കാൻ ശ്രമിച്ചത്. കദീശു ഉണ്ടായിരുന്നെങ്കിൽ ആമിയുടെ പക്ഷം

പറയാൻ ആളുണ്ടാകുമായിരുന്നു. ഇന്നിപ്പോൾ എല്ലാ കഥയും നാട്ടിൽ പാട്ടായി. ആമിനയുടെ ജീവിതം ദുരിതമായി.

ജമാലിനെ ഇഷ്ടമായിരുന്നു. ജമാൽ വീട്ടിലെത്തിയാൽ വീടുണരും. കളിയും ചിരിയും. കുട്ടികളെപ്പോലെ, സഫിയയുടെ ഭർത്താവ് അങ്ങനെയല്ല. വീട്ടിൽ അയാൾ എന്നും അന്യനായിട്ടേ പെരുമാറിയിട്ടുള്ളൂ. ഭാര്യയോടും കുട്ടികളോടും മാത്രമാണ് അടുപ്പം. ആമിന പോയതോടെ വീട്ടിൽ തനിയെ എന്ന തോന്നൽ ഏറി. തറവാട് തന്റെ പേരിൽ എഴുതിക്കണമെന്നു പറഞ്ഞു സഫിയ എന്നും കരിച്ചിൽ. അല്ലെങ്കിൽ കരീം ആ വീട്ടിൽ താമസിക്കില്ല. കരീം ഒന്നും നേരിട്ട് ആവശ്യപ്പെടാറില്ല. കാര്യം ശരിയാകുന്നതുവരെ സഫിയക്കും മറ്റുള്ളവർക്കും സ്വൈരം തരികയുമില്ല. ആകെ വിമ്മിട്ടപ്പെട്ട് ഇരിക്കുന്ന സമയത്താണ് ആമിന ഇങ്ങോട്ട് താമസം മാറ്റിയത്. അവൾ പുതിയ വീടുവച്ചപ്പോൾ താമസം അവളുടെ കൂടെയാക്കി.

“പൊര ഇത്താത്തയുടെ പേരിലെഴുതിക്കൊടുത്തേക്ക് ബാപ്പ. അല്ലെങ്കിൽ അളിയങ്ക ഇത്താത്തക്ക് സ്വൈരം കൊടുക്കൂലാ.” ആമിന ശുപാർശ ചെയ്തു.

“എന്റെ കാലശേഷം അവക്ക് എന്ന് എഴുതിവക്കാം. മരിക്കുന്നതുവരെ എനക്കും വേണ്ടേ ഒരു കൂര. മനുഷ്യരുടെ സ്ഥിതി കണ്ടവരാരുണ്ട്.”

അതിനുശേഷമാണ് അടങ്ങിയത്. ബാപ്പ അവളുടെ കൂടെത്തന്നെ താമസിക്കണമെന്നു പറഞ്ഞ് കുറേ കരഞ്ഞു. കേട്ടതായി നടിച്ചില്ല.

ജമാൽ പ്രത്യേക സ്വഭാവക്കാരനാണ്. പണം, സ്വത്ത് - എന്നിവയെക്കുറിച്ച് ചിന്തയേ ഇല്ല. കൈയിലുണ്ടെങ്കിൽ വാരിക്കോരി ചെലവാക്കും. ആർക്കു വേണ്ടിയും. ആമി വയനാട്ടിലായിരിക്കുമ്പോൾ ഇടയ്ക്ക് അവരുടെ കൂടെച്ചെന്ന് രണ്ടോ മൂന്നോ ദിവസം താമസിക്കുമായിരുന്നു. ആ വീടും ചുറ്റുപാടും ഇഷ്ടമായിരുന്നു. ജമാലിന്റെ പെരുമാറ്റവും. മനസ്സ് നിറഞ്ഞാണ് എന്നും മടങ്ങുക.

...പക്ഷേ, ഒരിക്കൽ മാത്രം പ്രതീക്ഷിക്കാത്ത കാഴ്ച കാണേണ്ടി വന്നു. അറിയിക്കാതെയാണ് ചെന്നത്. ബാംഗ്ലൂരിൽ നിന്നുള്ള മടക്കമായിരുന്നു. വയനാട്ടിലെത്തിയപ്പോൾ നേരമിരുട്ടി. കോടമഞ്ഞ്. ചുരമിറങ്ങേണ്ടെന്ന് പെട്ടെന്നാണ് തീരുമാനിച്ചത്. ഗേറ്റ് കടന്നപ്പോൾ ഓഫീസിൽ ലൈറ്റ് കണ്ടു. നേരെ അങ്ങോട്ടു ചെന്നു. അവിടത്തെ സ്ഥിതി കണ്ടപ്പോൾ കയറണ്ടായിരുന്നു എന്ന് തോന്നി. ജമാൽ ലഹരിയിൽ. കൂടെ ഒരു പെണ്ണും. വല്ലാത്ത ജാള്യം തോന്നി. വീട്ടിൽ ചെന്നപ്പോൾ ആമിന കരഞ്ഞു തളർന്നു മയങ്ങുന്നു. ബാപ്പയെ കണ്ടതും അണപൊട്ടി.

“പൊന്നാര ബാപ്പാ, എന്നെ ഇവിടന്ന് കയിച്ചലാക്കിത്താ. മതിയായി.”

“എന്താ കാര്യം?”

“ബാപ്പ പൊട്ടൻ കളിക്കണ്ട. ബാപ്പ ഓഫീസിൽ ചെന്ന വിവരം ഞാനറിഞ്ഞു. രണ്ടുദിവസമായി മൂപ്പരവിടെയാ കിടപ്പ്”

“ഏതിനും നേരം വെളുക്കട്ടെ.”

രാത്രി ഒരുപോള കണ്ണടയ്ക്കാൻ കഴിഞ്ഞില്ല. രാവിലെ പത്രം വായിച്ചുകൊണ്ടിരുന്നപ്പോൾ നിനച്ചിരിക്കാതെയാണ് ജമാൽ കാലിൽ വന്നു വീണത്. ലഹരി അപ്പോഴും ഇറങ്ങിയിട്ടില്ല. പിടിച്ചുയർത്തിയപ്പോൾ തോളിൽ വീണ് തേങ്ങി.

"എന്നോട് പൊറുക്കണം. ഒരു സ്വസ്ഥതയുമില്ല. വല്ലാത്ത ബേജാറ്. അറിയാതെ ഓരോന്നു ചെയ്തുപോവുന്നു."

"രാത്രി നേരത്ത് ആ പെണ്ണിനവിടെയെന്താ കാര്യം?"

"അവളവിടത്തെ ടൈപ്പിസ്റ്റാ... അർജന്റായി..."

"ഊം മനസിലായി. വെറുതെയല്ല ആമി രണ്ടും കൽപ്പിച്ച് ഇറങ്ങിയിരിക്കുന്നത്. ആട്ടേ, മനസിന് സുഖമില്ലാതിരിക്കാൻ കാരണമെന്താ? ഞാൻ നോക്കീട്ടു ഒന്നും കാണുന്നില്ലല്ലോ."

"ഉമ്മ അതുമിതും പറഞ്ഞ് സ്വൈരം തരില്ല. ഇവിടെ വന്നാൽ ആമിയുടെ വക..."

കേട്ടപ്പോൾ പാവം തോന്നി. കൂടെപ്പോരാൻ ഒരുങ്ങിനിന്ന ആമിയെ ഒരുവിധം സമാധാനിപ്പിച്ച് അവിടെത്തന്നെ നിർത്തി.

എന്തുചെയ്യുമ്പോഴും മറ്റുള്ളവരുടെ മുന്നിൽ നിരത്താൻ ജമാലിന് ന്യായങ്ങളുണ്ട്.

തന്റെ കാലം കഴിഞ്ഞാൽ ആമിയുടെ സ്ഥിതി എന്താകും? സഹായിക്കാൻപോലും ആരുമില്ല. ആമി സമ്മതിക്കുകയാണെങ്കിൽ തിരിച്ചു വരാൻ തയ്യാറാണെന്ന് പറഞ്ഞ് ജമാൽ ഈയിടയ്ക്കും ആളയച്ചിരുന്നു. മുമ്പും പലവട്ടം അയച്ചിട്ടുണ്ട്. കേട്ടപ്പോൾ ആമിക്ക് അരിശം.

"ചെരിപ്പോണ്ട് മുഖത്തടിക്കണം. അതു പറയാൻ ഇവിടെ വന്നവനെ. പണത്തിനു മുട്ടുവന്നിട്ടുണ്ടാകും. അതാ ആമിയെ ഓർമ്മ വന്നത്."

മുഖത്തു വെള്ളം തെറിച്ചപ്പോൾ കണ്ണു തുറന്നു. ആമി കുളികഴിഞ്ഞ് മുടി വേർപെടുത്തുകയാണ്. എന്തു ചേലുള്ള കുട്ടിയായിരുന്നു. വെളുത്തു തുടുത്ത് ഉമ്മയെപ്പോലെ... ഇപ്പോൾ ആകെ കോലംകെട്ടു. സുഖക്കേടൊഴിഞ്ഞ നേരമില്ല.

"എന്റെ കുട്ടി എക്കാലവും ഇങ്ങനെ സങ്കടപ്പെട്ട് തുണയില്ലാതെ..."

ഓർത്തപ്പോൾ ഇടനെഞ്ചിൽ സങ്കടം അണപൊട്ടി. പെട്ടെന്ന് കരളിലൊരു കൊളുത്തിവലി. ഇടതുകൈക്ക് തരിപ്പ്, വേദന. ആകെ ഒരു വെപ്രാളം. ശ്വാസം മുട്ടുന്നു.

"മോളെ... വയ്യല്ലോ... ബാപ്പാക്ക്. യാ ഇലാഹീ... യാ റസൂൽ..."

നാവു കുഴയുന്നു.

"ബാപ്പാ...'

പതിനാറ്

"കുളിപ്പിക്കാനെടുക്കണ്ടേ?"

ആരുടെയോ ചോദ്യം കേട്ട് ആമി കണ്ണുതുറന്നു. എവിടെയാണ്? ആരെ കുളിപ്പിക്കുന്ന കാര്യമാണ് പറയുന്നത്? കുട്ടികൾ? ബാപ്പായ്ക്ക് മരുന്നുകൊടുത്തോ? കട്ടിലിന് ചുറ്റും പെണ്ണുങ്ങൾ. കുന്തിരിക്കത്തിന്റെയും ചന്ദനത്തിരിയുടെയും മണം. ആരോ ഖുർആൻ ഓതുന്നുണ്ടോ? ബാപ്പ?

ബാപ്പയ്ക്ക് പെട്ടെന്നൊരു നെഞ്ചുവേദന വന്നത് മാറിയോ? അവളായിരുന്നല്ലോ ഡോക്ടർക്ക് ഫോൺ ചെയ്തത്. ഡോക്ടർ വന്നിരുന്നു. എന്തേ പറഞ്ഞത്?

"ബാപ്പയ്ക്ക് എങ്ങനെയുണ്ട്?"

കേട്ടതും കൂട്ടനിലവിളി.

"ബാപ്പ പോയി മോളേ... ഞമ്മക്കാരൂല്ലാ..."

ഇത്താത്തയുടെ ശബ്ദം തിരിച്ചറിഞ്ഞു.

"ബാപ്പ എവിടെപ്പോകാൻ? ആമിയെ ഒറ്റയ്ക്കാക്കി ബാപ്പ എങ്ങും പോകൂലാ..."

ആമിന നടുവകത്തേക്കോടി.

നടുവകത്ത് ഒത്ത നടുവിലായിട്ട ബെഞ്ചിൽ ബാപ്പ നീണ്ടു നിവർന്നു കിടക്കുന്നു. വെള്ളത്തുണികൊണ്ട് ഒട്ടാകെ മൂടിപ്പുതച്ചിട്ടുണ്ട്. ബാപ്പയ്ക്ക് ശ്വാസം മുട്ടില്ലേ? അവൾ ഓടിച്ചെന്ന് മുഖത്തെ തുണിമാറ്റി. ബാപ്പ ഉറങ്ങുകയാണ്; മുഖത്ത് ക്ഷീണമില്ല. ചുണ്ടിൽ പുഞ്ചിരി. കുട്ടിക്കാലത്ത് ആമിയെ കൊഞ്ചിക്കുമ്പോഴുള്ള ചിരി. പക്ഷേ, ബാപ്പയുടെ നെറ്റി തടവിയതും അവൾ ഞെട്ടിവിറച്ചു. ഐസുകട്ടപോലെ തണുത്തി

രിക്കുന്നു. അവളുടെ അകം ചുട്ടു പഴുത്തു. ശരീരം വിയർത്തു. ആരോ അടുത്തു വന്നു തോളിൽ കൈവച്ചു.

"മോളേ ആമീ സബൂർ. ഇത് എല്ലാരിക്കും ഉള്ളതല്ലേ. ഇന്നല്ലെങ്കിൽ നാളെ. ബാപ്പാനെ കുളിപ്പിക്കാനെടുക്കാൻ പോവ്വാണ്."

"വേണ്ട... തൊടരുത്... ബാപ്പ ഒറങ്ങുന്നതു കാണുന്നില്ലേ?"

"എന്റെ ബാപ്പാനെ കൊണ്ടോവണ്ടാ... എനക്കാരൂല്ലാ..."

ആമി അലമുറയിട്ടു.

"ആമീ ഒച്ചപ്പാടുണ്ടാക്കി ബാപ്പാന്റെ മനസ്സ് ബേജാറാക്കല്ലേ. മരിച്ചുകഴിഞ്ഞാപ്പിന്നെ മയ്യത്ത് എത്രയും വേഗം മണ്ണിനടിയിലാക്കാനുള്ള ഏർപ്പാട് നോക്കണമെന്ന് ബാപ്പ എപ്പളും പറയാറുള്ളതല്ലേ."

ഇത്താത്ത വന്ന് കൈപിടിച്ചു. അവൾ ഇത്താത്തയെ കെട്ടിപ്പിടിച്ച് സങ്കടം പറഞ്ഞു:

"ബാപ്പ മനസ്സ് നൊന്താ പോയത്. ഞാൻ കാരണം... ഞാനൊരുത്തിയാ എല്ലാറ്റിനും കാരണം... റബ്ബേ, എന്നെ നീയെന്താ വിളിക്കാത്തത്?"

"പൊന്നുമോളെ സബൂറാവ്..."

ആരൊക്കെയോ അവളെ അവിടന്ന് എഴുന്നേൽപ്പിച്ചു. അകത്തേക്ക് പോകാൻ അവൾ കൂട്ടാക്കിയില്ല.

"ഇവിടെയിരുന്നാ നീ അലമ്പുണ്ടാക്കും. അവുത്തുചെന്ന് കെടന്നോ."

"വേണ്ട..."

അവൾ കട്ടിലിന്റെ ചുവട്ടിലിരുന്നു. കട്ടിലിന്റെ നാലു കാലിനു ചുറ്റും നനഞ്ഞ തുണി ചുറ്റിയിരിക്കുന്നു. ഉറുമ്പരിക്കാതിരിക്കാൻ. അടുത്തിരുന്ന് മുസലിയാക്കന്മാർ ഈണത്തിൽ ഖുർആൻ ഓതുന്നുണ്ട്. കട്ടിലിന് താഴെ തകരപ്പാട്ടയിൽ മണ്ണിൽ കുത്തിനിർത്തിയ പുകയുന്ന ചന്ദനത്തിരി. കുന്തിരിക്കച്ചട്ടിയിൽ എരിയുന്ന കനൽ. കുന്തിരിക്കത്തിന്റെ പുക, മുറി മുഴുവൻ... ശ്വാസംമുട്ടുന്നു അവൾക്ക്. പുക കാരണം ബാപ്പയുടെ കണ്ണിൽ നിന്ന് വെള്ളം ഒഴുകുന്നുണ്ടോ?

ജനങ്ങളായ ജനങ്ങളെല്ലാം നടുവകത്ത് കൂടിയിട്ടുണ്ടോ? നടുവകം നിറയെ ആണുങ്ങൾ. ചുമലിൽ നിന്നൂർന്നുവീണ സാരി ആരോ വന്ന് നേരെ പിടിച്ചിട്ടു.

"തലപ്പൊന്ന് തലേലിട്ടു കൊടുത്താളി. കുട്ടിക്ക് ഒരോർമ്മേം കതേമില്ല."

പെണ്ണുങ്ങളാരോ പറഞ്ഞു.

"ഇനി താമസിക്കണ്ടാട്ടോ. ആരേയും വെറുതെയിട്ട് മിനക്കെടുത്തുന്നത് മൂപ്പർക്ക് തീരെ ഇഷ്ടമല്ല. ഇപ്പത്തുടങ്ങിയാൽ അസറിന് പള്ളിയിലെടുക്കാം."

ബാപ്പയെ പറഞ്ഞയക്കാൻ അളിയങ്കക്ക് തിരക്കായോ?

"കാണാനുള്ളോരൊക്കെ കണ്ടില്ലേ? കുളിപ്പിക്കാനെടുക്കട്ടേ?"

എല്ലാം കേട്ടിട്ടും ആമിനയ്ക്ക് അനങ്ങാനായില്ല. മുസലിയാക്കന്മാർ മുസഅബ് മടക്കി എഴുന്നേറ്റു. അതോടെ നടുവകം ഉറങ്ങി. ആരോ വന്ന് ദേഹം മൂടിയ തുണിമാറ്റി. ബാപ്പ അപ്പോഴും ഉറക്കം. അഞ്ചാറുപേർ

ചേർന്ന് ബാപ്പയെ കുളിമുറിയിലേക്കെടുത്തു കൊണ്ടുപോയി. ബാപ്പയെ കിടത്തിയ ബഞ്ചും അവർ പുറത്തേയ്ക്കെടുത്തു. കുളിമുറിയിലിട്ട ബഞ്ചിൽ അവർ ബാപ്പയെ കിടത്തും. സോപ്പും ചകിരിയുമിട്ട് തേച്ചു കുളിപ്പിക്കും. അന്യർ കുളിപ്പിക്കുന്നത് ബാപ്പയ്ക്കിഷ്ടമാവുമോ? കുളി കഴിഞ്ഞുവന്നാൽ എന്നും ആമിയാണ് ബാപ്പയുടെ പുറത്ത് യൂഡികൊ ളോൺ പുരട്ടിക്കൊടുക്കുന്നത്, പൗഡറിട്ട് തടവുന്നത്. കുളി കഴിഞ്ഞു വന്നു കട്ടിലിലിരുന്ന് നീട്ടി ഒരു വിളിയുണ്ട്. "ആമീ..." വീടു മുഴുവൻ കേൾക്കും. ഇന്നും ബാപ്പ വിളിക്കില്ലേ...?"

ബാപ്പയെ കുളിപ്പിക്കാൻ സ്വന്തക്കാരായി ആരാ ഉള്ളത്? ഇക്കാക്ക? മുമ്പേ പോയില്ലേ? ഇത്താത്തയുടെ ആൺമക്കൾ രണ്ടുപേരുണ്ടല്ലോ. രണ്ടുപേരും അന്യദേശത്താണ്. എത്തിയോ?

"ശംസു എത്തീലേ?"

വിങ്ങിപ്പൊട്ടുന്ന ഇത്താത്തയോട് ആമിന ചോദിച്ചു.

ഇത്താത്ത ഇല്ലെന്ന് തലയാട്ടി.

"മയ്യത്താരാ കുളിപ്പിക്കുന്നത്? എന്റെ ബാപ്പായ്ക്ക് ആരോരും ഇല്ലാ ണ്ടായല്ലോ..."

"നീ ഒന്ന് ബേജാറാവാണ്ടിരി. ബാപ്പാന്റെ നാട്ടീന്ന് സ്വന്തക്കാരെല്ലാം എത്തിയിട്ടുണ്ട്. അവര് നോക്കിക്കോളും ഇനിയുള്ള കാര്യങ്ങള്. നാട്ടിലെ പള്ളീല് മറമാടണമെന്ന് ബാപ്പ ഒസ്യത്ത് എഴുതിവച്ചിട്ടുണ്ട്."

ഇത്താത്ത സമാധാനിപ്പിച്ചു.

ആരൊക്കെയോ വന്ന് സമാധാനിപ്പിക്കുന്നുണ്ട്. അകത്തുചെന്ന് കിട ക്കാൻ പലരും നിർബന്ധിച്ചു. ആമിന അനങ്ങിയില്ല. ആമിനയുടെ കര ച്ചിൽ കേട്ടാൽ ബാപ്പയുടെ മനസ്സ് പിടയും. മരിക്കുന്നതുവരെ ബാപ്പ ആമി നയ്ക്കുവേണ്ടി വേദന തിന്നു. ഇനി മതി. ബാപ്പയുടെ ആത്മാവിനെങ്കിലും ശാന്തി കിട്ടട്ടേ. അവൾ മേശപ്പുറത്തിരുന്ന മുസഅബ് എടുത്തു നിവർത്തി.

"യാസീൻ... വൽഖുറ്ആനിൽ ഹഖീം..."

അവൾ പല ആവർത്തി യാസീൻ സൂറാ ഓതി. ഉറക്കെ ഈണ ത്തിൽ താളത്തിൽ നിർത്താതെ...

"കുട്ടി ലേശം അങ്ങട്ട് മാറി ഇരുന്നാളാ. കുളിപ്പിക്കല് കയിഞ്ഞു. പായവിരിക്കട്ടെ."

ആമിന ചുമരരികിലേക്ക് നീങ്ങിയിരുന്നു. മുസഅബ് മടക്കി മേശ പ്പുറത്തു വച്ചു.

ഒത്ത നടുവിലായി പായ വിരിച്ചു. പായയിൽ കോടിത്തുണി. അതിൽ നിറയെ കർപ്പൂരം വിതറി. പനിനീർ തളിച്ചു. അത്തർ പുരട്ടി. കുളിപ്പിച്ച് കോടി ഉടുപ്പിച്ചു കൊണ്ടുവന്ന ബാപ്പയെ കോടിത്തുണിയിൽ കിടത്തി. ബാപ്പ അപ്പോഴും ഉറക്കം. കൈയ് മാറത്ത് കെട്ടി വെച്ചിരിക്കുന്നു. താടി യിൽ കെട്ടുണ്ട്. അത്തർ കുപ്പി ഒന്നായി ബാപ്പയുടെ ദേഹത്ത് കമഴ്ത്തു ന്നു. അത്തറിന്റെ മണം ബാപ്പയ്ക്കിഷ്ടമല്ല. ടാറ്റാ യൂഡികൊളോണാണ് ബാപ്പ ഉപയോഗിക്കുന്നത്. അതിനു മീതെ കുട്ടിക്കൂറാ പൗഡറിടും.

ആമിക്ക് ഒന്നും തടയാൻ കഴിയുന്നില്ല. അനങ്ങാൻപോലും കഴിയുന്നില്ല.

അടുത്ത് വലിയ തട്ടത്തിൽ നിറയെ പഞ്ഞി. ബാപ്പയുടെ കൈവിരലുകൾക്കിടയിലും കാൽവിരലുകൾക്കിടയിലും പഞ്ഞിവയ്ക്കുന്നു. മൂക്കിലേയും ചെവിയിലേയും ദ്വാരങ്ങൾ പഞ്ഞിവച്ചടയ്ക്കുന്നു. മുഖം മൂടാനുള്ള പഞ്ഞി മാത്രം തട്ടത്തിൽ ബാക്കി.

“അവസാനക്കായ്ച്ച കാണാനുള്ളോരൊക്കെ വന്നോളീ.”

ആമിയുടെ കാലിൽ ആമം. അനങ്ങാൻ കഴിയുന്നില്ല.

ഓരോരുത്തരായി എത്തി. ഇത്താത്ത, മക്കൾ - മുനീറ. നസീറ, ബന്ധുക്കൾ. ഓരോരുത്തരുടെയും എണ്ണിപ്പെറുക്കൽ, തേങ്ങൽ, പൊട്ടിക്കരച്ചിൽ, കൂട്ടനിലവിളി. എല്ലാം ആമിന കേൾക്കുന്നുമുണ്ട്. ആമിനയുടെ കണ്ണുകൾ വരണ്ടിരിക്കുന്നു. ഒരു തുള്ളി കണ്ണീരില്ല.

“എല്ലാരും കണ്ടോ? മുഖം മൂടട്ടേ?”

“ആമി ഏടെ? അവസാനക്കായ്ച്ച കാണണ്ടേ മോളേ?”

ആമി എഴുന്നേറ്റു ചെന്നു ബാപ്പയുടെ നെറ്റിയിൽ ഉമ്മവച്ചു. കുട്ടിക്കൂറാ പൗഡറിന്റെ മണം... യൂഡി കൊളോണിന്റെ... ബാപ്പ ആമിയെ വിട്ട് എങ്ങും പോവില്ല. പഞ്ഞിവച്ച് ബാപ്പയുടെ മുഖം മൂടി. മീതെ കോടിത്തുണിയിട്ടു. മൂന്നു കെട്ടും കെട്ടി-കാലിൽ, തലയിൽ, വയറ്റിൽ.

“ആംബുലൻസ് എത്തിയില്ലേ?”

ആരോ ചോദിച്ചു.

“മയ്യത്ത് കട്ടിലെടുത്തോ.”

ആരൊക്കെയോ താങ്ങി ബാപ്പയെ മയ്യത്തു കട്ടിലിൽ കിടത്തി. കട്ടിലിന്റെ മൂടിയിട്ടു. മീതെ കസവുതട്ടം. “അൽഫാത്തിഹ” മുസലിയാർ ഫാത്തിഹായും മറ്റു സൂറകളും ഓത് ദ്വാ എരന്നു. ബാക്കിയുള്ളവർ ഏറ്റു ചൊല്ലി “ആമീൻ” പറഞ്ഞു.

“ദിക്കറ് തുടങ്ങിക്കോളീ.”

“ലാഹിലാഹ ഇല്ലല്ലാഹ് മുഹമ്മദ് റസൂലല്ലാഹ്...”

അള്ളാഹു ഒഴികെ മറ്റൊരു ഇലാഹുമില്ല. മുഹമ്മദ് അവന്റെ റസൂലാകുന്നു.

അനേകംപേർ ഏറ്റുചൊല്ലിയ അതുവരെ ഒച്ചയും അനക്കവുമില്ലായിരുന്ന വീടുണർന്നു. “ലാഹിലാഹാ ഇല്ലല്ലാഹ്...”

ആമിനയുടെ ചുണ്ടുകളും ഏറ്റുചൊല്ലി.

ആരൊക്കെയോ ബാപ്പയുടെ മയ്യത്തുകട്ടിൽ തോളത്തേറ്റുന്നു. അവർ പുറത്തേക്കിറങ്ങി.

“എന്തിരുപ്പാ ആമി ഇത്? ബാപ്പ പോകുന്നത് കാണുന്നില്ലേ?”

ആമിനക്ക് അനക്കമില്ല.

“വല്ലിപ്പ പോയുമ്മാ... ദാ ഗേറ്റ് കടന്നു...”

നസീറ ഉമ്മയെ കെട്ടിപ്പിടിച്ച് അലമുറയിട്ടപ്പോൾ ആമിന ഉണർന്നു... അവള് തല ചുമരിലിട്ടടിച്ച് നിലവിളിച്ചു...

“നേരാ... എന്റെ ബാപ്പ പോയി... ആമി ഒറ്റയ്ക്കായി...”

പതിനേഴ്

അടുക്കള നിറയെ പണിക്കാരുണ്ട്. എങ്കിലും, മരുമകൻ വീട്ടിലുണ്ടെങ്കിൽ എല്ലാറ്റിലും സ്വയം മേൽനോട്ടം നടത്തിയാലേ തൃപ്തിയുള്ളൂ. കല്യാണം കഴിഞ്ഞ് മാസം രണ്ടു മൂന്നായെങ്കിലും മരുമകനെ വിരുന്നൂട്ടി കൊതി തീർന്നില്ല. ജീവിതത്തിന്റെ ഗതി തന്നെ മാറിയതുപോലെ. ബാപ്പയുടെ മരണത്തോടെ എല്ലാം തീർന്നെന്ന് തോന്നിയിരുന്നു. ഇപ്പോൾ മോഹങ്ങൾക്ക് വീണ്ടും നാമ്പ് വിടരുന്നു. നല്ല മനുഷ്യപ്പറ്റുള്ളവൻ. ആരോടും അടുക്കാത്ത നസീറപോലും മൂപ്പരുമായി പെട്ടെന്നിണങ്ങി.

വിരുന്നും സൽക്കാരവും മരുമകന് ഇഷ്ടമല്ല. കുറയ്ക്കാമെന്നല്ലാതെ അതൊക്കെ തീരെ വേണ്ടെന്നു വയ്ക്കാനാവുമോ? അടുത്ത ബന്ധുക്കൾ സ്നേഹത്തോടെ വന്നുവിളിക്കുമ്പോൾ അയക്കാതിരിക്കുന്നതെങ്ങനെ? നാട്ടുനടപ്പ് നോക്കണ്ടേ? കല്യാണം കഴിഞ്ഞ് കുറച്ച് നാളെങ്കിലും മരുമകന് വിരുന്നൊരുക്കാൻ അമ്മായിക്ക് ആശ കാണില്ലേ? പത്തും പലതുമില്ലല്ലോ.

"ഉമ്മ ഒന്നിങ്ങോട്ടു വരേ?"

"എന്താ മുനീറ? ഇങ്ങട്ട് വാ. പുതിയാപ്ലന്റെ കുളി കഴിഞ്ഞില്ലേ?"

"ഉമ്മ കൊറേ നേരായല്ലോ അടുക്കളേല് പാടുകെടക്കണു. മേശ നിറച്ചും അതുമിതും നിരത്തണ്ടാന്നു ഞാൻ ഇന്നലേം പറഞ്ഞതല്ലേ?"

"അതിനുമാത്രം കോളെന്താ ഉള്ളത്? വെറും ഇറച്ചിയും പത്തിരിയും മാത്രമെങ്ങനാ പുതിയാപ്ലയ്ക്ക് വെളമ്പുന്നത്? ഞാനത് ശീലിച്ചിട്ടില്ല."

"കൊറച്ചു ദിവസത്തേക്ക് അവരുടെ വീട്ടിൽച്ചെന്ന് നിൽക്കാമെന്നു

പറയുന്നു."

"നീയെന്തു പറഞ്ഞു?"

"ഉമ്മാനോടു ചോദിക്കട്ടേന്ന് പറഞ്ഞു."

"പുതിയാപ്ലന്റെ ഇഷ്ടംപോലെ ചെയ്തോട്ടെ."

"ബാപ്പയെ ഒന്നുപോയി കാണണമെന്ന് പറയുന്നു."

കേട്ടപ്പോൾ തൊണ്ടയിൽ വിതുമ്പൽ. പ്രയാസപ്പെട്ടു പറഞ്ഞു:

"നിങ്ങളുടെ ഇഷ്ടം പോലെ ആയിക്കോ."

നിറഞ്ഞ കണ്ണുകൾ മകൾ കാണാതിരിക്കാനായി മുഖം കുനിച്ച് പത്തിരി തേങ്ങാപ്പാലിൽ മുക്കി പ്ലെയിറ്റിൽ വിളമ്പി.

ഊണു മുറിയിലെത്തിയപ്പോഴേക്ക് മരുമകൻ തിന്നാനിരുന്നു കഴിഞ്ഞിരുന്നു. വിളമ്പിക്കൊടുക്കുന്നതിൽ മാത്രം ശ്രദ്ധിച്ചു.

ചായകുടി കഴിഞ്ഞ് കൈയ് കഴുകുമ്പോൾ അയാൾ പറഞ്ഞു:

"മുനീറയുടെ ബാപ്പായെ ഒന്നു ചെന്നു കാണണമെന്നുണ്ട്. അമ്മായിക്ക് വിരോധമില്ലാലോ."

മനസ്സ് പിടഞ്ഞു. തല ചുറ്റുന്നു. പുറം തിരിഞ്ഞുനിന്ന് മേശപ്പുറത്തെ പാത്രങ്ങൾ ഓരോന്നായി അടുക്കി.

പുറത്തേക്കിറങ്ങുമ്പോൾ പറഞ്ഞു:

"ഇന്നു വൈകുന്നേരം ഞങ്ങള് വീട്ടിലേക്കു പോവും. ഇടയ്ക്ക് ഇങ്ങോട്ടു വരാം."

വെറുതെ തലയാട്ടി.

കുറച്ചു കഴിഞ്ഞപ്പോൾ മോട്ടോർ ബൈക്ക് സ്റ്റാർട്ടാക്കുന്ന ഒച്ച കേട്ടു. വീട്ടിൽ രണ്ടു കാറുണ്ട്. പുതിയ ഫിയറ്റ് കാർ മുനീറയ്ക്കുവേണ്ടി വാങ്ങിയതാണ്. അവർക്ക് കാറു വേണ്ട. സ്വന്തം ബൈക്കിലേ എങ്ങും പോകൂ. അതിന്റെ കാതടപ്പിക്കുന്ന ഒച്ച കേൾക്കുന്നതുതന്നെ പേടിയാണ്. മുനീറയെ അതിന്റെ പിന്നിലിരുത്തിപ്പോകുന്നത് കാണുമ്പോൾ ചങ്കിടിക്കാറുണ്ട്. കല്യാണം കഴിഞ്ഞയുടനെ നാടുകാണാൻ പുറപ്പെട്ടപ്പോൾ പോലും കാറെടുക്കാൻ മടിച്ചു. ഏറെ നിർബന്ധിച്ചിട്ടാണ് സമ്മതിച്ചത്.

അതൊന്നും അത്ര കാര്യമാക്കാനില്ല. കാലം ചെല്ലുമ്പോൾ എല്ലാം പഴകും. പക്ഷേ, പെട്ടെന്ന് മുനീറയുടെ ബാപ്പയെ ചെന്നു കാണണമെന്ന് തോന്നാൻ എന്താ കാരണം? അതാണ് പിടികിട്ടാത്തത്. ഒന്നും മൂടിവച്ചല്ല കല്യാണം നടത്തിയത്. എല്ലാം തുറന്നു പറഞ്ഞിരുന്നു. വിവാഹം കഴിഞ്ഞ് ഇത്രയും നാളായിട്ടും ബാപ്പയെക്കുറിച്ച് അവരാരും ഇതുവരെ ഒരുവാക്കും മിണ്ടിയിട്ടില്ല. മുനീറയോടും അതിനെക്കുറിച്ച് ഒന്നും ചോദിക്കാറില്ലെന്ന് അവളും പറഞ്ഞിരുന്നു. പിന്നെന്താ ഈ മാറ്റത്തിന് കാരണം? അവിടെച്ചന്നാൽ എന്തെല്ലാമായിരിക്കും പറയുക?

വല്ലാത്ത ക്ഷീണം. മേശപ്പുറത്ത് തലചായ്ച്ചു. കണ്ണ് നിറഞ്ഞൊഴുകി.

"എന്താമ്മാ സുഖമില്ലേ?"

"ഒന്നുമില്ല. പുതിയാപ്ല ഇന്നെന്താ ഒരു മാതിരി?"

"ബാപ്പയുടെ നാട്ടുകാരൻ ഒരു മാഷ് പുതുതായി കോളജിൽ വന്നിട്ടുണ്ട്. അയാള് ഉമ്മയെപ്പറ്റി എന്തൊക്കെയോ പറഞ്ഞത്രെ."

"യാ ഇലാഹി, ഞാനെന്താ ഇക്കേക്കണത്?"

ഉറക്കെ കരഞ്ഞുപോയി.

"ഇന്നലെ എന്നോടും തട്ടിക്കയറി. ഇവിടെ സ്ഥിരമായി താമസിക്കണമെന്ന പൂതി വേണ്ടാന്നു പറഞ്ഞു."

"സാരല്ല മോളെ. ഉമ്മയ്ക്ക് ഇതെല്ലാം കേട്ടു ശീലമായി. എന്റെ കുട്ടി ഇതൊന്നും കാര്യാക്കണ്ട."

"ഉമ്മ വെറുതെ അതുമിതുമാലോചിച്ച് മനസ്സ് പുണ്ണാക്കണ്ട. രണ്ടു ദേവസം കഴിയുമ്പോ മൂപ്പരതങ്ങ് മറക്കും."

മകളുടെ വാക്കുകൾ മനസ്സ് തണുപ്പിച്ചു. അവൾ പോയിട്ട് കുറേ നേരം അവിടത്തന്നെ ഇരുന്നു. ബിയ്യാത്തുട്ടി അടുത്തുവന്നു നിന്നതറിഞ്ഞില്ല.

"എന്തിരുപ്പാ ഇത്താത്താദ്? ഒന്നും തിന്നതൂല്യാലോ. മൊകറൊക്കെ വല്ലാതായീന്."

അവൾ നിർബന്ധിച്ച് ഒരു ഗ്ലാസ് പാലു കുടിപ്പിച്ചു. എണീറ്റ് അടുക്കളയിലേക്ക് നടന്നു. ചെന്നു നോക്കിയില്ലെങ്കിൽ ഒന്നും വേണ്ടതുപോലെയാവില്ല.

"വല്യമോള് പുതിയാപ്ലന്റെടെ വിരുന്നു പാർക്കാൻ പോണെന്നു പറഞ്ഞു. അദ്യായിറ്റ് വിരുന്നു പോകുമ്പം വെറും കൈയും കൊണ്ടാ അയയ്ക്കണത്?"

"അതു നേരാ. അക്കാര്യം ഞാൻ മറന്നു. ഒരു ചട്ടിപ്പത്തിരി കൊടുത്തയച്ചാലോ?"

"ചട്ടിപ്പത്തിരി മാത്രമായിട്ടെങ്ങിനാ? ചേപ്രയല്ലേ?"

"മട്ടംപോലെ ചെയ്യ്. സാധനം എന്താച്ചാ വേണ്ടത് വാങ്ങിത്തരാൻ മമ്മതിനോട് പറ."

പ്രത്യേകിച്ച് പണിയൊന്നുമില്ലെങ്കിലും വെറുതെ ഒരിടത്തിരിക്കാൻ സമയം കിട്ടാറില്ല. ബാപ്പയുടെ മരണത്തോടെ ചുമലിലെ ഭാരം ഇരട്ടിച്ചു. കണ്ണും കാതും എല്ലായിടത്തും എത്തിയില്ലെങ്കിൽ കളവും ചതിയും തന്നെ. ജീവിതം വഴിമുട്ടി നിന്ന ഒരു കാലമുണ്ടായിരുന്നു. ആശയറ്റ് മിണ്ടാട്ടവും ഉരിയാട്ടവുമില്ലാതെ ഒരേ കിടപ്പ്. കണ്ണീര് തോർന്ന നേരമില്ല. അതിൽനിന്ന് കരകയറാൻ വേണ്ടിയാണ് ബാപ്പ നിർബന്ധിച്ച് എസ്റ്റേറ്റിൽ കൊണ്ടുപോയത്. കൂടെ നടത്തി ഓരോന്നും പഠിപ്പിച്ചു. അതിപ്പോൾ അനുഗ്രഹമായി. ആരേയും ആശ്രയിക്കാതെ എല്ലാക്കാര്യങ്ങളും ഒറ്റയ്ക്ക് നടത്തിക്കൊണ്ടു പോകുന്നു. ആശ്രയത്തിന് ആരാണുള്ളത്...?

എന്നാലും ബാപ്പ അത്ര പെട്ടെന്ന്... കൊല്ലം രണ്ടു കഴിഞ്ഞു. ഓരോ കാര്യം ചെയ്യുമ്പോഴും ബാപ്പയെ ഓർക്കും.

"നിനക്ക് എന്തിന്റെ കേടാ ആമീ? നീ അവരെ പൊര കണ്ടീനോ?കോയിക്കൂട് പോലുണ്ട്. അളിയങ്കയ്ക്ക് തീരെ ഇഷ്ടമായി

ട്ടില്ല. ബാപ്പ ഉണ്ടായിരുന്നെങ്കിൽ തീർച്ചയായും ഇത് സമ്മതിക്കൂല."

മുനീറയുടെ വിവാഹാലോചനക്കാര്യം പറഞ്ഞപ്പോൾ ഇത്താത്ത എതിർത്തു.

"ബാപ്പ എന്റെ ഇഷ്ടത്തിന് എതിരു നിക്കൂലാ."

"നിന്റെ ഇഷ്ടംപോലെയേ നീ നടത്തൂ. ഗുണോം ദോഷോം നീ തന്നെയാ അനുഭവിക്കേണ്ടത്. ഒരിത്താത്തേം അളിയങ്കയും ഉണ്ടായിട്ട് ഒന്ന് അന്വേഷിച്ചോ എന്ന് നാട്ടാരെക്കൊണ്ട് പറയിക്കാൻ ഇടവരുത്ത രുത്."

"ഇത്താത്ത ഒന്നും ബേജാറാവണ്ട. മുനീറാക്ക് ഒരു കുറവും വരുത്തൂലാ അവര്. അത്ര നല്ല കൂട്ടരാ. ഇത്താത്തയും അളിയങ്കയും ആളായിനിന്ന് ഇക്കല്യാണം സന്തോഷായി നടത്തിത്തരണം."

"ഞാൻ മൂപ്പരോടു പറയാം. പൈസ ഉണ്ടെങ്കില് കല്യാണം നടത്താനാ പാട്?"

അവർ രണ്ടുപേരും ആളായിനിന്ന് വിവാഹം അന്തസായിത്തന്നെ നടത്തി. ഒന്നു ചെലവാക്കേണ്ടിടത്തു പത്തു ചെലവാക്കിച്ചു. സാരമില്ല. എല്ലാം ഭംഗിയായി നടന്നല്ലോ. ആശിച്ചതുപോലെ.

മനസ്സ് തണുത്തു. അകം നിറഞ്ഞു. പക്ഷേ... പരീക്ഷണങ്ങൾക്ക് ഇനിയും അവസാനമില്ലെന്നോ? ആലോചിച്ചിരുന്ന് തല പുണ്ണാക്കാൻ നേരമെവിടെ?

ഈ തിരക്ക് ഒരു കണക്കിന് ഒരാശ്വാസമാണ്. വെറുതെ മുനിഞ്ഞിരുന്ന് ഓരോന്നാലോചിച്ചിട്ട് എന്ത് നേട്ടം? എല്ലാം വിധിപോലെ വരും.

പതിനെട്ട്

ഉണർന്നതും മുനീറ കോളിങ്ബെല്ലിന്റെ സ്വിച്ച് പരതി. നീട്ടിയൊരു ബെല്ലടിച്ചിട്ടാണ് എന്നും കുളിമുറിയിലേക്കു നടക്കുക. തിരിച്ചു വരുമ്പോഴേക്കും പണിക്കാരികളാരെങ്കിലും ചായയുമായി എത്തിയിരിക്കും. പെട്ടന്ന് സ്ഥലകാലബോധം വന്നു. ഇത് ഭർത്താവിന്റെ വീടാണ്. തുറന്ന ജനലിൽക്കൂടി വെയിൽനാളങ്ങൾ എത്തിനോക്കുന്നു. ടൈംപീസിൽ നോക്കി. മണി എട്ട്.

അവൾ തട്ടിപ്പിടഞ്ഞെണീറ്റു. ഭർത്താവ് നേരത്തേ എണീറ്റുപോയിരിക്കുന്നു. സ്ലീവ്‌ലെസ് നൈറ്റിയുടെ മീതെ ഹൗസ്കോട്ടെടുത്തിട്ടു. പല്ലു തേയ്ക്കണമെങ്കിൽ പുറത്തുപോകണം. കുളിമുറി ഊൺതളത്തിലാണ്. ബുദ്ധിമുട്ടായി. കല്യാണത്തിനുശേഷം ഒരു ദിവസം മാത്രമാണ് ഇവിടെ താമസിച്ചത്. ഇടയ്ക്കിടെ രാവിലെ വന്ന് വൈകുന്നേരം തിരിച്ചു പോവുകയാണ് പതിവ്. അതുകൊണ്ടുതന്നെ ഒന്നും പരിചയപ്പെടാനിടയായിട്ടുമില്ല.

കുളിമുറിയിൽ ചെന്നു നോക്കിയപ്പോൾ പൈപ്പിൽ വെള്ളമില്ല. എന്തുചെയ്യണമെന്നറിയാതെ പരുങ്ങി. പതുക്കെ അടുക്കളയിലേക്ക് ചെന്നു. ഭർത്താവിന്റെ ഉമ്മ അടുക്കളയിൽ പണിത്തിരക്കിലാണ്. വാതിൽക്കൽ നിൽക്കുന്നതുകണ്ട് ഉമ്മ ചോദിച്ചു.

"പല്ലുതേച്ചില്ലേ മോളേ? ഫ്ളാസ്കിൽ ചായയുണ്ട്. ഒഴിച്ച് കുടിച്ചോ."

"പൈപ്പിൽ വെള്ളമില്ല."

"ആ ഇന്നലെ പൈപ്പിൽ വെള്ളം വന്നില്ല. മുഹമ്മദാലി കിണറ്റിൻകരയിലുണ്ട്. അങ്ങോട്ടു ചെല്ല്."

ഹൗസ്കോട്ടിന്റെ അറ്റം കൈകൊണ്ടുയർത്തിപ്പിടിച്ച് മുറ്റത്തേക്കി

റങ്ങി. ഭർത്താവ് വെള്ളം കോരി പാത്രങ്ങളിൽ നിറയ്ക്കുന്നു. ബാപ്പ ചെടി നനയ്ക്കുകയാണ്. കിണറ്റിൻകരയാകെ ചളിപിളിയായി കിടക്കുന്നു. ഇറങ്ങിച്ചെല്ലാൻ അറപ്പുതോന്നി. മടിച്ചു നിൽക്കുന്നതു കണ്ടിട്ടാകണം അദ്ദേഹം പറഞ്ഞു:

"മദാമ്മയ്ക്കു ഇപ്പോഴാ നേരം വെളുത്തത്? വേഗം വാ. വെള്ളം കോരാൻ സഹായിക്ക്."

വെള്ളംകോരാൻ അറിയില്ലെന്നു പറയാൻ വിഷമം തോന്നി. ഇതുവരെ വെള്ളം കോരേണ്ടിവന്നിട്ടില്ല. വീട്ടിൽ രണ്ടു കിണറുണ്ട്. രണ്ടിലും മോട്ടോർ വച്ചിട്ടുണ്ട്. കിണറ്റിൻ കരയിൽ ഉയരത്തിൽ കെട്ടിയ ടാങ്ക്. കിണറ്റിൽനിന്ന് വെള്ളം പമ്പുചെയ്ത് ടാങ്കിൽ കയറ്റും. പൈപ്പിൽ എപ്പോഴും വെള്ളം. പൈപ്പിൽ വെള്ളമില്ലെങ്കിൽ "മമ്മദേ മോട്ടറിട്" എന്നു കുളിമുറിയിൽ നിന്നുതന്നെ വിളിച്ചുകൂവുകയാണ് പതിവ്. മോട്ടറിടാൻ മറന്നതിന് മമ്മദിനെ രണ്ടു ചീത്ത പറയാനും മടിക്കാറില്ല. മുഖത്തെ അമ്പരപ്പു കണ്ടിട്ടാകണം അദ്ദേഹം പറഞ്ഞു:

"ഇന്നു ഞാൻ കോരിത്തരാം. നാളെ മുതൽ നേരത്തെ എണീറ്റ് എല്ലാം ഒറ്റയ്ക്ക് ചെയ്തോളണം."

ബക്കറ്റിലെ വെള്ളം കുളിമുറിയിൽ വെച്ചിട്ടു തിരക്കുകൂട്ടി:

"ഒന്ന് വേഗം നോക്ക് സാറേ, ഉമ്മ ഒറ്റയ്ക്ക് അടുക്കളയിൽ കിടന്ന് നട്ടം തിരിയുന്നത് കാണുന്നില്ലേ? ഇതൊക്കെ എന്നെങ്കിലും പഠിക്കണ്ടേ?"

"ഇക്കാക്ക എന്തിനാ അവരെ വെറുതെ ബേജാറാക്കണത്? ഉമ്മയെ ഞാൻ സഹായിച്ചോളാം. സൗകര്യംപോലെ ചെയ്താ മതീട്ടോ" - അവിടെ എത്തിയ ജമീല സമാധാനിപ്പിച്ചു.

"നിനക്ക് കോളേജില്ലേ?"

"ഇതൊക്കെ കഴിഞ്ഞിട്ടല്ലേ ഞാൻ എന്നും കോളേജിൽ പോണത്. ഇന്ന് എന്നെക്കൂടി ബൈക്കിൽ കേറ്റണേ ഇക്കാക്ക."

"അങ്ങനെ വരട്ടെ. വെറുതെയല്ല നീയിവളെ മണിയടിക്കുന്നത്. ശരി ശരി വേഗമാവട്ടെ."

ജമീല കോക്രി കാണിച്ചുകൊണ്ട് ഒരോട്ടം.

കുളിമുറിയിൽ കയറി വാതിലടച്ചപ്പോൾ കണ്ണുനിറഞ്ഞു. സിമന്റിട്ട പരുപരുത്തനിലം. ഒരു വാഷ്ബെയ്സിൻ പോലുമില്ല. തുപ്പുമ്പോൾ കാലിൽ തെറിക്കുന്നു. സ്വന്തം അറയിലെ മാർബിൾ പതിച്ച കുളിമുറിയും മാച്ചിങ് ബാത്ത്ടബ്ബും ബെയ്സിനുമൊക്കെ ഓർമ്മയിലെത്തി. ഉമ്മയോട് അരിശം തോന്നി. കല്യാണം നിശ്ചയിക്കുന്നതിനു മുമ്പ് ഈ വീടൊന്ന് വന്നു കാണാൻ തോന്നിയില്ലല്ലോ. വല്യുപ്പ ഉണ്ടായിരുന്നെങ്കിൽ? ഇനി ഇവിടെത്തന്നെ സ്ഥിരമായി താമസിക്കേണ്ടി വരും. എങ്ങനെ അഡ്ജസ്റ്റ് ചെയ്യുമെന്നോർത്താണ് പേടി. ഓർത്തുനിന്ന് നേരം പോയതറിഞ്ഞില്ല. വെയിലുദിച്ചുയർന്നു. ഇനി കുളിച്ച് സുബഹി നിസ്കരിക്കാനൊന്നും നേരമില്ല. പല്ലുതേപ്പു കഴിഞ്ഞതോടെ ഹൗസ്കോട്ടും നൈറ്റിയും ആകെ നനഞ്ഞു. അദ്ദേഹം വാതിൽക്കൽ കാവൽ.

"ഹലോ ഞങ്ങക്ക് ആകെ ഒരു കുളിമുറിയേ ഉള്ളു എന്ന് മറന്നോ?"

ഒന്നും മിണ്ടാതെ മുറിയിൽ കയറി വാതിൽ കുറ്റിയിട്ടു. നൈറ്റി മാറ്റി ഒരു കോട്ടൺ ചുരിദാർ എടുത്തിട്ടു. മുടി കോതി മിനുക്കി.

തളത്തിലെത്തിയപ്പോൾ ജമീല ചായയുമായി കാത്തിരിക്കുന്നു. രുചിച്ചു നോക്കി. നല്ല ചായ. രാവിലെ നല്ല ചായ കിട്ടിയില്ലെങ്കിൽ ആ ദിവസം പോക്കാണ്. വീട്ടിലാവുമ്പോൾ ചായകുടി കഴിഞ്ഞാൽ സിറ്റൗട്ടിൽ ചെന്നിരുന്നു പേപ്പർ വായിക്കാറാണ് പതിവ്. അടുക്കളയിൽ എത്തിനോക്കാറുപോലുമില്ല. ഉമ്മയോ ബിയ്യാത്തയോ പലവട്ടം വന്നു വിളിച്ചാലാണ് ആഹാരം കഴിക്കാൻ ചെല്ലുക. ബിയ്യാത്ത എല്ലാം മേശപ്പുറത്തു വച്ച് കാത്തിരിക്കുന്നുണ്ടാവും. ഓരോന്നും അടുത്തുനിന്ന് തീറ്റിക്കും. എന്തെങ്കിലും വേണ്ടെന്നു പറഞ്ഞാൽ നീട്ടിയൊരു വിളിയാണ്.

"ഇത്താത്ത ദ് കണ്ടോ? വല്യമോള് ഒന്നും തിന്നാണ്ടെ പോവാമ്പോണ്."

ഉമ്മ നല്ല മൂഡിലല്ലെങ്കിൽ ശകാരം ഉറപ്പാണ്. അതു പേടിച്ച് ബിയ്യാത്തുമ്മയുടെ വായപൊത്തും. വേണ്ടെങ്കിലും നുള്ളിപ്പെറുക്കിത്തിന്നും. കുറേ ബിയ്യാത്ത കാണാതെ മേശക്കടിയിലേക്കിടും. ഇവിടെ ഉമ്മയും ജമീലയും അടുക്കളിയിൽ പണിയെടുക്കുമ്പോൾ കോലായിൽ പേപ്പറും വായിച്ചിരിക്കുന്നത് ഉചിതമല്ലെന്നു തോന്നി.

"ഞാനെന്താ ചെയ്യേണ്ടത്?"

"ഇവിടെ പണിയെല്ലാം തീർന്നു. മോള് ചെന്ന് കുളിച്ചോ."

"ഞാൻ പിന്നെ കുളിച്ചോളാം."

വെള്ളം കോരേണ്ട കാര്യമോർത്താണ് അങ്ങനെ പറഞ്ഞത്.

"ഇവിടെ പണിക്ക് ആരേം കിട്ടില്ലേ?"

ചോദിച്ചതിനു ശേഷമാണ് അബദ്ധമാണെന്നു തോന്നിയത്.

"ആളെക്കിട്ടും. ഞാൻ നിർത്താറില്ല. ഇവിടത്തെ പണി എനക്ക് ഒറ്റയ്ക്ക് ചെയ്യാനുള്ളതേയുള്ളൂ. ചെറുപ്പം മുതലേ പണിയെടുത്ത് ശീലമുണ്ട്. ഇപ്പോളാണെങ്കിൽ സഹായത്തിന് ജമീലയുമുണ്ട്. ഇന്നുമുതൽ തിരുമ്പാനും പാത്രം കഴുകാനും ഒരുത്തിയോട് വരാമ്പറഞ്ഞിട്ടുണ്ട്."

ഭർത്താവ് വിളിക്കുന്നതു കേട്ട് മുറിയിലേക്കു ചെന്നു. അദ്ദേഹം കുളികഴിഞ്ഞ് ഡ്രസ് മാറുകയാണ്.

അവളെക്കണ്ടപ്പോൾ പറഞ്ഞു:

"കുളിമുറിയിൽ വെള്ളം കോരി വച്ചിട്ടുണ്ട്. കുളിച്ചോളൂ. നീ വെള്ളം കോരാനൊന്നും പോണ്ട. ഇവിടത്തെ പൈപ്പുവെള്ളത്തെ നമ്പാൻ വയ്യാത്ത സ്ഥിതിയാണ്. നിനച്ചിരിക്കാതെയാണ് വരളുന്നത്. നമുക്ക് കിണറ്റിൽ ഒരു പമ്പ് ഫിറ്റ് ചെയ്തുകളയാം. കുറച്ചു ദിവസത്തേക്ക് ഒന്ന് അഡ്ജസ്റ്റ് ചെയ്യ്. ഓരോന്നായി ശരിയാക്കാം."

ഒന്നും മിണ്ടാൻ കഴിഞ്ഞില്ല.

"ഉമ്മയെ കാണാഞ്ഞിട്ട് സങ്കടമുണ്ട്, അല്ലേ?"

വെറുതെ തലയാട്ടി.

"ഈ ആഴ്ച നമുക്ക് ബാപ്പയെ കാണാൻ പോണം."

"ഞാനില്ല. ഉമ്മയെപ്പറ്റി ബാപ്പയുടെ നാട്ടുകാരൻ പറഞ്ഞതൊന്നും നിങ്ങൾ വിശ്വസിക്കരുത്. ബാപ്പയുടെ ബന്ധുക്കൾ ഉമ്മയെപ്പറ്റി പണ്ടും നല്ലതൊന്നും പറഞ്ഞിട്ടില്ല. പാവം ഉമ്മ. നിങ്ങൾ പറഞ്ഞതുകേട്ട് ഒരു പാട് കരഞ്ഞു. എന്റെ ഉമ്മായ്ക്ക് കരയാൻ മാത്രമാ വിധി. വല്ലിപ്പ മരിച്ച ശേഷം കണ്ണീര് തോർന്ന നേരമില്ലായിരുന്നു. കല്യാണം കഴിഞ്ഞ് നിങ്ങ ളവിടെ താമസമാക്കിയപ്പോഴാണ് ഉമ്മയുടെ മുഖത്ത് ചിരി കണ്ടത്. ഇനി നമ്മളായിട്ട്..."

മുഴുമിക്കാനാകാതെ വിതുമ്പി. അദ്ദേഹം ചേർത്തുപിടിച്ച് കണ്ണീർ തുടച്ചിട്ട് പറഞ്ഞു:

"സോറി മോളേ. ഇന്നലെ പെട്ടെന്നങ്ങിനെ പറഞ്ഞുപോയതാണ്. വിഷമിക്കല്ലേ. ഞാൻ കാരണം നീയും ഉമ്മയും കണ്ണീര് കുടിക്കേണ്ടിവ രില്ല. നമുക്ക് ഇടയ്ക്കിടെ ചെന്ന് ഉമ്മയുടെ കൂടെ താമസിക്കാം."

"ഇക്കാക്കാ ചായ റെഡി."

ജമീല വിളിച്ചതുകേട്ട് അവർ ഊൺതളത്തിലേക്കു ചെന്നു. മേശ പ്പുറത്ത് വെള്ളയപ്പവും മുട്ടക്കറിയും പഴവും മറ്റുമായി ഉമ്മ കാത്തിരി ക്കുന്നു. ഉമ്മതന്നെ എല്ലാവർക്കും വിളമ്പി.

"ഇവളുടെ വീട്ടിൽ രാവിലെയും ഉച്ചയ്ക്കും രാത്രിയിലും കോഴി തന്നെ. പല രൂപത്തിലുള്ള കോഴികൾ പ്ലെയിറ്റിൽ എണീറ്റുനിന്ന് എന്റെ നേരേ പടയ്ക്കു വരുന്നതായി തോന്നും. നിന്റെ വീട്ടിലെ നിർത്തിപ്പൊ രിച്ച കോഴിയേക്കാൾ എനിക്കിഷ്ടം എന്റെ ഉമ്മയുടെ തേങ്ങയരച്ച മുട്ട ക്കറിയാണ്. ഹാ! എന്താ സ്വാദ്!"

"മതിയാക്കെടാ. അതിന് ഒരു സൈ്വരം കൊടുക്കൂല. കേട്ടോ മോളേ, ഇവൻ കോയിക്കൊതിയനാ. ഇവര് രണ്ടാളും തരം കിട്ടിയാൽ ഇപ്പളും കോയിക്കാലിന് അടികൂടും. അവിടന്ന് പത്രാസ് കളിച്ചത് നോക്കണ്ട."

"അള്ളോ, ഇക്കാക്ക ചമ്മിപ്പോയി. എന്തിനാ വെറുതെ വടികൊ ടുത്ത് അടി വാങ്ങാൻ നടക്കണത്? വല്യ മാഷാത്രേ."

ജമീല പരിഹസിക്കുന്നതു കേട്ട് അവളും ചിരിച്ചു.

"നീ പോടി. നീയാ കൊതിച്ചി. എന്നാലും ഉമ്മാ ഇത്ര വേണ്ടീ ര്ന്നില്ല. നിങ്ങളെന്നെ ഇപ്പീക്കിരിപ്പെണ്ണിന്റെ മുന്നിലിട്ട് നാറ്റിക്കളഞ്ഞു. ഇവളെ മുഖത്ത് ഞാനിനി എങ്ങനെ നോക്കും?"

"നീ മുഖത്തു നോക്കണ്ടെടാ. കാലിൽ നോക്കി നടന്നാ മതി."

കുളികഴിഞ്ഞെത്തിയ ബാപ്പയുടെ കമന്റ്: "മോളെന്താ ഒന്നും തിന്നാത്തത്?"

ഉപ്പയുടെ ചോദ്യം കേട്ട് തല ഉയർത്തി. ഓരോന്നാലോചിച്ച് ഇരു ന്നുപോയി. ആങ്ങളയും പെങ്ങളും അപ്പോഴേക്ക് എഴുന്നേറ്റു പോയിരു ന്നു. കൈകഴുകി ഉമ്മറത്തെ അരമതിലിൽ ചെന്നിരുന്നു. കൈയിൽ പുസ്തകങ്ങളുമായി ജമീല ഇറങ്ങിവന്നു. അപ്പോഴാണ് മുറ്റത്ത് കുന്തി ച്ചിരുന്ന് ബൈക്ക് തുടച്ചു മിനുക്കുന്ന ഭർത്താവിനെ കണ്ടത്.

"മണ്ടൂസേ, ഇപ്പണിയെങ്കിലും രാവിലെ എണീറ്റാൽ ചെയ്തു തന്നൂടേ?"

"ഞാൻ തുടച്ചു മിനുക്കിത്തരാം. പക്ഷേ ഒരു കാര്യമുണ്ട്. എന്നെ ബൈക്കിന്റെ പിന്നിലിരുത്തി കോളേജിൽ ഇറക്കിത്തരണം. കോളേജിലെത്താറാകുമ്പോൾ ബൈക്കു പറപ്പിച്ചു ചെത്തണം."

"പോടീ. നീ തുടയ്ക്കണ്ട. ഒരു ചെത്തുകാരി വന്നിരിക്കുന്നു. എടീ അധികം വിലസിയാലുണ്ടല്ലോ. നാളെത്തന്നെ പിടിച്ചു കെട്ടിച്ചുകളയും. പറഞ്ഞില്ലാന്നു വേണ്ട. നീയെന്താ മുനീറ ഒരുഷാറില്ലാതെ. വൈകുന്നേരം നമുക്കൊരു സിനിമയ്ക്കു പോയാലോ?"

"നല്ല ഐഡിയാ. ഇക്കാക്ക ഞാനുണ്ട്."

"വേണ്ട. ഞങ്ങള് രണ്ടാളും മാത്രം."

"ഓ, പെണ്ണുകെട്ടുമ്പളത്തിന് സ്റ്റൈല് കണ്ടില്ലേ? വണ്ടി വിടാൻ നോക്ക്. ഇപ്പത്തന്നെ ലേറ്റായി. ഇത്താത്ത ബൈ."

രണ്ടുപേരും കൈവീശി യാത്ര പറഞ്ഞു.

അവൾ വെറുതെ അവിടെയെല്ലാം ചുറ്റി നടന്നു. ചെറുതാണെങ്കിലും ഭംഗിയുള്ള പൂന്തോട്ടം പലതരം പൂക്കൾ.

"മോളേ, ഞാൻ മാർക്കറ്റിൽ പോവ്വാണ്. എന്തെങ്കിലും വാങ്ങാനുണ്ടോ?"

ബാപ്പയുടെ ചോദ്യംകേട്ട് അമ്പരന്നു. ബാപ്പ സഞ്ചിയും തൂക്കി മാർക്കറ്റിൽ പോവുക! ഇറച്ചിയും മീനും വാങ്ങുക!

"മോളേ, എന്തെങ്കിലും വേണോ?"

വീണ്ടും ചോദിച്ചപ്പോൾ ഇല്ലെന്നു തലയാട്ടി.

"ഈ വെയിലത്തെന്തിനാ മുറ്റത്തിറങ്ങി നടക്കുന്നത്? മണി പന്ത്രണ്ടടിച്ചു. കുളിക്കുന്നില്ലേ?"

ഉമ്മ വിളിച്ചു ചോദിച്ചപ്പോൾ അകത്തേക്കു ചെന്നു. ഊണ് കഴിഞ്ഞ് പാത്രമെടുക്കാൻ തുനിഞ്ഞപ്പോൾ ഉമ്മ തടഞ്ഞു.

"അവിടെ വെച്ചേക്ക്. പണിക്കു വന്ന പെണ്ണ് കഴുകിക്കോളും."

ആശ്വാസമായി. തിന്ന പാത്രം കഴുകുക! ഓർക്കുമ്പോൾ അറപ്പു തോന്നും. കട്ടിലിൽ ചെന്നുകിടന്നു. ഉന്നക്കിടക്കയ്ക്ക് ഒട്ടും മാർദ്ദവമില്ല. പതുപതുപ്പുള്ള ഡൺലപ്പ് മെത്തയിൽ കിടന്നാണ് ശീലം. ഉമ്മയെയും നസീറയെയും ഓർമ്മവന്നു. ഉടനെ കാണണമെന്നും തോന്നി. മനസിലൊരു വിങ്ങൽ. വെറുതെ കണ്ണടച്ചു കിടന്നു.

"മോളേ ആരാ വന്നതെന്നു നോക്ക്."

ബാപ്പ വിളിച്ചു പറയുന്നതു കേട്ട് ഉറക്കച്ചടവോടെ ഉമ്മറത്തേക്കു ചെന്നു. മമ്മൂട്ടിയെക്കൊണ്ടു കാറിൽനിന്ന് സാധനങ്ങൾ ഇറക്കിവപ്പിക്കുകയാണ് ഉമ്മ. നസീറ ഓടിവന്ന് കൈപിടിച്ചു. കണ്ണുനിറഞ്ഞു. പഴക്കുലകളും രണ്ടുമൂന്ന് ചാക്കുകെട്ടുകളും സ്റ്റീൽതൂക്കുകളുമൊക്കെ നിരത്തിയപ്പോൾ വരാന്ത നിറഞ്ഞു. അവൾ മുഖം നിറയെ ചിരിയുമായി മുറ്റത്തേക്കിറങ്ങി ഉമ്മയുടെ കൈപിടിച്ച് അകത്തേക്കു നടന്നു. അപ്പോഴാണ് മുറ്റത്ത് ബൈക്കിന്റെ ഒച്ച കേട്ടത്.

"എന്താ അമ്മായി ഇത്? മരുമോനെക്കൊണ്ട് പലചരക്കു പീടിക തുറപ്പിക്കാനുള്ള പരിപാടിയുണ്ടോ?"

പത്തൊൻപത്

ഒരു ഇറ്റാലിയൻ ബൊമ്മ ജോലിക്കാരിപ്പെണ്ണിന്റെ കൈയിൽനിന്ന് താഴെ വീണ് നുറുങ്ങി.

"തുടയ്ക്കുന്നതു കണ്ടപ്പോഴേ ചങ്കിടിച്ചതാ. നുറുങ്ങിപ്പോയല്ലോ. പോ അസത്തേ. നീ പൊടി തുടയ്ക്കണ്ട. ചെന്ന് കുളിമുറി കഴുക്."

ആമിന പെണ്ണിന്റെ ചെവി പിടിച്ചു തിരുമ്മി.

പുത്തൻ മുറിയായിട്ടും പഴമയുടെ ഗന്ധം. മകളുടെ കിടപ്പറ വിതാനിക്കുമ്പോൾ ഇങ്ങനെയൊന്നുമല്ല കരുതിയത്. മകളും ഭർത്താവും ഇവിടെ സ്ഥിരമായി താമസിക്കും, വീടിന് നാഥനുണ്ടാകും എന്നൊക്കെ മോഹിച്ചുപോയി. മുനീറയും ഭർത്താവും അവരുടെ വീട്ടിലേക്ക് താമസംമാറ്റിയപ്പോൾ മനസ്സ് കുറച്ചൊന്നുമല്ല നൊന്തത്.

മുറിയാകെ പൊടിപിടിച്ച് അലങ്കോലമായി കിടക്കുന്നു. കുറച്ചു ദിവസത്തേക്ക് ഇങ്ങോട്ടു വരുന്നുണ്ടെന്നു മുനീറ ഫോൺ ചെയ്തിരുന്നു. കേട്ടപ്പോൾ ഉത്സാഹം. ജോലിക്കാരെ ഒറ്റയ്ക്കാക്കിയാൽ ശരിയാവില്ല. എന്തിനും കൂടെ നിൽക്കണം. എന്നിട്ടെന്താ കാര്യം? ആ പെണ്ണ് നല്ലൊരു ബൊമ്മ ഉടച്ചുകളഞ്ഞില്ലേ? മുനീറയുടേതായിരുന്നു അത്. അവൾ പരിഭവം പറയും തീർച്ച.

ജനൽകർട്ടൻ നിറം മങ്ങിപ്പോയി, മുനീറ വീട്ടിലില്ലാത്തതുകാരണം ഈ മുറിയിൽ ആരും വരാറേയില്ല. നരച്ച കർട്ടൻ മാറ്റിക്കളയാം.

"മമ്മതേ, മാറാല അടി കഴിഞ്ഞെങ്കിൽ ആ കർട്ടനൊന്ന് മാറ്റിയിട്. നിങ്ങളെല്ലാരും ഇന്ന് ഇതിനകത്തു തന്നെ കൂടാൻ തീരുമാനിച്ചോ? അടുക്കളയിലൊന്നും ആയില്ലേ?"

ആമിന തിരക്കുകൂട്ടി. മുനീറയുടെ അലമാര തുറന്നു. നിറയെ അട്ടി വച്ചിരിക്കുന്ന പട്ടുസാരികളുടെ പുറത്ത് പൂപ്പൽ. ഓരോന്നായി പുറത്തെടുത്ത് പൂപ്പൽ തുടച്ചു. പലതും ഉപയോഗിച്ചിട്ടില്ല. മുനീറ വല്ലപ്പോഴുമാണ് ഇവിടെ വരുന്നത്. അവൾ കോട്ടൺ സാരികളും ചുരിദാറുമാണ് ഉപയോഗിക്കുക. അവൾക്ക് ഇഷ്ടപ്പെട്ടത് കുറേശ്ശെയായി ഭർത്താവിന്റെ വീട്ടിലേക്ക് കൊണ്ടുപോയി.

ഭർത്താവിന്റെ വീട്ടിലെ അസൗകര്യങ്ങളെക്കുറിച്ച് ആദ്യമൊക്കെ അവൾക്ക് എന്നും പരാതിയായിരുന്നു. ഇപ്പോൾ അവിടത്തെ വിശേഷം പറയാനേ അവൾക്ക് നേരമുള്ളൂ. മുഖത്തു തെളിച്ചം. ആകെയൊന്നു തുടുത്തു. അവൾ രണ്ടുമാസം ഗർഭിണിയാണ്. ഛർദ്ദിയും അരുതായ്മയും കണ്ട് അമ്മായിഅമ്മ നിർബന്ധിച്ച് ഇങ്ങോട്ട് അയയ്ക്കുകയാണ്. പേരക്കുഞ്ഞുണ്ടാകാൻ പോകുന്നു! കണ്ണുനിറഞ്ഞു.

"എന്നാലും ബാപ്പയെ അവിടെ ഒറ്റയ്ക്കാക്കേണ്ടിയിരുന്നില്ല."

മുനീറയുടെ ബാപ്പയെ കണ്ടുവന്നപ്പോൾ മരുമകൻ പറഞ്ഞു.

"എന്റെ കഴിവിനപ്പുറം ഞാൻ നോക്കി. ജിന്നും ഇഫ്‌രീത്തും ഒന്നും അല്ലാല്ലോ! ഒരു സാധാരണ പെണ്ണ്. ക്ഷമ കിട്ടീല. എല്ലാം തലവിധിയാന്ന് കൂട്ടിക്കോളീ."

അവിടത്തെ വിശേഷങ്ങൾ അയാൾ തന്നെയാണ് വിവരിച്ചു തന്നത്. ബാപ്പയേയും ഉമ്മയേയും എങ്ങനെയെങ്കിലും ഇണക്കണമെന്ന മോഹവുമായാണത്രേ ചെന്നത്. കുറെ ബെല്ലടിച്ചപ്പോൾ ഒരു ചെറുക്കൻ വന്ന് വാതിൽ തുറന്നു. അവന് ആളെ മനസിലായില്ല. ഓഫീസിലേക്കു ചെല്ലാൻ പറഞ്ഞു.

"പുതിയാപ്ലയെ കണ്ടപ്പോ മനസിലായോ? മുനീറ ഫോട്ടോ അയച്ചിരുന്നല്ലോ, കല്യാണഫോട്ടോ."

"ആദ്യം ആളറിഞ്ഞില്ല. പറഞ്ഞപ്പോ മനസിലായി. പിന്നെ സൽക്കാരത്തിന്റെ ബഹളം."

"ആമി പോയതിൽ പിന്നെ ഇതാണാകെ ആശ്വാസം." ഗ്ലാസ് ഉയർത്തിക്കാണിച്ച് പറഞ്ഞത്രേ.

"ഞാൻ വന്ന സമയം ശരിയായില്ല. പിന്നീടൊരിക്കൽ വരാം." എന്നു പറഞ്ഞ് തടിതപ്പാൻ ശ്രമിച്ചിട്ട് വിട്ടില്ല.

"അങ്ങനെ പോകാൻ പറ്റില്ല. ആദ്യമായി ഇവിടെ വന്നിട്ട്... നോ... ലഞ്ചിവിടെ... ആരാടാ... കാദറേ..."

"ലഞ്ചുണ്ടാക്കാൻ വീട്ടിലാളില്ലല്ലോ. ഞാൻ മുനീറയെയും കൂട്ടി വരാം."

യാത്ര ചോദിച്ചപ്പോൾ തടഞ്ഞുവച്ച് പയ്യാരം പറഞ്ഞു. കരച്ചിലും ബഹളവും. വിശേഷങ്ങൾ പറയുമ്പോഴും അദ്ദേഹത്തിന്റെ മുഖത്തുവല്ലായ്മ. സ്വന്തം മരുമകന്റെ മുന്നിൽ ലക്കില്ലാതെ. അതും ആദ്യമായി കാണുമ്പോൾ. മുമ്പും പിമ്പും നോക്കാതെ ഓരോന്നു കാട്ടിക്കൂട്ടി. ഇപ്പോൾ അനുഭവിച്ചു തീർക്കട്ടെ. കൊല്ലങ്ങളോളം പൊറുത്തും സഹിച്ചും കൂടെക്കഴിഞ്ഞു. കുറ്റവും കുറവും ആരും അറിയരുതെന്നു കരുതി മൂടിവച്ചു.

ഇപ്പോൾ വരുന്നവരോടും പോകുന്നവരോടും ഭാര്യയുടെ കുറ്റം നിരത്തിക്കാണിക്കുന്നു. എന്നിട്ടും മറ്റുള്ളവർ അയാളെ ദുഷിക്കുമ്പോൾ കരളിൽ കൊള്ളുന്നു.

ചെറുപ്പം മുതൽ ഉമ്മയുടെ കണ്ണീര് കണ്ടാണ് മക്കൾ വളർന്നത്. അതുകൊണ്ട് രണ്ടുപേർക്കും പ്രായത്തിൽ കവിഞ്ഞ പക്വത.

ഭർത്താവിന്റെ വീട്ടിലെ ഇടത്തരം ജീവിതവുമായി പൊരുത്തപ്പെടാൻ മുനീറയ്ക്ക് പ്രയാസമുണ്ടായില്ല. വീട്ടുജോലികൾ ഒന്നും ശീലിച്ചിട്ടില്ലാത്ത മുനീറ അത്യാവശ്യം വെപ്പുപണിവരെ പഠിച്ചിരിക്കുന്നു. ഇവിടെ ആയിരുന്നപ്പോൾ ഒരു ഗ്ലാസ് വെള്ളം സ്വന്തമായി എടുത്തു കുടിക്കില്ല.

"നിങ്ങൾ നസീറയെ എന്നെപ്പോലെ വളർത്തല്ലേ ഉമ്മ. അവളെ വെപ്പുപണിയൊക്കെ പഠിപ്പിക്കണം. അവനവന്റെ വീട്ടിലെ പണിചെയ്യുന്നതുകൊണ്ട് ഒരു കുറവും വരൂലാ."

കഴിഞ്ഞതവണ മുനീറ വന്നപ്പോൾ പറഞ്ഞതുകേട്ട് മൂക്കത്ത് വിരൽവച്ചുപോയി.

സ്വന്തം വീട്ടിലെ പണികൾ ചെയ്യുന്നത് മാനക്കേടാണെന്ന് ഒരിക്കലും കരുതിയിട്ടില്ല. ഓർമ്മവച്ച നാൾ മുതൽ വീട്ടിൽ നിറയെ പണിക്കാരുണ്ട്. അതുകൊണ്ട് ചെറുപ്പം മുതലേ പണിയൊന്നും ചെയ്തു ശീലമില്ല. ഇപ്പോൾ വേണമെന്നു വച്ചാലും ഒന്നും വയ്യാതായിരിക്കുന്നു. ഇന്നത്തെപോലെ വീട്ടുപണിക്ക് ആളെ കിട്ടാൻ പ്രയാസമില്ലായിരുന്നു. ഒരു നേരമെങ്കിലും വയറുനിറയെ ആഹാരം കഴിക്കുന്നവർ ചുരുക്കം. മൂന്നു നേരത്തെ ആഹാരം. രണ്ടു പെരുന്നാളിനും കോടി. കെട്ടിക്കുമ്പോൾ കാതിലും കഴുത്തിലും പൊന്ന്. അത്യാവശ്യം കല്യാണച്ചെലവുകൂടി കിട്ടിയാൽ അവർക്ക് അതൊരനുഗ്രഹമായി.

കാലം ഒരുപാട് മാറി. കാലത്തിനൊത്തു മാറാൻ മനസ്സ് കൂട്ടാക്കുന്നില്ല. മറ്റുള്ളവരെക്കൊണ്ടു കുറ്റവും കുറവും പറയിക്കരുതെന്ന് നിർബന്ധമുള്ളതുകൊണ്ട് കഴിയുന്നതും ഒതുങ്ങിയാണ് ജീവിക്കുന്നത്. എന്നിട്ടും പലരും പഴിപറയുന്നു. നാഥനില്ലാത്തവളാകുമ്പോൾ ആർക്കും എന്തും പറയാമല്ലോ. എത്ര മോശക്കാരനായാലും ഒരാൾ താങ്ങിനുണ്ടാവുക തന്നെ വേണം. മനസിലാക്കിയപ്പോഴേക്കും വൈകിപ്പോയില്ലേ?

മുനീറയുടെ വിവാഹം സ്വന്തം ഇഷ്ടപ്രകാരമാണ് നടത്തിയത്. എതിർപ്പുകൾ കുറച്ചൊന്നുമല്ല നേരിട്ടത്. തീരുമാനം തെറ്റിപ്പോയോ എന്നുപോലും സംശയിച്ചു. ഇല്ലെന്ന് ഇപ്പോൾ ബോധ്യമായി. മുനീറയുടെ സ്വത്തിലും പണത്തിലും അവർ യാതൊരു താല്പര്യവും കാണക്കാറില്ല. മുനീറയുടെ വിവാഹം നിശ്ചയിച്ചപ്പോൾ അങ്ങനെയല്ല കരുതിയത്. തന്റെ സ്വത്തുക്കൾക്ക് മേൽനോട്ടം നടത്താൻ ഒരാളുണ്ടല്ലോ എന്നാശ്വസിച്ചിരുന്നു.

രണ്ടാമത്തവൾ നസീറയുടെ വിവാഹവും രണ്ടുമൂന്നു വർഷത്തിനകം നടത്തണം. പത്താം ക്ലാസ് ജയിച്ചാൽ രണ്ടുകൊല്ലമെങ്കിലും കോളേജിൽ പഠിപ്പിക്കണം. ആൾക്കാരുമായി ഇടപഴകട്ടെ. ലോകമെന്തെന്ന് അറിയട്ടെ. മുനീറ പഠിക്കാൻ മോശമായിരുന്നു. പത്തിൽ

തോൽക്കുകയും ചെയ്തു. നസീറ നന്നായി പഠിക്കും. പഠിച്ച് ഡോക്ടറാകണമെന്നും പറഞ്ഞാണ് നടപ്പ്. നസീറയുടെ കാര്യമാകുമ്പോൾ അവളോടാലോചിക്കാതെ ഒന്നും തീരുമാനിക്കുന്നത് ശരിയാവില്ല. മുനീറയെപ്പോലെ ഉമ്മ പറഞ്ഞതെല്ലാം കണ്ണുമടച്ച് അനുസരിക്കുന്ന ടൈപ്പല്ല. അവൾക്ക് അവളുടേതായ രീതികളാണ്. ആരോടും അധികം അടുപ്പമില്ല. നല്ല വേഷങ്ങളണിയുന്നതും ആഭരണങ്ങൾ കെട്ടി നടക്കുന്നതും ഇഷ്ടമല്ല. എല്ലാറ്റിനോടും ഒരുതരം എതിർപ്പ്. ഉമ്മ പണം വാരിക്കോരി ചെലവാക്കുന്നു എന്നാണ് അവളുടെ പരാതി. മുനീറയുടെ വിവാഹത്തിന് ഡ്രസ് എടുത്തത് കണ്ട് അവൾ മുഖം വീർപ്പിച്ചു.

"എന്തിനാ ഇങ്ങനെ അനാവശ്യമായി വാങ്ങിക്കൂട്ടുന്നത്?"

"എന്താ മോളേ ഇങ്ങനേ? ഇത്താത്താന്റെ കല്യാണമല്ലേ, എത്രായിരം ആൾക്കാരുണ്ടാകും. നമ്മുടെ നിലയും വിലയും നോക്കണ്ടേ?"

"അന്യരുടെ മുന്നിൽ വലിപ്പം കാണിക്കാൻ പണം ചെലവാക്കിയാൽ പടച്ചോൻ പൊറുക്കില്ല. നമ്മൾ അനാവശ്യമായി ചെലവാക്കുന്ന ഓരോ പൈസയ്ക്കും പടച്ചവനോടു കണക്കു പറയേണ്ടിവരും."

കേട്ടപ്പോൾ കലി വന്നു. വിരലിനോളം പോന്നില്ല. ന്യായം പറയുന്നു. കൈയിലുള്ളതു മുഴുവൻ ദാനം ചെയ്താൽ എങ്ങനെ കഴിഞ്ഞുകൂടും? സമ്പാദിച്ചു കൊണ്ടുവരാൻ ആൺതുണപോലുമില്ല. കാരണവന്മാരിൽ നിന്ന് കിട്ടിയത് നശിക്കാതെ നോക്കണ്ടേ? ബാപ്പ മുമ്പും പിമ്പും നോക്കാതെ സ്വന്തം സുഖം തേടിപ്പോയി. കഴിഞ്ഞുകൂടാനുള്ള വക ഉണ്ടായിരുന്നതുകൊണ്ട് മക്കളെ വളർത്താൻ ആരുടെ മുന്നിലും കൈനീട്ടേണ്ടിവന്നില്ല. ലോകമെന്തെന്നറിയാത്ത കുട്ടിക്ക് ഇതുവല്ലതും പറഞ്ഞാൽ മനസിലാകുമോ? ഈ കുട്ടി എന്താ ഇത്ര ചെറുപ്പത്തിലേ ഇങ്ങനെ ആയിപ്പോയത്. പ്രായത്തിനു ചേരാത്ത പുസ്തകങ്ങളാണ് എപ്പോഴും വായിച്ചുകൂട്ടുന്നത്. ഏതു നേരവും മുറിയടച്ചിരുന്ന് വായനതന്നെ.

ആഡംബരമൊക്കെ ഒഴിവാക്കണമെന്നുണ്ട്. ചെറുപ്പം മുതൽക്കേ ശീലിച്ചത് പെട്ടെന്നൊരു ദിവസം നിർത്താനാവുമോ? നസീറയുടെ കല്യാണംകൂടി കഴിയട്ടെ. എന്നിട്ട് വേണം ഹജ്ജിന് പോകാൻ. കുറച്ചെന്തെങ്കിലും ദാനധർമ്മങ്ങൾക്കായി നീക്കി വയ്ക്കുകയും വേണം. അല്ലാതെ ഇവൾ പറയുന്നതുപോലെ കയ്യിലുള്ളതു മുഴുവൻ മറ്റുള്ളവർക്ക് വീതിച്ചു കൊടുത്തിട്ട് തെണ്ടാനിറങ്ങാൻ വയ്യ. കുറച്ചൊരു വാട്ടം തട്ടിയെന്നു കണ്ടാൽ ആൾക്കാർ പറഞ്ഞു ചിരിക്കും. ചവിട്ടിത്തേക്കും.

മുറിയിൽ ഒച്ചയും അനക്കവുമില്ല. പണിക്കാർ മുറി വൃത്തിയാക്കൽ കഴിഞ്ഞുപോയിരിക്കുന്നു. ആലോചിച്ചു നിന്നു നേരം പോയതറിഞ്ഞില്ല. മുറി പൂട്ടി താഴത്തേക്കിറങ്ങുമ്പോൾ ഫോൺ റിങ്ങ് ചെയ്യുന്നതുകേട്ടു. താഴെ എത്തുമ്പോഴേക്ക് മമ്മത് ഫോൺ എടുത്തിരുന്നു.

"ആരാടാ?" സ്റ്റെപ്പിറങ്ങുമ്പോൾ ചോദിച്ചു.

"കുഞ്ഞിമോളെ സ്കൂളീന്നാ..."

"ഇങ്ങുതാ... ഹലോ ഹെഡ്മിസ്ട്രസ്സോ... മോള് മയങ്ങിവീണോ? ഓർമ്മയില്ലേ... മെഡിക്കൽ കോളേജിൽ... എന്റെ കുട്ടിക്കെന്തുപറ്റി റബ്ബേ..."

ഇരുപത്

"**പു**റത്ത് കാറ് വന്നുനിന്ന ഒച്ചകേട്ടല്ലോ. ആരാ വന്നത്? ആമി..."

എണീറ്റ് ജനലരികിൽ ചെന്നു. മഴ കോരിച്ചൊരിയുന്നു. ജനലിൽക്കൂടി വെള്ളം അകത്തേക്കടിച്ചു കയറി. ഭയങ്കര കാറ്റ്. ജനൽ പാളി ആഞ്ഞടഞ്ഞു. കണ്ണാടിച്ചില്ല് നാലുപാടും ചിതറി. എന്തൊക്കെയോ ഇടിഞ്ഞുപൊളിഞ്ഞു വീഴുന്നു.

"എടാ കാദറേ, എടാ ഹമുക്കേ..."

ജമാൽ ഉറക്കെ വിളിച്ചു. മറുപടിയില്ല. ജനലടയ്ക്കാൻ ശ്രമിച്ചു. കാറ്റ് പിറകോട്ടു വലിക്കുന്നു. പുറത്ത് കൂരിരുട്ട്. കൂറ്റൻ മരങ്ങൾ കാറ്റിൽ ആടിത്തിമർക്കുന്നു. കൊള്ളിയാൻ മിന്നി. പേടിച്ച് പിറകോട്ട് മാറി. മാവിന്റെ ചില്ലയാണെന്നു തോന്നുന്നു. ഭയങ്കര ശബ്ദത്തോടെ ഒടിഞ്ഞു വീണു. ഇടിവെട്ടിയപ്പോൾ അയാൾ ഞെട്ടി വിറച്ചു.

"എടാ കാദറേ ഇച്ചെക്കനെ ഒരത്യാവശ്യത്തിനു വിളിച്ചാൽ കിട്ടില്ലല്ലോ."

വീണ്ടും വിളിച്ചു. അനക്കമില്ല. അകത്തേക്കു നടന്നു. പെട്ടെന്നാണ് വെള്ളത്തുള്ളികൾ മുഖത്തു വീണത്.

"ആരാടാ അത്? മേത്തേക്ക് വെള്ളമൊഴിക്ക്യാ"

ചുറ്റും നോക്കി. ആരുമില്ല. മേലോട്ട് നോക്കിയപ്പോഴാണ് കണ്ടത്. മോന്തായത്തിൽ നിന്ന് വെള്ളം ഇറ്റിറ്റു വീഴുന്നു. കഴുക്കോലിലെന്താ ചുറ്റിപ്പിണഞ്ഞു കിടക്കുന്നത്. ഒന്നല്ല രണ്ടല്ല... അനേകം പാമ്പുകൾ അയാളെ നോക്കി ചീറ്റുന്നു. എന്തായിത്? ഒന്നോ രണ്ടോ ഓടല്ലേ പൊട്ടിയുള്ളു. പാമ്പായ പാമ്പെല്ലാം വീട്ടിനകത്താണോ?

പൊട്ടിയ ഓടുകൾ മാറ്റിയിടണമെന്ന് എത്ര ദിവസമായി ഹംസ യോട് പറയുന്നു. അവനെവിടെ നേരം?

അവൻ മുതലാളി ആയില്ലേ. വിളിക്കാനയച്ചാൽ വരാൻ നേരമില്ല. ഗതികെട്ടപ്പോഴാണ് അവന്റെ വീട്ടിൽ ചെന്നത്. കണ്ടപ്പോൾ അത്ഭുതം തോന്നി. ഓടിട്ട ഇരുനില മാളിക. കോൺക്രീറ്റ് ചെയ്ത മുറ്റം. പൂന്തോട്ടം. മുറ്റത്തൊരു കാറ് കിടക്കുന്നു. അകത്ത് ആരോ ഉറക്കെ സംസാരിക്കുന്നു. വരാന്തയിൽ കയറി ഉറക്കെ വിളിച്ചു.

"ഹംസേ, എടോ ഹംസേ..."

ആരെയും കണ്ടില്ല. അകത്തേക്കു ചെന്നു. രണ്ടുപേരിരുന്ന് ചായ കുടിക്കുന്നു. ചാരുകസേരയിൽ കാലിന്മേൽ കാൽ കയറ്റിവച്ചിരുന്ന് ന്യായം പറയുകയാണ് ഹംസ. തടിച്ചു കൊഴുത്തിരിക്കുന്നു.

"നീയെന്നാടാ മുതലാളി ആയത്! വിളിച്ചാലും പറഞ്ഞാലും നിന്നെ കിട്ടാതായല്ലോ."

അവന്റെ മുഖം വിളറി.

"പൊറത്ത് ബെല്ലുവച്ചത് കണ്ടില്ലേ? അടിച്ചാൽ അവുത്തുള്ളോരു പുറത്തുവരും. അപ്പം കാര്യം പറഞ്ഞാൽ മതി. പാഞ്ഞങ്ങ് കേറുകയല്ലേ..."

"നീയെന്നാടാ ബെല്ലു കണ്ടത്? ഓന്റെയൊരു ബെല്ല്."

"ഇതിപ്പോ വലിയ കുലുമാലായല്ലോ. തലയ്ക്ക് സുഖമില്ലാതെ... ഇറങ്ങി നടന്നാൽ..."

"നിന്റെ തന്തയ്ക്കാടാ തലയ്ക്ക് സുഖമില്ലാത്തത്. ആരോടാ വർത്താനം പറയുന്നതെന്ന് ഓർമ്മയുണ്ടോടാ തെണ്ടീ..."

അവന്റെ കഴുത്തിന് കയറിപ്പിടിച്ചു. നന്നായിട്ടൊന്നു പൂശുകയും ചെയ്തു. അപ്പോഴേക്കും ആരൊക്കെയോ ഓടിവന്ന് പിടിച്ചുമാറ്റി. അല്ലെങ്കിൽ അവന്റെ എല്ലു വെള്ളമാക്കിയേനെ.

"പൊരേക്കേറിവന്ന് തോന്ന്യാസം കാണിക്ക്യാ... ഹംസനെ അറിഞ്ഞൂടാഞ്ഞിട്ടാ..."

"നിന്നേം അറിയാം നിന്റെ തന്തേനേം അറിയാം. കിരിയാടന്മാരുടെ എച്ചിലുതിന്ന് കൊഴുത്ത പട്ടികൾ. കള്ളഹിമാറ്. നീയെങ്ങനാടാ തെണ്ടീ മുതലാളിയാകുന്നത്?"

"എന്റെ കൈ മിനക്കെടുത്തരുത്..."

"തൊടുമോടാ നീയെന്നെ? തൊട്ടുനോക്ക്. അപ്പഴറിയാം. മറ്റുള്ളവരെ കട്ടുമുടിച്ച് പണക്കാരനായപ്പോ... എന്താടാ നിന്റെ വിചാരം? പല്ലു ഞാൻ തെറിപ്പിക്കും."

എല്ലാവരും കൂടി വന്നു തടഞ്ഞു. പിന്നീടവിടെ നിന്നില്ല. എങ്ങനെയാ വീട്ടിലെത്തിയതെന്നോർമ്മയില്ല. വല്ലാതെ തളർന്നു. ഒറ്റപ്പെട്ടതുപോലെ. ഒന്നിനും പോരാത്തവൻ. ഇണയും തുണയുമില്ലാതെ... എല്ലാം ഉണ്ടായിരുന്ന ഒരു കാലമുണ്ടായിരുന്നു. കൈവിരലൊന്നു ഞൊടിക്കാൻ കാത്തുനിൽക്കുന്ന പണിക്കാർ. ധാരാളം ചങ്ങാതിമാർ. പണം വെള്ളം

പോലെ ഒഴുക്കി. നാളെയെക്കുറിച്ച് ഓർത്തതേയില്ല. ഓർക്കാൻ നേരവുമില്ലായിരുന്നു. പണം തീരുമ്പോൾ വീണ്ടും വരും. തീർന്നുപോകുമെന്ന് വച്ച് എല്ലാം കെട്ടിപ്പൂട്ടിവച്ച് കാവലിരിക്കാനോ? രണ്ടു തലമുറയ്ക്ക് സുഖിച്ചു കഴിയാനുള്ളത് ബാപ്പ നേടിവച്ചിട്ടുണ്ട്. ഭാര്യയ്ക്കാണെങ്കിൽ കണക്കില്ലാത്ത സ്വത്ത്. പിന്നെന്തിന് പിശുക്കണം? ജീവിതം ആസ്വദിക്കുക. വേറൊന്നും ചിന്തിക്കാൻ അപ്പോൾ നേരമില്ലായിരുന്നു.

കാലിനടിയിലെ മണ്ണ് ഊർന്നുപോകുന്നത് അറിഞ്ഞില്ല. ഇനി എന്താണൊരു വഴി? സ്വത്തുക്കൾ ബാക്കി എത്രയുണ്ടെന്നുപോലും തിട്ടമില്ല. ഹംസയ്ക്ക് മുക്തിയാർ എഴുതിക്കൊടുത്തിരുന്നു. ബാക്കി എന്തെങ്കിലും ഉണ്ടാകുമോ? അഭിപ്രായം ചോദിക്കാൻപോലും ആരുമില്ല. ആരുമില്ലേ... ആമീ...

അവളെ വിളിച്ചാലോ? കയറ്റുമോ അവൾ വീട്ടിൽ? ആമി ഇറങ്ങിപ്പോയതോടെ എല്ലാം പോയി. അവൾ നിർബന്ധിച്ചതുകൊണ്ട് റോഡരികിൽ കുറച്ച് പീടികമുറികൾ എടുത്തിട്ടിരുന്നു. അതിൽ നിന്നു കിട്ടുന്ന വാടകയാണ് ഇപ്പോൾ പ്രധാന വരുമാനം. ഈ വീടും ഇതിനോടു ചേർന്ന തോട്ടവും സ്വന്തമാണെന്നറിയാം. ബാക്കിയൊക്കെ എവിടെപ്പോയി? എങ്ങനെ പോയി?

ചുറ്റും കനത്ത നിശ്ശബ്ദത. മഴ തോർന്നെന്നു തോന്നുന്നു.

മരച്ചില്ലയിൽ നിന്ന് വെള്ളത്തുള്ളികൾ ഇറ്റുവീഴുന്ന ശബ്ദം മാത്രം കേൾക്കാം. നല്ല തണുപ്പ്. തല പിളരുന്ന വേദന. ഉറക്കെ വിളിച്ചു.

"കാദറേ, ഒന്നിവിടെ വാടാ."

എവിടെന്നോ പൊട്ടിമുളച്ചതുപോലെ കാദറെത്തി.

"മൊതലാളി എന്തിനാ ഇങ്ങനെ തൊള്ളയിടണത്?"

"മനസുണ്ടായിട്ട്. നീയാരാ എന്നെ പഠിപ്പിക്കാൻ?"

"ഇനിക്കൊന്നൂല്ല. പുറത്തുള്ളോര് അതുമിതും പറയുന്നു..."

"ചെലയ്ക്കാണ്ട് ചെന്ന് ആ വക്കീലിനോട് ഇങ്ങോട്ടൊന്നു വരാമ്പറ."

"ഏതു വക്കീല്?"

"കുഞ്ഞിരാമമേനോൻ വക്കീല്. അയാള് കൂറുള്ളോനാ. നിന്നേം ആ കള്ള ബഡുവനേം പോലെയല്ല."

"മൊതലാളി എന്തിനാ വെളുക്കുമ്പം രാവിലെ ആടെച്ചെന്ന് ജഗള ഉണ്ടാക്യത്? മൂപ്പർക്ക് നല്ലോണം ചൂടായിന്..."

"നിർത്തെടാ. ഓനെന്നെ മൂക്കില് വലിച്ചു കയറ്റ്വോ?"

"മൊതലാളിക്ക് അറിയാഞ്ഞിട്ടാ.. മൂപ്പരിപ്പം ആരാ?"

"നീയെന്റെ മുമ്പീന്ന് പോണുണ്ടോ? ചെന്ന് വക്കീലിനോട് വരാമ്പറ."

അവൻ പിറുപിറുത്തുകൊണ്ട് പുറത്തേക്കിറങ്ങി.

അവനോട് അങ്ങനെയൊക്കെ പറഞ്ഞെങ്കിലും മനസ്സ് പിടയ്ക്കുന്നു. വെറുതെ അങ്ങോട്ടുമിങ്ങോട്ടും നടന്നു. ഹംസ എന്തിനും മടിയില്ലാത്ത

വനാണ്. അവനെന്തെങ്കിലും ചെയ്യാതിരിക്കില്ല. മറ്റുള്ളവരുടെ മുന്നിലിട്ടാ അവന്റെ കഴുത്തിന് പിടിച്ചത്. നടത്തത്തിന് വേഗം കൂടി. ആരോ പിന്നി ലുണ്ടല്ലോ. തിരിഞ്ഞുനോക്കി. സ്വന്തം നിഴൽ മാത്രമുണ്ട് കൂട്ടിന്. അല്ല, ആരോ പിൻതുടരുന്നുണ്ട്.

കാദറിനെ പുറത്തേക്കയക്കണ്ടായിരുന്നു. അവൻ പോയിക്കാണില്ല. മുൻവശത്തുകൂടി ഇറങ്ങി അടുക്കളയിൽ ചെന്നിരിക്കുന്നുണ്ടാകും. വിളിച്ചു നോക്കിയാലോ? വേണ്ടാ. അവൻ എന്തെങ്കിലുമൊക്കെപ്പറയും. വീണ്ടും അരിശം വരും. കിടപ്പുമുറിയിൽ കയറി വാതിലടയ്ക്കാം. അവിടെ ആരും വരില്ല. പതുക്കെ നടന്ന് കിടപ്പുമുറിയിലെത്തി. മുന്നിൽ ആൾരൂപം. അറിയാതെ നിലവിളിച്ചു. വിളി കേട്ടാകണം കാദർ ഓടിയെത്തി.

"എന്തേയ്? എന്തിനാ നെലോളിച്ചത്?"

"എടാ, അവിടെ ആരോ നിൽക്കുന്നു..."

"എവുടെ?"

"എന്റെ മുന്നിൽ... ഉണ്ടായിരുന്നു. പോയോ? നോക്ക്."

അവൻ വാപൊത്തിച്ചിരിക്കുന്നത് കണ്ടപ്പോൾ അരിശം പതഞ്ഞു പൊങ്ങി. രണ്ടു തെറി വിളിക്കണമെന്നുണ്ടായിരുന്നു. നാവടക്കി. അവനും കൂടിപ്പോയാൽ... ഇവനെ പറഞ്ഞയച്ച് വേറൊരാളെ നിർത്തണമെന്ന് കുറേനാളായി വിചാരിക്കുന്നു. നിനയ്ക്കുന്നതൊന്നുമല്ല നടക്കുന്നത്. എന്തിനും പണംവേണം. അതാണില്ലാത്തത്.

"ആ ഹംസ ആളൊരു തിരിമറിയനാ. ഓനെ അങ്ങനെയങ്ങ് നമ്പണ്ട."

ആമി ഇടയ്ക്കിടെ പറയുമായിരുന്നു. അപ്പോൾ അവളോട് തട്ടിക്കയറി. കഴിഞ്ഞതൊക്കെ ഓർത്തിട്ടെന്താ കാര്യം? പണത്തിന് എവിടെപ്പോകും? ഉമ്മയോടു ചോദിച്ചാലോ? ഒന്നുചെന്നു കാണുക തന്നെ. ഉമ്മ കൈയൊഴിയില്ല. പക്ഷേ, അവർക്കും പണത്തിന് മുട്ടാണെന്നാണല്ലോ കേട്ടത്. കിടപ്പിലാണത്രേ. ഇതുവരെ ഒന്നുചെന്നു നോക്കിയതുപോലുമില്ല.

"മൊതലാളീ..."

വിളികേട്ടു ഞെട്ടി.

"ആരാ? നീയോ... എന്താടാ?"

"ഇന്നാ, ഇതങ്ങട്ട് കുടിച്ചോളീ. എന്നിട്ട് കെടന്ന് ഒറങ്ങാൻ നോക്ക്. ഒറങ്ങി എണീക്കുമ്പം ബുദ്ധി തെളിയും."

അവൻ നീട്ടിയ ഗ്ലാസ് വാങ്ങി. നുരപൊന്തുന്ന കള്ള്. ഒറ്റ വലിക്ക് കുടിച്ചു.

"തീർന്നോടാ? ഒരു ഗ്ലാസുകൂടെ. നിനക്ക് ഞാനൊരു വാച്ചു വാങ്ങിച്ചു തരുന്നുണ്ട്."

"ഉം തരും. ഇത് മറ്റതു പോലല്ല. കൊറച്ച് കുടിച്ചാ മതി."

"നീ സ്നേഹമുള്ളവനാ. ഇങ്ങു താ. തൊട്ടുനക്കാൻ എന്താ ഉള്ളത്?"

അവൻ ഒരു പിഞ്ഞാണത്തിൽ ചുവന്നുതുടുത്ത മീൻകറിയുമായി എത്തി.

“എന്നാ ചോറു കൂടി എടുത്തോ. അപ്പണി കഴിയട്ടെ.”

അവൻ അടുക്കളയിലേക്ക് നടന്നു.

രണ്ടു ഗ്ലാസ് അകത്തു ചെന്നപ്പോൾ മുന്നിൽ ആമി.

കണ്ണ് തിരുമ്മി നോക്കി. ആമി തന്നെ. കണ്ണിൽ സങ്കടം.

“ഇതെന്തൊരു കോലം?”

“അങ്ങനെ പറേല്ലേ. അങ്ങോട്ട് പോണ്ടാന്ന് ഞാൻ പറഞ്ഞതല്ലേ. കേട്ടോ. ആരോഗ്യമില്ലെങ്കിൽ ഒരു പണിക്കും പോകണ്ട. എല്ലാറ്റിനും ഒരാളായിട്ട്, താങ്ങായിട്ട് എന്റെ കൂടെ നിന്നാമതി.”

“അതിന് വേറേ ആളെ നോക്കിക്കോ? ഭാര്യ വീട്ടിലെ അടിമപ്പണിക്കു ജമാലിനെ കിട്ടില്ല.”

കൈയിലിരുന്ന ഗ്ലാസ് വലിച്ചെറിഞ്ഞു.

“പിന്നേം തൊടങ്ങ്യോ? ആ ഗ്ലാസ് പൊട്ടിയല്ലോ?”

“പൊട്ടട്ടടാ എല്ലാം. പൊട്ടിച്ചിതറട്ടെ. അവള് പോട്ടെ... പാട്ടിന് പോട്ടെ... നീ ചോറ് താ. എനിക്ക് ആരുമില്ലെടാ. ആമിക്ക് എല്ലാമുണ്ട്. മക്കൾ, മരുമകൻ, സ്വത്ത്, പണം... നീ ഒരു ഗ്ലാസ് താ. ഈ കുപ്പി കാലിയാക്കട്ടെ. ജമാലിന് ആരുമില്ല.”

“മതിയാക്ക് മൊതലാളീ. ഇനി കുടിക്കണ്ട.”

“വേണം. ഞാൻ കുടിക്കും. എന്നെ തടയുന്നത് എനിക്കിഷ്ടമല്ല. ആരും എന്നെ തടയാൻ വരരുത്. എടാ ഫോണടിക്കുന്നു. ഞാൻ സംസാരിക്കാം. അവളോട്... ആരാ? പുതിയാപ്ലയോ? ഏത് പുതിയാപ്ല? മുനീറാന്റെ, ഓ മുനീറാന്റെ... നസീറയോ... ആസ്പത്രിയോ... എടാ കാദറേ എന്താടാ പറയുന്നത്? എനിക്കു പോണമെടാ... ആസ്പത്രീപ്പോണം... കാറെവിടെ...”

ഇരുപത്തൊന്ന്

ഉമ്മയും നസീറയും വീട്ടിലില്ലാത്തതുകാരണം വീടാകെ ഉറങ്ങിയതുപോലെ. ഒച്ചയും അനക്കവുമില്ല. അടുക്കളയിൽ ബഹളത്തിന് കുറവൊന്നുമില്ല. പണിക്കാരികളുടെ ഉറക്കെയുള്ള സംസാരം കേട്ട് മുനീറ അങ്ങോട്ടു ചെന്നു. അടുക്കള ആകെ വാരിവലിച്ചിട്ടിരിക്കുന്നു. പണിക്കാരികൾ കൂട്ടംകൂടിനിന്ന് ഹരം പറയുന്ന തിരക്കിലാണ്.

"എന്താ ഇവിടെ? ഹരം പറച്ചില് തീർന്നില്ലേ? ആസ്പത്രീല് ചോറു കൊടുത്തയച്ചോ? അടുക്കളയുടെ കോലം കണ്ടാലും മതി."

"ചോറൊക്കെ എപ്പളേ കൊടുത്തയച്ചു. അടുക്കള ഞങ്ങളിപ്പം വെടിപ്പാക്കൂലേ. കല്യാണം കഴിഞ്ഞതോടെ വല്യമോള് കാര്യക്കുട്ടിയായിപ്പോയി. അല്ലേടി പാത്തുമ്മാ?"

"തന്നെ തന്നെ. ഇപ്പം ഞമ്മളെയൊന്നും മേണ്ട. പിയ്യാപ്ലന്റാടത്തെ മെഹബ്ബേ വായിലുള്ളു."

"കിന്നാരം പറയാണ്ട് ഇവിടെയൊക്കെയൊന്നു വൃത്തിയാക്ക്. പാത്രങ്ങള് അപ്പാപ്പം കഴുകിവെക്കാതെ വാരിവലിച്ചിട്ടിരിക്കുന്നത് കണ്ടില്ലേ? അടുക്കളയ്ക്ക് വലിപ്പം ഏറീട്ടുള്ള തകരാറാ."

"പിയ്യാപ്ല രാത്രി കഞ്ഞിക്കുണ്ടാകോ ഉമ്മോ? കോയി മാങ്ങണ്ടേ?"

"കോയീം കായീം ഒന്നും വേണ്ട. ഇറച്ചിയുണ്ടല്ലോ. അതുമതി. രാത്രി കൂട്ടാൻ ഞാൻ വെച്ചോളാം."

"ഇന്റെ റബ്ബേ, ഞാനെന്താ ഇക്കേക്കണത്! വല്യമോള് എന്നേ കൂട്ടാൻ വെക്കാൻ പഠിച്ചത്? ഏതായാലും നന്നായിട്ടോ. കേട്ടോടീ, വല്യമോളെ കൈകൊണ്ടു വെച്ച കൂട്ടാൻകൂട്ടി ഞമ്മക്കിന്ന് പള്ളനെറച്ചു തിന്നണം."

കേൾക്കാത്ത മട്ടിൽ അകത്തേക്ക് നടന്നു. ഊണ് തളത്തിലെത്തിയിട്ടും അവരുടെ ചിരി കാതിലെത്തി. ഏതു നേരവും കളിയും ചിരിയും തന്നെ. ആൾ ഏറിയതുകൊണ്ടുള്ള തകരാറാണ്. ഇവരെ മേച്ചു നടക്കുന്ന നേരംകൊണ്ട് ഉള്ള പണികൾ തന്നത്താൻ ചെയ്യാം. അതു പറഞ്ഞാൽ ഉമ്മയ്ക്ക് മനസിലാവില്ല. ഒരാൾ കുറഞ്ഞാൽ ഉമ്മയ്ക്ക് വെപ്രാളം തുടങ്ങും. പണി ഉണ്ടെങ്കിലും ഇല്ലെങ്കിലും അടുക്കള നിറയെ പണിക്കാരുണ്ടാകണം. ഉമ്മയും നസീറയും മാത്രമാണ് വീട്ടിലുള്ളത്. പണിക്കാരികൾ നാലുപേർ. ഡ്രൈവറും തോട്ടക്കാരനും മമ്മതും വേറെ. അവർക്ക് വെച്ചു വിളമ്പുകയാണ് കാര്യമായ പണി.

“ഇവിടെ പൊരക്കാരേക്കാൾ ജാസ്തിയാ പണിക്കാര്. ഓരെ മേച്ചുകൊണ്ടു നടക്കലാ കാര്യായ പണി.”

വിരുന്നുകാരോടും മറ്റും പറയുമ്പോൾ ഉമ്മയുടെ സ്വരത്തിൽ അഭിമാനം. പണ്ടു മുതൽക്കേ ഉള്ള രീതിയാണത്രേ.

കല്യാണം കഴിയുമ്പോൾ ചായയുണ്ടാക്കാൻ പോലും അറിയില്ലായിരുന്നു. അദ്ദേഹം പറയുന്നതുപോലെ ശരിയായ ബുദ്ദൂസ്. ആദ്യമായി അവളുണ്ടാക്കിയ ചായ കുടിച്ച് ഭർത്താവ് നെറ്റി ചുളിച്ചു. പക്ഷേ, ബാപ്പ പ്രോത്സാഹിപ്പിച്ചു.

“കടുപ്പം കുറച്ച് കൂടിപ്പോയി. പാലും കൊറവാ. പഞ്ചസാര ജാസ്തിയാ. എന്നാലും തരക്കേടില്ല.”

ഭർത്താവ് മുഖം പൊത്തിച്ചിരിക്കുന്നത് കണ്ട് ചായ രുചിച്ചു നോക്കി. കഷായം തന്നെ. ഓക്കാനം വന്നു. അദ്ദേഹം കാണാതിരിക്കാൻ മുഖം തിരിച്ചു. പിന്നീട് ഓരോന്നായി ഉമ്മയോട് ചോദിച്ച് മനസിലാക്കി. ഒരു ഗ്ലാസ് ചായക്ക് എത്ര ചായപ്പൊടി വേണം, പാലുവേണം, അങ്ങനെ ഓരോന്നും.

ആദ്യമൊക്കെ അടുക്കളയിൽ കയറേണ്ടി വരുമ്പോൾ കണ്ണുനിറയുമായിരുന്നു. പരുപരുത്ത സിമന്റ് തറയുള്ള പുകപിടിച്ച അടുക്കളയിൽ കയറുമ്പോൾ ശ്വാസം മുട്ടും. അവളുടെ വീട്ടിൽ അടുക്കളയുടെ തറ പോലും വിലപിടിച്ച ടൈൽസ് പതിച്ചതാണ്. വീട്ടിൽ അവൾ അടുക്കള കാണാറില്ലെന്നതാണ് വാസ്തവം. പക്ഷേ, അങ്ങനെ വിട്ടുകൊടുക്കാൻ തയ്യാറല്ലായിരുന്നു. ഉമ്മയുടെ കൂടെ നിന്ന് ഓരോന്നായി പഠിച്ചു. പച്ചക്കറി അരിയുമ്പോൾ കൈമുറിയുക പതിവായി. ഉള്ളി അരിയുമ്പോൾ കണ്ണ് നിറഞ്ഞൊഴുകും. തേങ്ങ ചിരകുമ്പോൾ ഉള്ളംകൈ ചിരവി വ്രണമായി. എന്നിട്ടും, പിടിച്ചു നിന്നു. കഷ്ടിച്ച് രണ്ടുകൂട്ടാനും ചോറും വയ്ക്കാൻ ഇപ്പോൾ പഠിച്ചു. അരിവാർക്കാനേ പ്രയാസമുള്ളൂ. അതിന് ഉമ്മ തന്നെ വേണം.

അടുക്കളയിൽ മുമ്പ് നിന്നുതിരിയാൻ ഇടമില്ലായിരുന്നു. അടുക്കള ഈയിടെ പുതുക്കിപ്പണിതു. അടുക്കളയോട് ചേർന്ന് ഒരു ചെറിയ മുറി ഉണ്ടായിരുന്നു. അതുകൂടിച്ചേർത്ത് അടുക്കളയ്ക്ക് വിസ്താരം കൂട്ടി. കിളിവാതിലുകൾ പോലുള്ള ജനലുകൾ മാറ്റി ഗ്രിൽസിട്ടു. തിണ്ണയിൽ

ടൈൽസ് പതിച്ചു. വിറകടുപ്പിനായി പുറത്തു പ്രത്യേകം അടുക്കള. അത് ഉമ്മയുടെ ഡിപ്പാർട്ടുമെന്റാണ്. പറമ്പിൽനിന്നു കിട്ടുന്ന ചകിരിയും മടലും ഇഷ്ടംപോലെയുണ്ട്. അതു കത്തിച്ചാണ് ഉമ്മയുടെ വെപ്പ്. കിണറ്റിൽ മോട്ടോർ പിടിപ്പിച്ചതോടെ വെള്ളക്ഷാമം തീർന്നു. അവൾക്കു വേണ്ടിയാണ് മാറ്റങ്ങൾ വരുത്തുന്നതെന്നറിയാം. അവളുടെ മുഖമൊന്നു വാടിയാൽ വീട്ടിൽ മൂകത.

"ഉമ്മാക്കും ബാപ്പാക്കും ഇപ്പോ മോളെ വേണ്ട. മരുമോളെ മതി." ജമീലയ്ക്ക് പരാതി.

"നീ ഇന്നോ നാളെയോ ഒരുത്തന്റെ കൂടെ ഇറങ്ങിപ്പോകാനുള്ളതല്ലേ? പിന്നെ ഞങ്ങൾക്ക് ഇവളല്ലേ തുണ?"

"ഞാനെങ്ങും പോണില്ല. എനിക്ക് ഇവിടെ സ്ഥിരം താമസിക്കുന്ന പുതിയാപ്ല മതി. ഉമ്മ കേട്ടല്ലോ."

"അപ്പൂതി എന്റെ മോള് മനസില് വെച്ചാമതി. നിന്നേ ഇവിടന്ന് പറഞ്ഞയക്കാതെ ഞങ്ങക്ക് സ്വൈരം കിട്ട്വോ?"

ആങ്ങളയുടെ പരിഹാസം.

"അള്ളോ, ഉമ്മാ ഇതു കണ്ടോ? ഇപ്പെണ്ണിന്റെ നഖം... തോലുപോയി. എടീ നോക്കിക്കോ, നിന്നെ ഇറച്ചിക്കാരൻ ഉണ്ടക്കണ്ണൻ ഇബ്രായിക്ക് കെട്ടിച്ചുകൊടുക്കും. അപ്പോ ഇവിടെത്തന്നെ കൂടാലോ."

"ഓ... പിന്നെ... ബാ ഇബ്രായിനേം കൊണ്ട്. രണ്ടിനേം ഞാൻ മാന്തിക്കൊല്ലും."

അപ്പോഴൊക്കെ സ്വന്തം വീടിനെക്കുറിച്ച് ഓർത്തുപോകും. ഉമ്മയും ബാപ്പയും ഒന്നിച്ചിരുന്ന് വിശേഷം പറയുന്നത് വളരെ ചുരുക്കം. ഇടയ്ക്ക് വല്യുപ്പ വിരുന്നു വരുമ്പോഴാണ് വീട് ഉണരുന്നത്. വല്യുപ്പയെക്കുറിച്ചോർത്തപ്പോൾ കണ്ണുനിറഞ്ഞു. നല്ല ആരോഗ്യവാനായിരുന്നു. ഉമ്മയും ബാപ്പയും കാരണമാണ് വല്യുപ്പ തളർന്നത്. പെട്ടെന്ന് വയസ്സായതുപോലെ. പേപ്പർ വായിച്ചുകൊണ്ട് കസേരയിലിരിക്കുന്നത് ഇപ്പോഴും മുന്നിൽ കാണുന്നു. അവളും തൊട്ടടുത്തിരുന്ന് എന്തോ വായിക്കുകയായിരുന്നു. "മോളേ" എന്ന വിളികേട്ട് നോക്കുമ്പോൾ കുഴഞ്ഞു താഴെ വീഴാൻ പോകുന്നു. എങ്ങനെയാണ് ഓടിച്ചെന്ന് താങ്ങിയതെന്നറിയില്ല. പിന്നെ ഒരലർച്ചയായിരുന്നു. പെട്ടെന്നു... വിചാരിച്ചിരിക്കാതെ വല്യുപ്പയും പോയി. വല്യുപ്പയെക്കുറിച്ചോർക്കാത്ത ഒരു ദിവസം പോലുമില്ല. ആലോചിച്ചുകൊണ്ടു നടന്നപ്പോൾ എത്തിയത് വല്യുപ്പയുടെ മുറിയിൽ. വല്യുപ്പ കിടക്കുന്ന വീതിയുള്ള ഇരട്ടക്കട്ടിലിൽ ചെന്ന് വെറുതെ മണപ്പിച്ചുനോക്കി. വല്യുപ്പയുടെ മണം ഇപ്പോഴും ബാക്കിയുണ്ടോ?

"ഹായ് നല്ല മണം."

ചെറുപ്പത്തിൽ വല്യുപ്പ മുത്തം തരുമ്പോൾ അവൾ പറയും. വല്യുപ്പ വീണ്ടും മുത്തും.

ബാപ്പ അങ്ങനെ സ്നേഹത്തോടെ ഉമ്മവച്ച ഓർമ്മ അവൾക്കില്ല. ബാപ്പയ്ക്ക് എന്നും തിരക്കാണ്. വൈകുന്നേരങ്ങളിൽ മിന്നൽപോലെ

വരുന്നതു കാണാം. അണിഞ്ഞൊരുങ്ങി അപ്പോൾത്തന്നെ പോവുകയും ചെയ്യും. സന്ധ്യ മയങ്ങുമ്പോൾ ഓഫീസ് മുറ്റത്ത് നിരത്തിയിട്ട കസേരകളിൽ നിറയെ ആൾക്കാർ. നേരമിരുട്ടുന്നതോടെ ഒച്ചയും വിളിയും ഏറുന്നു. അങ്ങോട്ടു ചെന്നാലോ? പലപ്പോഴും തോന്നാറുണ്ട്. പക്ഷേ, ജനലരികിൽ കണ്ണീരൊലിപ്പിച്ചുകൊണ്ട് അങ്ങോട്ടുതന്നെ നോക്കി നിൽക്കുന്ന ഉമ്മയോട് അനുവാദം ചോദിക്കാൻ പേടി.

വയനാട്ടിൽനിന്നു പോന്നതോടെ ബാപ്പ ഒരുപാടു മാറിയിരുന്നു. വീട്ടിൽ കൂട്ടുകാരുടെ തിരക്കില്ല. ബാപ്പ രാവിലെ പീടികയിലേക്കിറങ്ങും. രാത്രി നേരത്തെ തിരിച്ചെത്തുകയും ചെയ്യും. ഞായറാഴ്ച എല്ലാരും ഒന്നിച്ച് ബീച്ചിൽ പോകും. അന്ന് രാത്രി ഭക്ഷണം ഏതെങ്കിലും വലിയ ഹോട്ടലിൽ നിന്നായിരിക്കും. ടേബിൾ നേരത്തേ റിസർവ് ചെയ്തിട്ടുണ്ടാകും. വെയിറ്റർ ഭംഗിയുള്ള ഗ്ലാസും കുപ്പിയും ഐസ്ബക്കറ്റും നിരത്തിയ ട്രേ ബാപ്പയുടെ മുന്നിൽ കൊണ്ടുവന്ന് വയ്ക്കും. അതോടെ ബാപ്പ കൂടെവന്നവരെ മറക്കുന്നു. കുട്ടികൾ ജ്യൂസോ ഐസ്ക്രീമോ കുടിച്ച് ഉറക്കം തൂങ്ങും. നസീറ ചിലപ്പോൾ ഉമ്മയുടെ മടിയിൽ കിടന്ന് ഉറങ്ങിയെന്നും വരും.

"നസീറ ഉറങ്ങി. മുനീറായ്ക്കും ഉറക്കം വരുന്നു. ഇനി മതിയാക്ക്."

ഉമ്മ ഇടയ്ക്കിടെ ഓർമ്മിപ്പിക്കും.

കേട്ടഭാവമുണ്ടാകാറില്ല. അധികം നിർബന്ധിച്ചാൽ ഉമ്മയോടു തട്ടിക്കയറും. ആൾക്കാർ ശ്രദ്ധിക്കുന്നതു കാണുമ്പോൾ ഉമ്മയുടെ തലകുനിയും. മിക്ക ദിവസവും ഓർഡർ ചെയ്ത ഭക്ഷണങ്ങളൊന്നും കഴിക്കാതെ മടങ്ങുകയാണ് പതിവ്.

അതൊക്കെ കാണുമ്പോൾ വല്ലാത്ത അസ്വസ്ഥത. മടങ്ങിപ്പോകാൻ നേരമാകുമ്പോൾ ബാപ്പയ്ക്ക് എണീറ്റുനിൽക്കാൻ വയ്യാത്ത അവസ്ഥ. വായിൽത്തോന്നിയത് പറയുന്നുമുണ്ടാകും. ആരെങ്കിലും താങ്ങിപ്പിടിച്ചാണ് ദിവസവും കാറിൽ കയറ്റുന്നത്. അധികം താമസിയാതെ ഉമ്മ ആ പോക്ക് അവസാനിപ്പിച്ചു. കുട്ടികളെ ബാപ്പയുടെ കൂടെ അയക്കാൻ ഉമ്മയ്ക്ക് പേടിയായിരുന്നു.

"ഇത് നിങ്ങടെ കാട്ടുമൂലയൊന്നുമല്ല. ഇവിടെ ഞങ്ങക്ക് വിലയും നിലയുമുണ്ട്. പരിചയക്കാര് കണ്ടാൽ എന്തു വിചാരിക്കും? കുടിച്ച് ബോധമില്ലാതെ..."

ഉമ്മയുടെ പരാതി കേൾക്കുമ്പോൾ ബാപ്പയ്ക്ക് കലി. വായിൽ തോന്നിയത് വിളിച്ചു പറഞ്ഞിട്ട് ബാപ്പ ഇറങ്ങിയൊരു പോക്കുണ്ട്. ബോധമില്ലാതെയാണ് മിക്കപ്പോഴും തിരിച്ചെത്തുക. അതുകാണുമ്പോൾ ഉമ്മയ്ക്ക് സമനില തെറ്റും. ബഹളം കേട്ട് പലരാത്രികളിലും അവൾ ഞെട്ടി ഉണർന്നിട്ടുണ്ട്. അപ്പോഴൊക്കെ ആശ്രയത്തിനായി ഓടുക വല്യുപ്പയുടെ മുറിയിലേക്കാണ്. വല്യുപ്പ എല്ലാം കേട്ട് ഉണർന്നു കിടക്കുന്നുണ്ടാകും.

"ആമീ, അയാക്ക് തലക്ക് ലെക്കില്ല. നീയെങ്കിലും ഒന്നടങ്ങ്." ചിലപ്പോൾ വിളിച്ചു പറയും.

"അടങ്ങി അടങ്ങി ഇക്കോലത്തിലായില്ലേ..."

ഉമ്മയുടെ നിർത്താതെയുള്ള കരച്ചിൽ. ബാപ്പ അത് കേൾക്കാറില്ല. നല്ല ഉറക്കത്തിലായിട്ടുണ്ടാകും.

ബാപ്പയുടെ വീടിനെക്കുറിച്ചോർക്കുമ്പോൾ എന്നും ഉള്ളിൽ ഒരു വിറയൽ. പഴകി നിറം മങ്ങിയ മഞ്ഞച്ചുവരുകളും ഇരുണ്ട ഇടനാഴികളും ഇരുട്ട് പതിയിരിക്കുന്ന ഒരുപാട് കുടുസ്സുമുറികളുമുള്ള വീടു കാണുമ്പോൾ ഏതോ മന്ത്രവാദിനിക്കഥയിലെ കൊട്ടാരമാണ് ഓർമ്മയിലെത്തുക. വട്ടക്കഴുത്തുള്ള വെള്ളക്കുപ്പായവും, വെള്ളവോയിൽത്തട്ടവുമിട്ട വല്യുമ്മ തടിച്ചുരുണ്ടിട്ടാണ്. കൂറ്റൻ ചാരുകസേരയുടെ നീണ്ട പടിയിൽ കാലുകയറ്റിവെച്ചാണ് വല്യുമ്മ ഇരിക്കുക. വല്യുമ്മയുടെ വെള്ളക്കുപ്പായത്തിന് മാറത്തും കഴുത്തിനും ചുവന്ന പൈപ്പിംഗ്. മാറത്തു കൂടി ചോര ഒലിച്ചിറങ്ങുന്നതായിട്ടാണ് അതുകാണുമ്പോൾ അവൾക്കു തോന്നുക. തലയിലെ വെള്ളത്തട്ടം മിക്കപ്പോഴും ചുമലിലായിരിക്കും. നരച്ച തലമുടി എപ്പോഴും പാറിപ്പറന്ന് കിടക്കുന്നുണ്ടാകും. കണ്ണുകളിൽ കത്തിനിൽക്കുന്ന കോപം. മാന്ത്രികക്കഥയിലെ ദുർമന്ത്രവാദിനിയെ ഓർത്തുപോകും. അവൾക്കെന്തോ പണ്ടും വല്യുമ്മയോട് സ്നേഹം തോന്നിയിട്ടില്ല. പേടി മാത്രം.

വല്യുമ്മയെ കാണാൻ ഉമ്മയോടൊന്നിച്ച് പോകാറുണ്ട്. അവരെ കണ്ടാലുടനെ വല്യുമ്മ കുറ്റങ്ങൾ നിരത്തും. കാതുപൊട്ടിക്കുന്ന ശാപവാക്കുകൾ. പേടിച്ചു വിറയ്ക്കും. എല്ലാം കേട്ടിട്ട് ഒന്നും മിണ്ടാതെ ഉമ്മ പുറത്തേക്കിറങ്ങും. പിറകേ കുട്ടികളും പോകുന്നത് കാണുമ്പോൾ വല്യുമ്മയുടെ കോപം ഇരട്ടിക്കും.

"ഇങ്ങട്ട് ബാ ശൈത്താന്മാരെ. ഉമ്മയെപ്പോലെ തന്നെ മക്കളും. ഒരു തരിമ്പും പിരിശല്ലാത്ത ജാത്യള്."

പേടിച്ചരണ്ടാണ് അവൾ അടുത്തേക്ക് ചെല്ലുക. അനിയത്തിക്ക് പേടിയൊന്നുമില്ല. അവൾ അടുത്തു ചെന്നിട്ട് ചോദിക്കും.

"വല്ലിമ്മ എന്തിനാ എപ്പളും ഞങ്ങളെ ചീത്ത പറയണത്? അതല്ലേ, ഞങ്ങളിവിടെ വരാത്തത്."

"മേലായ റബ്ബേ, ഇപ്പൊടിപ്പെണ്ണ് പറഞ്ഞതുകേട്ടില്ലേ! ഓള് പഠിപ്പിച്ചുകൊടുത്തതാ."

മിണ്ടരുതെന്ന് ആംഗ്യം കാണിച്ചാലും നസീറയ്ക്ക് മനസിലാവില്ല. അവൾക്ക് അന്ന് മൂന്നോ നാലോ വയസ്സേ കാണൂ.

അവൾ ഓരോന്നിനും വിസ്തരിച്ച് മറുപടി പറയാൻ തുടങ്ങുമ്പോൾ പതുക്കെ വിളിക്കും.

"വാ കുഞ്ഞിമോളേ, ഉമ്മ കാത്തുനിൽക്കുന്നുണ്ടാകും."

"വെരലിന്റത്രേം പോന്നില്ല. അപ്പളത്തിന് പെണ്ണിന്റെ വെളവ് കണ്ടില്ലേ? അക്കുട്ടി എന്നോട് രണ്ട് ബിശായം പറഞ്ഞത് ഓക്ക് പിടിച്ചില്ല. എങ്ങനെ പിടിക്കും? ഉമ്മാന്റെ മോളല്ലേ? അമുക്കി. ഓള് വരുന്നില്ല. ഓളെ ഞാൻ കൊറച്ച് കയിഞ്ഞിട്ട് ആരെൊപ്പെങ്കിലും അങ്ങ്ട്ട് അയച്ചോളാം."

അനിയത്തിയെ അവിടെ ഒറ്റയ്ക്കാക്കിപ്പോരാൻ മനസ്സ് സമ്മതിക്കാറില്ല. അവിടെത്തന്നെ ചുറ്റിപ്പറ്റി നിൽക്കും. അപ്പോഴേക്കും ആരെങ്കിലും ചായയുമായി എത്തും. അവിടത്തെ ചായ തീരെ ഇഷ്ടമല്ല. ചായക്ക് ഒരുതരം ചവർപ്പാണ്. തരംകിട്ടിയാൽ വല്യുമ്മ കാണാതെ ചായ ജനലിൽക്കൂടി പുറത്തേക്കൊഴിക്കും. അല്ലെങ്കിൽ ചായഗ്ലാസ് കട്ടിലിന്നടിയിൽ ഒളിപ്പിക്കും. നസീറ ചായ രുചിച്ചുനോക്കിയിട്ട് പറയും. "അയ്യേ, എന്ത് ചായയാ ഇത്? കയ്ക്കണു. എനക്കു വേണ്ട."

"ഓള് മക്കളെ പറഞ്ഞ് പഠിപ്പിച്ചിരിക്കുന്നതുകണ്ടില്ലേ? ഇബടന്ന് ബെള്ളം കുടിക്കരുതെന്ന് ആ കുറൈശിക്കാരെത്തി മക്കളെ ബലക്കിയിട്ടുണ്ടാവും."

വല്യുമ്മ പണിക്കാരിയോടു പറയും. അത് ഒരുകണക്കിൽ നേരായിരുന്നു. അവിടന്ന് എന്തെങ്കിലും കഴിക്കാൻ ഉമ്മയ്ക്ക് പേടിയായിരുന്നു.

"കൊല്ലിനും കൊലയ്ക്കും പേടിയില്ലാത്ത കൂട്ടരാ. എന്നേയും മക്കളേയും എന്തെങ്കിലും വെഷം തന്ന് കൊല്ലാനും ആ തള്ളയ്ക്ക് മടി കാണൂലാ."

ഉമ്മ ബിയ്യാത്തയോട് പറയുന്നത് കേട്ടിട്ടുണ്ട്. എന്നും കരഞ്ഞു വീർത്ത മുഖവുമായാണ് ഉമ്മ ആ വീട്ടിൽ നിന്നിറങ്ങുക.

വല്യുമ്മയ്ക്ക് ഉമ്മയോട് എന്തിനാ ഇത്ര വിരോധം? സ്വന്തം മരുമകളോട് ഇത്രയും പകയോ? വിവാഹം നിശ്ചയിച്ചപ്പോൾ വലിയ പേടിയായിരുന്നു. എല്ലാ അമ്മായിയമ്മമാരും വല്യുമ്മയെപ്പോലെ ആയിരിക്കുമോ? ഭർത്താവിന്റെ വീട്ടിൽ സ്ഥിരതാമസമാക്കിയതോടെ ആ പേടി മാറി. അവളുടെ അമ്മായിഅമ്മ മുഖം കറുപ്പിച്ച് ഒരു വാക്കുപോലും അവളോട് പറയാറില്ല. അവളോട് കടുപ്പിച്ചെന്തെങ്കിലും പറഞ്ഞാൽ അവർ മകനെ വഴക്കുപറയുകയാണ് പതിവ്.

"ഉമ്മാ, നിങ്ങളിവളെ ഇങ്ങനെ മാഞ്ഞാലം കയറ്റിയാൽ നാളെ പെണ്ണെന്റെ തലയിൽ കയറിയിരിക്കും."

അവളെ ഈറ പിടിപ്പിക്കാനായി ഭർത്താവ് പറയാറുണ്ട്.

അവളും നസീറയും ചങ്ങാതിമാരെപ്പോലെയായിരുന്നു. കുഞ്ഞുന്നാളുകളിൽപ്പോലും വഴക്കു കൂടിയ ഓർമ്മയില്ല. നസീറയ്ക്ക് ഉമ്മയേക്കാൾ കൂറ് ഇത്താത്തയോടാണ്. എന്തിനും ഇത്താത്ത വേണം.

"ഉമ്മക്ക് ഞമ്മളോട് ഇഷ്ടമല്ല, അല്ലേ ഇത്താത്ത?" നസീറ കുട്ടിയായിരിക്കുമ്പോൾ ചോദിക്കുമായിരുന്നു.

"അതെന്താ മോളേ അങ്ങനെ ചോദിക്കുന്നത്? ഉമ്മയ്ക്ക് നമ്മളെ ജീവനാ. നമ്മള് പറയുന്നതൊക്കെ ഉമ്മ സാധിപ്പിച്ചു തരുന്നില്ലേ?"

"കൊറേ സാധനം വാങ്ങിത്തന്നൂന്നെച്ചിട്ട് ഇഷ്ടണ്ടാകോ? നമ്മളെ കുളിപ്പിക്കാനോ തിന്നാൻ തരാനോ ഉമ്മക്ക് നേരണ്ടോ. പഠിപ്പിച്ചു തരാൻകൂടി ഉമ്മയ്ക്ക് സമയല്ല."

"നമ്മക്ക് വേണ്ടത് ചെയ്തു തരാൻ അവിടെ പണിക്കാരില്ലേ! ഉമ്മയ്ക്ക് നേരല്ലാഞ്ഞിട്ടല്ലേ?"

"ഉമ്മാക്കെന്താ ഇത്ര വലിയ തിരക്ക്"

"ബാപ്പാ ഇവിടെ ഇല്ലാത്തോണ്ട് എല്ലാകാര്യങ്ങളും ഉമ്മ തന്നെ നോക്കണ്ടെ?"

"ബാപ്പക്കെന്താ ഇവിടത്തന്നെ നിന്നാല്? ഉമ്മ കരഞ്ഞ് കുലുമാലുണ്ടാക്കിയിട്ടല്ലേ ബാപ്പ പോണത്?"

"കുഞ്ഞിമോളേ... അതോന്നുമല്ലാട്ടോ..."

"പിന്നെന്താണ് പറ."

അവളെ എങ്ങനെ പറഞ്ഞുമനസിലാക്കണമെന്ന് അറിയില്ലായിരുന്നു. എങ്ങനെ പറഞ്ഞുകൊടുത്താലും അവൾക്ക് മനസിലാവുകയുമില്ല. അളിയനെ അവൾക്ക് വിശ്വാസമാണ്. അളിയൻ പറയുന്നതെന്തും നേര്. അദ്ദേഹത്തിനും അവളെ വലിയ കാര്യമാണ്. അവൾ ആവശ്യപ്പെടുന്ന പുസ്തകങ്ങളെല്ലാം വാങ്ങിച്ചുകൊടുക്കും. അവളുടെ തീരാത്ത സംശയങ്ങൾക്ക് ഉത്തരം കണ്ടെത്തിക്കൊടുക്കുകയും ചെയ്യും. പൊതുവേ മൗനിയായ നസീറ അളിയനെ കണ്ടാൽ വായ പൂട്ടില്ല.

"നസീറ നിന്നെപ്പോലെ ബുദ്ദൂസല്ല. പുസ്തകം വായനയിലൊക്കെ വലിയ താൽപര്യമാ. അവളെ പഠിപ്പിക്കണം."

ഭർത്താവ് പറയാറുണ്ട്.

ഞായറാഴ്ച തോറും അവൾ ഇത്താത്തയെ കാണാൻ വരും. വൈകുന്നേരമാണ് മടക്കം. വാതോരാതെ അതുമിതും പറഞ്ഞും പൊട്ടിച്ചിരിച്ചും നടക്കുന്ന നസീറയെ കാണുമ്പോൾ അത്ഭുതം തോന്നാറുണ്ട്. വീട്ടിൽ മിണ്ടാപ്പൂതത്തെപ്പോലെയാണു നടപ്പ്. നസീറയ്ക്ക് സുഖമില്ലെന്ന് പറഞ്ഞ് ആളെത്തുമ്പോൾ അവൾ വീട്ടിലേക്കു പോകാനുള്ള ഒരുക്കത്തിലായിരുന്നു. തുണികൾ പെട്ടിയിലടുക്കുമ്പോഴാണ് മുറ്റത്ത് കാറ് വന്നു നിന്ന ഒച്ചകേട്ടത്. ഉമ്മ എന്തേ ഇത്ര നേരത്തെ കാറയയ്ക്കാൻ? സംശയിച്ചുകൊണ്ടാണ് പുറത്തെത്തിയത്. അവളെ കണ്ടതും തോട്ടക്കാരൻ രാമു തേങ്ങി:

"കുഞ്ഞിമോള്... ആസ്പത്രീലാ..."

കേട്ടതും കരച്ചിൽ തുടങ്ങി. ബഹളംകേട്ട് ഓടിയെത്തിയ ഉമ്മ കാര്യമറിയാതെ അന്തംവിട്ടു.

"അത്... കുഞ്ഞിമോള് ആസ്പത്രീലാന്ന് കേട്ടപ്പോ..."

"എന്തു പണ്യാ കാട്ട്യത്? പള്ളേലുള്ള കുട്ടിയല്ലേ? പെട്ടെന്ന് ഓരോന്ന് അന്തോം കുന്തോമില്ലാണ്ടെ പറഞ്ഞാലോ? കുട്ടി പേടിച്ചു പോയില്ലേ? മുഖത്ത് ഒരുതുള്ളി ചോരയില്ല."

ഉമ്മ രാമുവിനെ ശകാരിച്ചു. അടിമുടി വിറയ്ക്കുന്ന അവളെ ചേർത്തു പിടിച്ചു.

"ഓന്റെ ബേജാറോണ്ട് പറഞ്ഞതാ. ഓന്റെ കൈയിൽ കെടന്നു ബളന്ന കുട്ട്യേളാണെ. പേടിക്കാനൊന്നൂല്ലാട്ടോ ഉമ്മോ. ഒരു തലമിന്നല്. ഇസ്കോള്കാര് മെഡിക്കൽ കോളേജിലേക്ക് കൊണ്ടോയി. പിയ്യാപ്ല അടണ്ട്. കുട്ടീനേംകൂട്ടി ചെല്ലാൻ പറഞ്ഞു."

ഡ്രൈവർ മമ്മൂട്ടി അവളെ സമാധാനിപ്പിച്ചിട്ട് രാമുവിനെ ശാസിച്ചു.

"അന്തോം കുന്തോമില്ലാത്ത പൊട്ടൻ. ഇങ്ങനാ ഒരു കാര്യം പറയണത്! കുട്ടി പേടിച്ചു പോയില്ലേ?"

"മോളേ, ആ വേഷമൊക്കെ ഒന്നു മാറീട്ട് പോ. രാവിലെ കുളി പോലും കഴിഞ്ഞതല്ലല്ലോ. അപ്പളത്തിന് ഞാൻ കുടിക്കാൻ എന്തെങ്കിലും എടുക്കാം."

നിന്ന നിൽപ്പിൽ കാറിൽ കയറാൻ തുടങ്ങിയ അവളെ ഉമ്മ തടഞ്ഞു.

"അതുമതി കുട്ട്യേ. തിരക്ക് കൂട്ടണ്ട. കുഞ്ഞിമോക്ക് ഇപ്പോ ഒന്നൂല്ല."

മമ്മൂട്ടികൂടി നിർബന്ധിച്ചപ്പോൾ അവൾ അകത്തേക്കു നടന്നു. ഡ്രസ്സുമാറി വന്നപ്പോഴേക്ക് ബാപ്പയുമെത്തി.

വിവരമറിഞ്ഞ് ബാപ്പയും കാറിൽ കയറി. കാറിലിരിക്കുമ്പോഴും മനസിൽ തീയായിരുന്നു. കാറിൽ നിന്നിറങ്ങി ഒരുപാട് നടന്നിട്ടാണ് നസീറ കിടക്കുന്നിടത്ത് എത്തിയത്. അപ്പോഴേക്കും വാർഡിൽ നിന്ന് റൂമിലേക്ക് മാറ്റിയിരുന്നു. വാടിത്തളർന്ന താമരത്തണ്ടുപോലെ മയങ്ങിക്കിടക്കുന്ന നസീറയെക്കണ്ട് വല്ലാതെ പതറി. നസീറയുടെ കൈയും പിടിച്ച് ഉമ്മ അന്തംവിട്ടിരിക്കുന്നു. സഹിക്കാൻ കഴിഞ്ഞില്ല. ഉമ്മയുടെ മടിയിൽ വീണു. ആരോ വന്ന് ചുമലിൽ പിടിച്ചപ്പോൾ തല ഉയർത്തി. ഭർത്താവ് അവളെ എഴുന്നേൽപ്പിച്ചിട്ട് പറഞ്ഞു:

"എന്തിനാ ഉമ്മയെക്കൂടി അപ്സെറ്റാക്കുന്നത്! നസീറയ്ക്ക് ഒന്നൂല്ലാ. ദാ നിന്നെക്കണ്ടപ്പോൾ അവളുടെ മുഖം തെളിഞ്ഞു. വീട്ടിൽച്ചെന്ന് റസ്റ്റെടുത്തോ. വൈകുന്നേരം വന്നാമതി."

ഒച്ചകേട്ടാകണം നസീറ കണ്ണുതുറന്നു. അവൾ അടുത്തുചെന്ന് നെറ്റി തടവി. നസീറയുടെ വിളറിയ മുഖത്ത് ചിരി കണ്ടപ്പോൾ സമാധാനമായി.

"ഇതെന്തൊരു കെടപ്പാ കുട്ട്യേ? മണി രണ്ടടിച്ചു. പള്ളേലുള്ളപ്പം ഇങ്ങനെ ഒരേ കെടപ്പ് കെടക്കല്ലേ? ബാ ചോറു തിന്നാം. ആസ്പത്രീല് പോണില്ലേ? ഡ്രൈവറ് വന്നിന്."

ബിയ്യാത്ത വിളിക്കുന്നത് കേട്ട് എണീറ്റിരുന്നു.

ഇരുപത്തിരണ്ട്

നസീറ കട്ടിലിൽ ചാരിയിരുന്ന് പുസ്തകം വായിക്കുകയാണ്. മുഖത്ത് ക്ഷീണം. വിളർച്ച മാറിയിട്ടില്ല. എന്നാലും ഭേദമുണ്ട്. രണ്ടു ദിവസം കഴിഞ്ഞാൽ പോകാമായിരിക്കും. സ്കൂളിൽ നിന്ന് വിവരം കിട്ടിയപ്പോൾ വല്ലാതെ പേടിച്ചു. എങ്ങനെയാണ് ആസ്പത്രിയിൽ എത്തിയതെന്നുപോലും ഓർമ്മയില്ല.

കാഷ്വാലിറ്റിയിലെ വരാന്തയിൽ സ്ട്രെച്ചറിൽ മയങ്ങിക്കിടക്കുന്ന മകൾ. ആരോരുമില്ലാത്ത അനാഥയെപ്പോലെ... സഹിക്കാൻ കഴിഞ്ഞില്ല. മകളുടെ ദേഹത്തുവീണ് വാവിട്ടു കരഞ്ഞു. ഹെഡ്മിസ്ട്രസ് വന്ന് തോളിൽ തട്ടിയപ്പോൾ പിടഞ്ഞെഴുന്നേറ്റു. സ്കൂളിൽ നിന്ന് വേറേയും ടീച്ചർമാർ വന്നിട്ടുണ്ട്. എന്നിട്ടും, ഡോക്ടർമാരെയൊന്നും അടുത്തെങ്ങും കണ്ടില്ല. മെഡിക്കൽ കോളജിൽ മുമ്പ് വന്നിട്ടില്ല. അവിടത്തെ ചിട്ടവട്ടങ്ങൾ അറിയുകയുമില്ല. തന്റെ കരച്ചിലും ബഹളവും കേട്ടാണ് ഡോക്ടർമാർ പരിശോധനയ്ക്കെത്തിയത്.

“എന്റെ മോളേ ഞാനേതെങ്കിലും പ്രൈവറ്റ് ആസ്പത്രിയിൽ കൊണ്ടോയിക്കോളാം സിസ്റ്റർ...”

ഹെഡ്മിസ്ട്രസ്സിന്റെ തോളിൽ തലചായ്ച്ച് തേങ്ങി. അവർ ഡോക്ടറെ ചെന്നുകണ്ടു ചോദിച്ചപ്പോൾ അവർ തട്ടിക്കയറി. ആ അവസ്ഥയിൽ കുട്ടിയെ അയക്കാൻ സാധ്യമല്ലെന്ന് തീർത്തു പറയുകയും ചെയ്തു.

അപ്പോഴേയ്ക്കും വിവരമറിഞ്ഞ് ഇത്താത്തയും മുനീറയുടെ ഭർത്താവും മറ്റുമെത്തി. റഹ്മാൻ ഡോക്ടറുടെ കാര്യം ഇത്താത്തയാണ് ഓർമ്മി

പ്പിച്ചത്. വെപ്രാളത്തിനിടയിൽ താൻ അക്കാര്യം മറന്നു. ഡോക്ടർ റഹ്മാൻ ആണ് എത്രയോ കാലമായി കുടുംബത്തിൽ എല്ലാവരേയും ചികിത്സിക്കുന്നത്. വിവരം അറിഞ്ഞ് അദ്ദേഹം ഓടിയെത്തി. പിന്നെ ഒന്നിനും ബുദ്ധിമുട്ടുണ്ടായില്ല. ഡോക്ടർ ഇടപെട്ടതുകൊണ്ട് ഉടനെ ത്തന്നെ പേവാർഡ് കിട്ടുകയും ചെയ്തു.

നസീറ അന്നു മുഴുവൻ മയക്കത്തിലായിരുന്നു. ഇടയ്ക്കിടെ കണ്ണ് തുറന്ന് എല്ലാവരേയും നോക്കും. വീണ്ടും മയക്കം. മുനീറയെ കണ്ട പ്പോൾ മുഖത്ത് വിളറിയ ചിരി. കുട്ടിയുടെ അടുത്തുനിന്ന് മാറിയില്ല. ആകെ ഒരു മരവിപ്പായിരുന്നു. ആരെങ്കിലും എന്തെങ്കിലും ചോദിച്ചാൽ വെറുതെ തലയാട്ടും. കുട്ടിയുടെ മുഖത്ത് കണ്ണുംനട്ട് ഒരേ ഇരിപ്പ്. മുനീറ മടിയിൽ വീണ് അലമുറയിട്ടപ്പോൾ അവളെ ആശ്വസിപ്പിക്കാൻ കഴിഞ്ഞി ല്ല. കരയാൻപോലും കഴിയാത്ത അവസ്ഥ.

എല്ലാ ടെസ്റ്റുകളും നടത്തിയിട്ടും ഡോക്ടർക്ക് ഒന്നും പിടികിട്ടിയ ലക്ഷണമില്ല. ഒരു പനി വന്നാൽ നൂറായിരം പരിശോധന നടത്തും. രോഗം ഭേദമാവുകയുമില്ല. പേടിക്കാനൊന്നുമില്ലെന്ന് ഡോക്ടർ റഹ്മാൻ സമാ ധാനിപ്പിക്കുമ്പോഴും ഉള്ളിൽ ഭയം. സംശയം.

“പെട്ടെന്നെന്താ ഡോക്ടർ ഇങ്ങനെ വരാൻ? രാവിലെ പോകു മ്പോൾ ഒന്നുമില്ലായിരുന്നു. വേറെ എങ്ങോട്ടെങ്കിലും കൊണ്ടുപോ യാലോ?”

“ഞങ്ങളെ അങ്ങനെ അടച്ചാക്ഷേപിക്കല്ലേ? അതിനുമാത്രം ഒന്നു മില്ല. ആദ്യം ഞാനും ഭയന്നു. ടെസ്റ്റുകളെല്ലാം കഴിഞ്ഞപ്പോഴാ സമാധാ നമായത്. വെറുതെ അപ്സെറ്റാവണ്ട കാര്യമൊന്നുമില്ല. കുട്ടി ജനറലി വല്ലാതെ വീക്കാണ്.”

ഡോക്ടർ സമാധാനിപ്പിച്ചു.

ഭക്ഷണം പോര. രക്തക്കുറവുണ്ട്. കുട്ടി അനീമിക്കാണ്. കുറച്ചു കൂടി ശ്രദ്ധവേണം. എന്നൊക്ക ഡോക്ടർ റഹ്മാൻ പറയുന്നതു കേട്ട പ്പോൾ കുറ്റബോധം തോന്നി. ഡോക്ടർ റഹ്മാൻ വീട്ടുകാര്യങ്ങളൊക്കെ അടുത്തറിയുന്ന ആളാണ്. അവളുടെയും ഭർത്താവിന്റെയും പിണക്ക ങ്ങൾക്ക് പലപ്പോഴും സാക്ഷിനിന്നിട്ടുമുണ്ട്. ഭർത്താവിനെക്കുറിച്ചുള്ള എല്ലാകാര്യങ്ങളും ഡോക്ടർക്ക് അറിയാം. രണ്ടുപേരെയും ഉപദേശിച്ച് നന്നാക്കാൻ പലവട്ടം ശ്രമിച്ചതുമാണ്. മുമ്പൊരിക്കൽ നസീറയ്ക്ക് പനി യായിട്ട് ചെന്നപ്പോഴും കുട്ടിയുടെ കാര്യത്തിൽ ശ്രദ്ധ പോരെന്ന് ഡോക്ടർ കുറ്റപ്പെടുത്തിയിരുന്നു.

പല പ്രശ്നങ്ങളുമായി വീർപ്പുമുട്ടുന്നതിനിടയിൽ നസീറയുടെ കാര്യ ങ്ങൾ വേണ്ടതുപോലെ ശ്രദ്ധിക്കാൻ കഴിഞ്ഞില്ല എന്നത് സത്യമാണ്. നസീറ പ്രത്യേക സ്വഭാവക്കാരിയാണ്. അവൾക്കിഷ്ടമില്ലാത്തതു മിണ്ടി യാൽ പിണക്കമായി. മുഖം വലിച്ചുകയറ്റി ആരോടും മിണ്ടാതെ ആഹാരം കഴിക്കാതെ നടക്കും.

“എന്താടീ, നിന്റെ ഉമ്മ ചത്തുപോയോ? മോന്തേം വലിച്ചു കയറ്റി

യിട്ട് നടക്കാൻ തുടങ്ങിയിട്ട് ദിവസം രണ്ടുമൂന്നായല്ലോ."

സഹിക്കാതാവുമ്പോൾ ചോദിക്കും. അതിനുമില്ല ഉത്തരം. കല്ലു പോലെ ഒരേ നിൽപ്പ്. കാണുമ്പോൾ വീണ്ടും അരിശം. സങ്കടം. അവളെ വായിൽ തോന്നിയതൊക്കെ പറഞ്ഞിട്ട് എവിടെയെങ്കിലും ചെന്നിരുന്ന് കരയും.

ഉമ്മയ്ക്ക് അവളെ ഒട്ടും ഇഷ്ടമില്ലെന്ന് മുനീറയോടു പറഞ്ഞെന്ന റിഞ്ഞപ്പോൾ എന്തുമാത്രം സങ്കടപ്പെട്ടു! കരളിലാരോ ബ്ലയിഡ് കൊണ്ടു കീറിയതുപോലെ. മൂധേവിത്തരം കാണുമ്പോൾ എന്തെങ്കിലും പറഞ്ഞെ ന്നുവെച്ച് ഉമ്മയ്ക്കു മക്കളോടു സ്നേഹമില്ലാതിരിക്കുമോ? അതിപ്പോൾ പറഞ്ഞാൽ അവൾക്ക് മനസിലാവില്ല. താലോലിക്കാനും താമ്പോലി ക്കാനും അറിയില്ല. നസീറയ്ക്ക് ബാപ്പയുടെ ഛായയാണ്. ബാപ്പയുടെ ചില സ്വഭാവങ്ങളും കിട്ടിയിട്ടുണ്ട്. മൂക്കത്ത് ശുണ്ഠി. ഇഷ്ടമില്ലാത്തത് കേട്ടാൽ പിണക്കം. പിണങ്ങിയാൽ പിന്നെ മുനി. വാതിലടച്ച് മുറിയിലി രിക്കും. വിളിച്ചാൽ മിണ്ടില്ല. ആഹാരം കഴിക്കാൻ വിളിച്ചാൽ വരില്ല.

"ബാപ്പാന്റെ ദുശ്ശീലങ്ങളെല്ലാം കിട്ടീട്ടുണ്ട്..."

കേൾക്കുമ്പോൾ നസീറയുടെ മുഖം കോപംകൊണ്ട് ചുവക്കും.

"ഞാൻ പിന്നെ എന്റെ ബാപ്പാന്റെ മാതിരിയല്ലാതെ..."

"മിണ്ടരുത് ശൈത്താനെ. ബാപ്പ..."

അതോടെ ഒരു പോക്കാണ്. ബാപ്പയെപ്പോലെ ചവിട്ടിക്കുതിച്ച്.

നസീറ പുസ്തകമടച്ച് ആലോചനയിലാണ്.

"എന്താ മോളേ ആലോചിക്കുന്നത്? കുടിക്കാനെന്തെങ്കിലും തരട്ടേ?"

"ഉമ്മാ. ബാപ്പാക്ക് സുഖമില്ലാന്ന് കേട്ടല്ലോ. എന്താ ബാപ്പക്ക്? എവി ടെയാ ഉള്ളത്? കൊറവുണ്ടോ?"

"ഉമ്മക്ക് അറീല മോളേ. സത്യമായിട്ടും അറീല."

"ഉമ്മാക്കെന്താ വിളിച്ചു ചോദിച്ചാല്? ബാപ്പ പാവല്ലേ? ഉമ്മ എന്തിനാ ബാപ്പയെ ഒറ്റക്കങ്ങോട്ടയച്ചത്? എന്നിട്ടല്ലേ ബാപ്പക്ക് സൂക്കേട് പിടിച്ചത്. എന്റെ സൂക്കേട് കാര്യമറിഞ്ഞ് ബാപ്പ വല്ലാതെ അപ്സെറ്റായീത്രേ. ഇപ്പോ ആസ്പത്രീലാ. ഇന്നലെ മൂത്തമ്മ ഡോക്ടറങ്കിളിനോട് പറയുന്നത് ഞാൻ കേട്ടല്ലോ."

"മോളിപ്പം അതൊന്നും ഓർക്കണ്ട. സൂക്കേട് മാറീട്ട് നീ ഇത്താ ത്തനേം കൂട്ടി ബാപ്പാനെ കാണാൻ പൊയ്ക്കോ. ഇന്നാ ഈ പാല് കുടി."

ഒന്നും മിണ്ടാതെ മകൾക്ക് പാലുകൊടുത്തു. അവൾ വീണ്ടും പുസ്തകം കൈയിലെടുത്തു. ആലോചനയിലാണെന്ന് ഉമ്മ അറിയാ തിരിക്കാനാണ് പുസ്തകം തുറന്നുപിടിക്കുന്നത്. മകളുടെ ചോദ്യം മന സിലെവിടെയോ കൊളുത്തി വലിക്കുന്നു. കട്ടിലിൽ തല ചായ്ച്ച് കിടന്ന പ്പോൾ കണ്ണുകളിൽ നനവ്.

"ഉമ്മക്കും കൂടി വന്നാലെന്താ?"

"ഉമ്മക്കും കൂടി വന്നാലെന്താ?"

നസീറയുടെ ചോദ്യം കാതിൽ മുഴങ്ങി. എന്താ പോയാൽ? ആർക്കു തടയാനാവും? ഇപ്പോഴും ഭർത്താവാണല്ലോ. വേണ്ട, നടക്കാത്തതൊന്നും ആശിക്കണ്ട. പെണ്ണല്ലേ! വെറുത്തുപോയി. മുമ്പ് അങ്ങനെയൊന്നും ഉണ്ടായിട്ടില്ലേ? എന്തെല്ലാം കേട്ടതാണ്! അതൊക്കെ കേട്ടുകേൾവി എന്നു കരുതി സമാധാനിച്ചു. നേരിൽ കണ്ടപ്പോൾ... അഭിമാനം കുറച്ചെങ്കിലും ബാക്കിയുണ്ടെങ്കിൽ ഒരു പെണ്ണിന് പിന്നീട് അയാളുടെ കൂടെ പൊറുക്കാൻ കഴിയുമോ? എന്നിട്ടും അയാൾ തന്നത്താൻ ന്യായീകരിക്കാനും വാദിച്ചു ജയിക്കാനുമാണ് ശ്രമിച്ചത്. അത് കണ്ടപ്പോൾ ക്ഷമയറ്റു. നേരിട്ടു വന്നു മാപ്പു പറയാനുള്ള മനസുണ്ടായില്ലല്ലോ. നാട്ടുകാരുടെ മുന്നിൽ ഭാര്യയെ കുറ്റക്കാരിയാക്കാനായിരുന്നു തിടുക്കം. എന്തെല്ലാം പറഞ്ഞുണ്ടാക്കി! എന്നിട്ടും, അവശനായി ആസ്പത്രിയിൽ കിടക്കുകയാണെന്ന് കേട്ടതുമുതൽ മനസ്സ് നീറുകയാണ്. സുഖവും ദുഃഖവും പങ്കിട്ട് ഒന്നിച്ചു കഴിഞ്ഞു. രണ്ടു മക്കളേയും പ്രസവിച്ചു. ഒന്നും മറക്കാൻ മനസ്സ് അനുവദിക്കുന്നില്ല. മനസിൽനിന്ന് അയാളെ ഇറക്കിവിടാൻ എത്രകാലം കൊണ്ട് ശ്രമിക്കുന്നു? സാധിക്കുന്നില്ലല്ലോ. അയാളോടൊന്നിച്ച് വീണ്ടുമൊരു ജീവിതം...

ഇപ്പോൾ ഒരു വല്ലാത്ത ജീവിതമാണത്രേ. സ്വത്ത് മുക്കാലും നശിപ്പിച്ചു. ഉമ്മയുമായി പിണങ്ങി. എന്നും അസുഖം. മയക്കുമരുന്നിലും മദ്യത്തിലും മുങ്ങിയ ജീവിതം. കണ്ണിൽ കണ്ടവരൊക്കെ കയറിയിറങ്ങുന്ന വീട്. സഹിക്കാനാവുന്നില്ല...

ഓരോരുത്തർക്ക് അവരവരുടെ വഴി. ചിലപ്പോൾ മറിച്ചും ആലോചിക്കും. ഒന്നുകൂടി ശ്രമിച്ചാലോ? സ്നേഹിച്ചു പറഞ്ഞാൽ കേൾക്കാതിരിക്കുമോ? നശിച്ചുപോകുന്നത് കാണാനുള്ള ശക്തിയില്ല. ഒരു ശ്രമം കൂടി... പക്ഷേ എങ്ങനെയാ കയറിച്ചെല്ലുന്നത്! നാട്ടുകാരെന്തു പറയും? അദ്ദേഹത്തിന്റെ പെരുമാറ്റം എങ്ങനെയായിരിക്കും? നല്ല സ്വീകരണമായിരിക്കില്ലെന്ന് ഉറപ്പാണ്. ആമി കാരണമാണ് ജീവിതം നശിച്ചതെന്ന് പലരോടും പറഞ്ഞിട്ടുണ്ട്. ആമിയുടെ കുറ്റങ്ങളും കുറവുകളും നാട്ടുകാരുടെ മുന്നിൽ അക്കമിട്ട് നിരത്താറുണ്ട്. ഇനിയും എന്തിന് പഴി കേൾക്കണം? സാഹചര്യങ്ങളോട് പോരാടി ജയിക്കാനുള്ള കഴിവും സാമർത്ഥ്യവുമില്ല.

നസീറയുടെ മുഖത്ത് അസ്വസ്ഥത. ബാപ്പയുടെ കാര്യമോർത്തായിരിക്കും. അവളിപ്പോൾ ചെറിയ കുട്ടിയൊന്നുമല്ല. ചുറ്റും കാണുന്നതും കേൾക്കുന്നതും മനസിലാക്കാനുള്ള പ്രായമായി. മക്കൾ സങ്കടപ്പെടുന്നത് കാണാനുള്ള കരുത്തില്ല. അവർ പറയുന്നതെന്തും സാധിച്ചുകൊടുക്കാൻ ശ്രമിച്ചിരുന്നു. എന്നിട്ടും നസീറ എപ്പോഴും അകന്നാണ് നിന്നത്. ഒന്നും നേരിട്ട് പറയാറില്ല. എവിടെയോ ഒരു വിടവ് അനുഭവപ്പെട്ടു. ഉമ്മ കാരണമാണ് ബാപ്പ അവരെ ഉപേക്ഷിച്ചതെന്ന് അവളും കരുതിയിട്ടുണ്ടാകുമോ?

വളരുംതോറും എല്ലാവരിലും നിന്ന് ഒറ്റപ്പെട്ട് മാറിനിൽക്കാനായി

രുന്നു നസീറ ശ്രമിച്ചത്. എല്ലാവരോടും എല്ലാറ്റിനോടും അമർഷം. മുനീറയോടു മാത്രമാണ് ആകെ അടുപ്പം കാണിക്കുന്നത്. കല്യാണം കഴിഞ്ഞ് മുനീറ മാറിത്താമസിച്ചതോടെ നസീറ കൂടുതൽ മൗനിയായി. എന്തു ചോദിച്ചാലും ഉത്തരമില്ല. ഒരു മൂളൽ, അല്ലെങ്കിൽ ഒരു തലയാട്ടൽ. പ്രായത്തിൽ കവിഞ്ഞ ഗൗരവവും മൗനവും കാണുമ്പോൾ അരിശം തികട്ടി വരും. കുട്ടികളായാൽ കുട്ടിത്തം വേണ്ടേ? ആഹാരം കഴിക്കാൻ, കുളിക്കാൻ ഒക്കെ നിർബന്ധിക്കണം. ആർക്കോ വേണ്ടി കടമ നിറവേറ്റുന്ന ഭാവം. ചീത്ത പറഞ്ഞാൽ കേട്ടഭാവമില്ല. കല്യാണങ്ങൾക്കോ വിരുന്നിനോ പോകില്ല. ഒരു സിനിമയ്ക്ക് വിളിച്ചാൽക്കൂടി വിരോധം. സ്കൂളിൽ നിന്ന് വന്നാൽ മുറിക്കകത്ത് തപസ്സ്.

"ഈ കുഞ്ഞിമോളെന്താ ഇങ്ങനെ? നേരത്തിന് കുളിയും നനയുമില്ല. തലയിൽ എണ്ണ തേയ്ക്കില്ല. കണ്ടില്ലേ, മുടി ചെമ്പിച്ച് പകുതിയായി. ഒരു കിളി തിന്നണ വറ്റും കൂടി കുട്ടിക്ക് വേണ്ട. മുമ്പ് സ്കൂളിൽ നിന്ന് വന്നാൽ ചായയും കൂട്ടാനും മേശപ്പുറത്ത് കണ്ടില്ലെങ്കിൽ അട്ടം പൊട്ടിക്കും. ഇപ്പോ ചെന്നുവിളിച്ചാൽത്തന്നെ ചായ കുടിക്കാൻ വരില്ല."

ബിയ്യാത്തുട്ടിക്ക് എന്നും പരാതിയാണ്. അവൾ സ്വൈരം കെടുത്തിയതുകൊണ്ടാണ് നസീറയെ വിളിച്ച് ശാസിച്ചത്.

"എന്താ വേണ്ട്യതെന്നുവച്ചാ പറഞ്ഞുണ്ടാക്കിച്ചു തിന്നൂടെ നസീറ? ഇപ്പളും ഇള്ളക്കുട്ട്യാന്നാ വിചാരം? പനപോലെ വളർന്നു. എന്നിട്ടും ഒരാൾ അടുത്തിരുന്ന് തീറ്റിക്കണമെന്നുവച്ചാൽ? നീയെന്തിനാ ഇങ്ങനെ ഏതുനേരവും മുഖവും വലിച്ചുകയറ്റി മിണ്ടാപ്പൂതത്തെപ്പോലെ നടക്കുന്നത്?"

സാധാരണ എന്തെങ്കിലും പറഞ്ഞാൽ കേൾക്കാത്ത ഭാവത്തിൽ കടന്നുകളയുകയാണ് പതിവ്. പക്ഷേ, അന്ന് അവൾ തട്ടിക്കയറി.

"ഞാൻ തിന്നുന്നില്ലാന്ന് വച്ച് ഉമ്മയ്ക്കെന്താ നഷ്ടം?"

"എനക്കല്ലാതെ നിന്റെ ബാപ്പാക്കാടീ നഷ്ടം?" നീ സൂക്കേട് പിടിച്ചുകെടന്നാ നിന്റെ ബാപ്പ തിരിഞ്ഞുനോക്കൂല്ല. അതിനും ഞാൻ തന്നെ കഷ്ടപ്പെടേണ്ടിവരും. ഈയിടെയായിട്ട് തന്നിഷ്ടം കുറേ ഏറുന്നുണ്ട്. ലാളന ഏറിപ്പോയിട്ടാ."

"എനക്ക് സൂക്കേടായാ ഉമ്മ നോക്കണ്ട..."

അവൾ വിതുമ്പിക്കൊണ്ട് എണീറ്റോടി. കുറെ നേരം തരിച്ചിരുന്നുപോയി. അവൾ എന്താണ് ഉദ്ദേശിച്ചതെന്ന് മനസിലായില്ല. അവൾക്ക് ബാപ്പയുടെ കൂടെ കഴിയണമെന്നാണോ? അവളുടെ മനസ്സ് തുറന്നിട്ട് വേറെ കാര്യമെന്ന് ഉറപ്പിച്ചുകൊണ്ടാണ് അവളുടെ മുറിയിലെത്തിയത്. കട്ടിലിൽ കിടന്ന് തേങ്ങിക്കരയുന്ന മകളെ കണ്ടപ്പോൾ ധൈര്യം ചോർന്നുപോയി. മനസ്സ് പിടഞ്ഞു. ഓടിച്ചെന്ന് അവളെ വാരിയെടുത്ത് മാറോടണച്ചു. അവൾ മാറിൽ മുഖം പൂഴ്ത്തി പൊട്ടിപ്പൊട്ടിക്കരഞ്ഞു. "എന്താ മോളേ, സുഖമില്ലേ, എന്തിനാ കരയുന്നത്? മോക്ക് എന്താ വേണ്ട്യത്? എന്തായാലും ഉമ്മാനോട് പറ. ഉമ്മ സങ്കടംകൊണ്ട് എന്തോ പറഞ്ഞു

പോയതാ. എന്റെ കുട്ടി തിന്നാതേം കുടിക്കാതേം സൂക്കേട് പിടിച്ചാ ഉമ്മാക്കല്ലാതെ മറ്റാർക്കാ നഷ്ടം? ഉമ്മാക്ക് നിങ്ങളല്ലാതെ ആരാ ഉള്ളത്? ബാപ്പാനെക്കുറിച്ച് നിനക്കെന്തറിയാം മോളേ? ഉമ്മ കുടിച്ച കണ്ണീരിനുണ്ടോ കണക്ക്? എല്ലാം നിങ്ങൾക്ക് വേണ്ടിയാ. ഉമ്മാനെ നിങ്ങൾ വെറുക്കരുത്. നിനക്ക് ബാപ്പാനെ കാണണോ? നീ ബാപ്പായെ കാണുന്നതിൽ ഉമ്മയ്ക്ക് എതിരില്ല കുട്ടീ."

"എനിക്കൊന്നൂല്ലാ. എനിക്കാരേം കാണേണ്ട."

അറുത്തുമുറിച്ചു പറയുമ്പോഴും അവളുടെ വാക്കുകളിൽ വ്യസനം. അപ്പോഴാണ് കുട്ടിയുടെ മനസിലെ മുറിവിന്റെ ആഴം മനസിലായത്. മറ്റുകുട്ടികൾ മാതാപിതാക്കന്മാരുടെ ലാളനയേറ്റു വളരുമ്പോൾ സ്വന്തം മക്കൾ കേൾക്കുന്നത് ഉമ്മയുടെ തേങ്ങൽ മാത്രം. സ്നേഹം പ്രകടിപ്പിക്കാനും ഓമനിക്കാനും നേരമില്ലായിരുന്നു. ഭർത്താവുമായി പിണങ്ങിയതോടെ തികച്ചും ഏകയായി. ചുറ്റും വൻകോട്ട കെട്ടി സ്വയം തടവുകാരിയായി. മതിൽക്കെട്ടിനകത്ത് ആർക്കും പ്രവേശനമില്ലായിരുന്നു. മക്കൾക്കുപോലും. സ്വന്തം ദുഃഖങ്ങളും വേദനകളും മറ്റാരും അറിയരുതെന്നുണ്ടായിരുന്നു. മതിൽക്കെട്ടിനു പുറത്തുള്ളവരെക്കുറിച്ച് ആലോചിക്കാൻ മിനക്കെട്ടതുമില്ല. ആ മതിൽക്കെട്ട് തകർക്കാനുള്ള ശ്രമം ബാപ്പ മരണംവരെ തുടർന്നതാണ്. അപ്പോഴൊക്കെയും കുത്തുവാക്കുകൾ പറഞ്ഞ് ബാപ്പയെ നോവിച്ചു. നൊന്തുനൊന്താണ് ബാപ്പ മരിച്ചത്.

"സ്വന്തം മോനെപ്പോലെയായിരുന്നു ജമാലെനിക്ക്. എന്നിട്ടും ഇങ്ങനെ ഓരോന്നും കാണേണ്ടി വന്നല്ലോ. ബാപ്പയുടെ ചങ്കിനാ മോളേ കുത്തേറ്റത്. ഇനി ഏറെക്കാലം പിടിച്ചുനിൽക്കാൻ ബാപ്പയ്ക്കാവുമെന്ന് തോന്നുന്നില്ല. നീയിങ്ങനെ കരഞ്ഞുകരഞ്ഞ് ജീവിതം തീർക്കല്ലേ? മക്കളെ വളർത്തണ്ടേ? സ്വന്തം കാര്യങ്ങൾ നോക്കി നടത്തി കഴിയാൻ നോക്ക്. പടച്ചവന്റെ സഹായം നിനക്കുണ്ടാകും."

ബാപ്പ എപ്പോഴും ഉപദേശിക്കും. ഭർത്താവില്ല. ആൺമക്കളില്ല. സ്വത്തും മുതലും എമ്പാടും. നോക്കാനാളില്ലെങ്കിൽ കണ്ടവർ തട്ടിയെടുക്കും. നശിച്ചു തീരും. എല്ലാം നേരിടാനുള്ള ശക്തി തരാൻ മുട്ടിപ്പായി പ്രാർത്ഥിച്ചു. എന്തും നേരിടാനുള്ള മനക്കരുത്ത് കിട്ടിയപ്പോൾ വാശിയായി. ഭർത്താവുമൊത്തുള്ള ജീവിതം വേണ്ടെന്ന് അവൾ സ്വയമെടുത്ത തീരുമാനമാണ്. വീട്ടുകാരും നാട്ടുകാരും എതിർത്തിട്ടും അവൾ തന്റെ തീരുമാനത്തിൽ ഉറച്ചുനിന്നു. കുട്ടികളുടെ അഭിപ്രായം ചോദിച്ചതുമില്ല. അതുകൊണ്ട് ബാപ്പയില്ലാത്ത കുറവ് മക്കൾ അറിയരുത്. അവർക്ക് ഒന്നിനും ഒരു ബുദ്ധിമുട്ടുണ്ടാകരുത്. പെണ്ണിന്റെയും ആണിന്റെയും പണി ഒറ്റയ്ക്കു ചെയ്തു. പെണ്ണായതുകൊണ്ടുമാത്രം ആർക്കും പറ്റിക്കാൻ അവസരം കൊടുക്കരുതെന്ന് നിർബന്ധമുണ്ടായിരുന്നു. ഓരോ നയാ പൈസയ്ക്കും കണക്കുനോക്കി. വീട്ടിനകത്തു മാത്രം ഒതുങ്ങിയ ജീവിതമായിരുന്നു. പുറത്തിറങ്ങി കാര്യം നോക്കിത്തുടങ്ങിയപ്പോൾ പലരും പലതും പറഞ്ഞു. മാണിക്കോത്ത് ഹസ്സനാജിയുടെ മകൾ കുടുംബ

മഹിമ കളഞ്ഞുകുളിച്ചു എന്നായിരുന്നു കുറ്റപത്രം. എല്ലാവരോടും എല്ലാറ്റിനോടും പൊരുതി.

പണം വാരിക്കോരി ചെലവഴിച്ചു. അതുപോലെ ഉണ്ടാക്കുകയും ചെയ്തു. അതിനിടയിൽ മക്കളെ താലോലിക്കാൻ മറന്നോ? മനസിൽ നിറയെ സ്നേഹമായിരുന്നിട്ടും അത് പുറത്ത് കാണിക്കാൻ കഴിഞ്ഞില്ല. മുനീറ ഉമ്മയുടെ ഉള്ള് കണ്ടിരുന്നു. ഇവൾക്കതിന് കഴിഞ്ഞില്ല. അതിനുള്ള പ്രായവുമായില്ലല്ലോ. പാവം കുട്ടി. എല്ലാം ഉള്ളിൽ ഒതുക്കി കഴിയുകയായിരുന്നു. കുട്ടിയുടെ മനസിലെ ആധിയാണ് വ്യാധിയായി മാറിയത്. അവളുടെ ബാപ്പയെന്നു പറയുന്ന മനുഷ്യൻ ഈ കുരുന്നു മനസിന്റെ വിങ്ങൽ അറിഞ്ഞിരുന്നെങ്കിൽ! ഓർത്തപ്പോൾ തേങ്ങിപ്പോയി.

തേങ്ങൽ കേട്ട് നസീറ മുഖമുയർത്തി.

“ഉമ്മ എന്തിനാ കരേന്നത്? എനിക്കൊന്നുമില്ലെന്ന് ഡോക്ടറങ്കിൾ എത്രപ്രാവശ്യം പറഞ്ഞു? ഞാനിനി ഉമ്മാനോട് ഈറ കാണിക്കില്ല. ഉമ്മയുടെ കൂടെ പുറത്തൊക്കെ വരാം. ഉമ്മ പറയുന്നത് കേട്ടു നടന്നോളാം. പോരേ? ഉമ്മ വെറുതെ കരഞ്ഞ് സൂക്കേട് വരുത്തണ്ട.”

“എന്റെ പൊന്നുമോളെ, നിന്റെ ചിരിച്ച മുഖം കണ്ടാത്തന്നെ ഉമ്മയുടെ സൂക്കേടെല്ലാം മാറും.”

നസീറയുടെ നെറുകയിൽ ഉമ്മവച്ചു. അപ്പോഴാണ് നഴ്സ് വന്നത്.

സിസ്റ്റർ നസീറയുടെ നാവിനടിയിൽ തെർമോമീറ്റർ വച്ചിട്ട് കൈപിടിച്ച് പൾസ് നോക്കി. ചാർട്ടിൽ എന്തോ കുറിച്ചിടുന്നത് കണ്ട് ചോദിച്ചു:

“പനിയുണ്ടോ?”

“ഹേയ് ഒന്നുമില്ല. എല്ലാം നോർമൽ. മോള് മിടുക്കിയായല്ലോ. ഉമ്മയ്ക്ക് സമാധാനമായില്ലേ?”

സിസ്റ്റർ പോയപ്പോൾ മകളുടെ കട്ടിലിൽ ചെന്നിരുന്നു.

“ഉമ്മാ ഞാൻ മറ്റന്നാൾ സ്കൂളിൽ പോകും.”

“രണ്ടീസം കഴിഞ്ഞിട്ട് പോയാ മതി.”

“പറ്റൂല. ഇപ്പത്തന്നെ എത്ര നോട്സ് കോപ്പി ചെയ്യാനുണ്ടെന്ന് അറിയ്യോ?”

“കൊറെ ഉമ്മ പകർത്തിത്തരാം. ഏതായാലും ഡോക്ടറങ്കിൾ വരട്ടെ. ചോദിച്ചുനോക്കാം.”

“എനിക്ക് ഒന്നുമില്ലെന്നേ. അന്നു രാവിലെ ഞാൻ ഒന്നും തിന്നാതെയാ സ്കൂളിൽ പോയത്. അതോണ്ടാ തലചുറ്റിയത്. ഇപ്പോ എല്ലാം മാറീലോ? വീട്ടിൽച്ചെന്നാൽ കൈയിൽ കിട്ടിയതെല്ലാം തിന്നാൻ പോകയാണ്. എന്നിട്ട് ഇത്താത്തയെപ്പോലെ തടിച്ച് ഗുണ്ടുമണിയാകും. ഇത്താത്ത ഇനി കുറേ ദിവസം ഇവിടെയുണ്ടാകുമോ? അളിയങ്ക എന്നും വരുമായിരിക്കും. ഏതായാലും കുറച്ച് ദിവസത്തേക്ക് ബോറടിയുണ്ടാവില്ല.”

“കുറച്ചു ദിവസം കഴിഞ്ഞാൽ അവളങ്ങു പോകില്ലേ? കുറേക്കാലം കഴിയുമ്പം നീയും പോകും. പിന്നെ ഉമ്മയ്ക്കാരാ ഉള്ളത്? ഉമ്മ എന്നും ഒറ്റയ്ക്ക് തന്നെ.”

"ഞാനെങ്ങും പോണില്ല. എന്നെ ആരും കെട്ടണ്ട. കല്യാണം കഴിഞ്ഞ് എന്നും തല്ലുകൂടാനാ?"

"കല്യാണം കഴിച്ചോരെല്ലാം തല്ലുക്കൂടിയാ കഴിയുന്നത്. ഉമ്മാന്റെ തലവര നന്നായില്ല. അതിന് ആരെപ്പഴിക്കും?"

"എന്റെ തലവരയും അതുപോലെ..."

"മോളേ... വേണ്ടാത്തതൊന്നും പറയല്ലേ! ഇപ്പോ അതിനെപ്പറ്റി യൊന്നും തർക്കം വേണ്ട. മണി പന്ത്രാണ്ടായിട്ടും ചോറിതുവരെ കൊണ്ടു വന്നില്ലല്ലോ. ഓറഞ്ച് പൊളിച്ചു തരട്ടേ?"

വാതിലടയ്ക്കാനായി എഴുന്നേറ്റപ്പോൾ ഇടനാഴിയിൽ ഒച്ചകേട്ടു. അടുത്ത മുറിയിലെ ഹാജ്യാർക്ക് അസുഖം കൂടിയോ? ഒരു വൈകുന്നേരം വരാന്തയിൽ വെച്ചാണ് ഹാജ്യാരുടെ ഭാര്യയെ പരിചയപ്പെട്ടത്.

ഹാജിയാരുടെ മുറിവരെ ഒന്നു പോയിവരാം എന്നു കരുതിയാണ് വരാന്തയിലിറങ്ങിയത്. ബഹളം ഹാജ്യാരുടെ മുറിയിലായിരുന്നില്ല. ഇട നാഴിയുടെ അങ്ങേയറ്റത്താണ് ഒച്ചപ്പാട്. ഒരാൾ ഇടഞ്ഞ സ്വരത്തിൽ എന്തൊക്കെയോ വിളിച്ചുകൂവുന്നു. കാണക്കാണെ ആൾക്കൂട്ടം അടുത്തെ ത്തി. ഒച്ചയുണ്ടാക്കുന്ന ആളെ കാണുന്നില്ല. കൂടെയുള്ളവർ അയാളെ വളഞ്ഞിരിക്കുകയാണ്. അവരെയൊക്കെ തട്ടിമാറ്റി അയാൾ കുതറി ഓടാൻ ശ്രമിക്കുന്നു.

ആ ശബ്ദം... എവിടെയോ കേട്ടതുപോലെ. അല്ല... എപ്പോഴും കേൾക്കാറുള്ളതു പോലെ... നല്ല പരിചയം തോന്നുന്നു. ഉറക്കെയാണ് അയാൾ സംസാരിച്ചത്: "നിങ്ങളാരാ എന്നെത്തടയാൻ? എന്റെ മോളെ എനിക്കു കാണണ്ടേ? കൈവിടെടാ... ജമാലിനോടാ കളി... ബ്ലഡി റാസ്കൽസ്... വിടാനല്ലേ പറഞ്ഞത്..."

ആ ശബ്ദം ആമി തിരിച്ചറിഞ്ഞു. ഒന്നു കാണാൻ കഴിഞ്ഞെങ്കിൽ! പലകുറി മോഹിച്ചിരുന്നു. ഈ രൂപത്തിലല്ല... വേണ്ട, അവൾക്ക് കാണണ്ട. അവൾ കണ്ണ് മുറുകെ അടച്ചു. ചെവി പൊത്തി...

ഇരുപത്തിമൂന്ന്

നസീറയുടെ മുറിക്കു മുന്നിൽ തിങ്ങിക്കൂടിയ ആൾക്കാരെക്കണ്ട് മുനീറ വല്ലാതെ പകച്ചു. മുന്നോട്ടും പിന്നോട്ടും നീങ്ങാൻ കഴിയാത്ത അവസ്ഥ. ദേഹം തളരുന്നു. എന്തുപറ്റി നസീറായ്ക്ക്? ഇന്നലെ വൈകുന്നേരം കളിച്ചു ചിരിച്ചിരിക്കുന്നത് കണ്ടിട്ടാണല്ലോ പോയത്. കുറച്ച് മുമ്പേ ഉമ്മ ഫോൺ ചെയ്തപ്പോഴും ഒന്നും പറഞ്ഞില്ല. ഒരു കുതിപ്പിന് മുറിയുടെ മുന്നിലെത്തി. വാതിൽക്കൽ ആൾക്കൂട്ടം. അകത്തേക്ക് കടക്കാൻ കഴിയുന്നില്ല.

"ഒന്നു മാറ്വോ, ഞാനൊന്ന് അകത്തേക്ക് കടക്കട്ടെ."

അവൾ ഉറക്കെപ്പറഞ്ഞു.

"മൂത്ത മോളാ, ഒന്നങ്ങട്ട് കടന്നോട്ടെ."

അടുത്ത മുറിയിലെ സ്ത്രീ പറഞ്ഞപ്പോൾ വഴിയുണ്ടായി. അകത്തെത്തിയപ്പോൾ പകച്ചുപോയി. തടഞ്ഞുവെക്കുന്നവരെ ഉപദ്രവിക്കാൻ ശ്രമിക്കുന്ന ബാപ്പ. വായിൽ തോന്നിയത് വിളിച്ചു പറയുന്നുമുണ്ട്. നസീറ അന്തംവിട്ട് ഉറക്കെ കരയുന്നു.

"കുട്ടി കരയണ്ടാട്ടോ. ബാപ്പയ്ക്ക് ഒന്നൂല്ലാ ഇവര് വെറുതെ..."

ബാപ്പ അവളെ സമാധാനിപ്പിക്കാൻ ശ്രമിക്കുകയാണ്. വിഷമിച്ചു നിൽക്കുകയാണ് ഡോക്ടർ റഹ്മാൻ. വേറെയും ഡോക്ടർമാരുണ്ട്.

"എന്താ ഇവിടെ? മോളേ എന്തായിത്? ഉമ്മ എവിടെ?"

മുറിയുടെ മൂലയിൽ കാതുപൊത്തി കണ്ണുമടച്ച് ഉമ്മ നിൽക്കുന്നു. മുറിയിൽ നടക്കുന്നതൊന്നും ഉമ്മ അറിയുന്നില്ലെന്നോ?

"ബാപ്പ ഇക്കോലത്തില് ഇപ്പോ എന്തിനാ ഇങ്ങട്ട് പോന്നത്"

"എന്താ വന്നാല്? എന്റെ കുട്ടിക്ക് സുഖമില്ലെന്നറിഞ്ഞാ ഞാൻ വരും."

"ഇങ്ങനെയാ മോളേക്കാണാൻ വരുന്നത്? ഇത്ര കാലം എവിടേരുന്നു? ഞങ്ങളെ ബാപ്പായ്ക്ക് ഓർമ്മയുണ്ടോ? ഉമ്മാന്റെ കണ്ണീര് കാണാൻ ബാപ്പാക്ക് നേരമില്ലായിരുന്നല്ലോ. ഇപ്പോ എന്തേ ഒരു സ്നേഹം?"

"ഓളെ പ്രസംഗം കേട്ടില്ലേ? എന്റെ മോള് വലിയ ആളായിപ്പോയി ഹഹ... ലുക്ക് ഡോക്ടർ... അവളുടെ ഉമ്മയെപ്പോലെതന്നെ... ചീറുന്നത് കണ്ടില്ലേ?"

"ബാപ്പാ ആൾക്കാര് ശ്രദ്ധിക്കുന്നു. വെറുതെ ഒരു സീനുണ്ടാക്കല്ലേ. മാനക്കേടായല്ലോ. ഡോക്ടറങ്കിൾ പ്ലീസ്, ഇവരോടൊക്കെ ഒന്നു പുറത്തുപോകാൻ പറ."

ബാപ്പയെപ്പിടിച്ച് മുറിക്ക് പുറത്താക്കി വാതിലടയ്ക്കാൻ മുനീറയുടെ കൈ തരിച്ചു. നാണക്കേട്. ഭ്രാന്തനെപ്പോലെ ആൾക്കൂട്ടത്തിൽ നിന്ന് അതുമിതും പുലമ്പുന്നു. ഓരോരുത്തരുടെ വാക്കുകേട്ട് ഭാര്യയെയും കുട്ടികളെയും വേണ്ടെന്നുവെക്കുക. തോന്നിയതുപോലെ ജീവിച്ച് ഓരോന്നു വരുത്തിവച്ചിട്ട്...

നസീറ കരച്ചിൽ നിർത്താനുള്ള ഭാവമില്ല. മുനീറ അവളുടെ അടുത്തു ചെന്നിരുന്നിട്ട് പറഞ്ഞു:

"നീ എന്തിനാ കുഞ്ഞിമോളെ ഇങ്ങനെ ആർക്കണത്? വെറുതെ കരഞ്ഞു സൂക്കേട് ഏറ്റണ്ട."

"ജമാൽ വരൂ നമുക്ക് എന്റെ റൂമിലേക്ക് പോകാം. കുട്ടികളെ അപ്സെറ്റാക്കണ്ട. സിസ്റ്റർ ഇവരെയൊക്കെ ഒന്ന് പുറത്താക്കിയേ."

ഡോക്ടർ റഹ്മാൻ പറഞ്ഞു.

സിസ്റ്റർ വിരട്ടിയപ്പോൾ ഓരോരുത്തരായി മുറിയിൽ നിന്നിറങ്ങി. അവർ വരാന്തയിൽ കൂട്ടംകൂടി നിന്നു. സിസ്റ്റർ വാതിൽ ചാരി. ബാപ്പ ഒരു കസേരയിൽ ഇരുന്നു. മുഖം കണ്ടപ്പോൾ പേടി തോന്നി. കുഴിയിലാണ്ട കണ്ണുകളിൽ തീ. അവൾ മുഖം തിരിച്ചു.

"കുഞ്ഞിമോളേ നീ ചോറു തിന്നോ?"

ഉത്തരമില്ല. അവൾ കമിഴ്ന്നു കിടന്ന് കരച്ചിൽ തന്നെ.

"ബാപ്പ എന്തിനാ ഇവളെ ഇങ്ങനെ കരയിക്കുന്നത്?"

കേട്ടതും ബാപ്പ ചാടി എഴുന്നേറ്റു.

"എന്താ നീ പറഞ്ഞത്? ഞാൻ കരയിച്ചെന്നോ? നിന്റെ ഉമ്മയാ എന്നെ കരയിച്ചത്. അവൾക്ക് എന്നെ വേണ്ട. വേറെ കല്യാണം കഴിക്കണം. അതിനല്ലേ 'മൊഴി'ക്ക് ആളെ അയച്ചത്? നിന്നെ ഞാൻ..."

ബാപ്പ അടിക്കാൻ വരുന്നത് കണ്ടപ്പോൾ മുനീറ ഓടിച്ചെന്ന് ഉമ്മയെ കെട്ടിപ്പിടിച്ചു.

"ഉമ്മാ നിങ്ങളെന്ത് നിൽപ്പാ നിൽക്കുന്നത്? കണ്ണ് തൊറക്ക്. ബാപ്പ എല്ലാം കുട്ടിച്ചോറാക്കും."

"നേരാ... ബാപ്പ എല്ലാം തകർക്കും... എല്ലാം."

നാടുമുഴുവൻ കേൾക്കെ ജമാൽ അലറി. ആശ്വസിപ്പിക്കാൻ ചെന്ന ഡോക്ടർ റഹ്മാന്റെ കൈയ് തട്ടിമാറ്റി. കൈയിൽ കിട്ടിയതൊക്കെ വലിച്ചെറിഞ്ഞു. മുറി യുദ്ധക്കളം പോലെയായി. ബഹളം കേട്ടാവണം ആമിന പതുക്കെ കണ്ണുതുറന്നു. പാറിപ്പറന്ന തലമുടി. നരച്ച കുറ്റിത്താടി. കുഴിയിലാണ്ട കണ്ണുകൾ. അരയിൽ നിന്നൂർന്നു വീഴാൻ പോകുന്ന മുണ്ട്. ചുളിഞ്ഞ ഷർട്ട് ഭ്രാന്തനെപ്പോലെ...

അവളുടെ മനസിൽ ജമാൽ പുതുമണവാളന്റെ വേഷത്തിൽ... വെള്ളമുണ്ട്. തൂവെള്ള ഫുൾക്കൈ ഷർട്ട്. ചുരുണ്ട മുടി. തുടുത്ത കവിൾ. കഴുത്തിൽ കസവുമാല. കണ്ണുകളിൽ കുസൃതി. എങ്ങും മുല്ലപ്പൂവിൻ പരിമളം...

പുതുമാരന്റെ തേൻകിനിയുന്ന കിന്നാരം. ആമിനയുടെ കണ്ണിൽ നാണം. മുഖം പിടിച്ചുയർത്തുന്ന നീണ്ടു മെലിഞ്ഞ കൈകളിൽ നനുനനുത്ത രോമം... മുഖത്തുരസുന്നു. തല വീണ്ടും കുനിയുന്നു...

ആമി ശബ്ദമില്ലാതെ കരഞ്ഞു.

"ആമി നീയിതു കേട്ടില്ലേ? നിന്റെ മോള് പറഞ്ഞതു കേട്ടില്ലേ... ഞാൻ വന്നത് നിങ്ങൾക്ക് ബുദ്ധിമുട്ടായെന്ന്. നേരാണോ? അല്ലെന്നു പറ. എല്ലാവരും കേൾക്കേ നീ പറ. എനിക്ക് ഒരസുഖവുമില്ല. ആമീ. യൂ സീ... ഐ ആം നോർമൽ. ആബ്സല്യൂട്ടിലി നോർമൽ..."

"ബാപ്പാന്റെ ചക്കരമോള് കരേണ്ടാട്ടോ. ബാപ്പ മോക്ക് കാഡ്ബറീസ് കൊണ്ടന്നിട്ടുണ്ട്."

ജമാൽ പറഞ്ഞതുകേട്ട് നസീറയുടെ കരച്ചിലിനു ശക്തിയേറി. അതുകണ്ട് ജമാലിന്റെ ഭാവം മാറി.

"കരേണ്ടന്നല്ലേ പറഞ്ഞത്. നിന്റെ ബാപ്പ... മീൻസ് യുവർ ഫാദർ പറയുന്നു കരയരുത്. കരഞ്ഞാൽ... ഐ വിൽ ഷൂട്ട് എവരിബഡി."

അയാൾ ഉറക്കെച്ചിരിച്ചു. നസീറയുടെ കരച്ചിൽ വിതുമ്പലായി.

"നല്ല കുട്ടി. ആരും കരയുന്നത് ബാപ്പയ്ക്കിഷ്ടമല്ല. നിന്റെ ഉമ്മയും ഇങ്ങനെതന്നെ. വെറുതെ കരയും. കണ്ണീരൊലിപ്പിക്കുന്നവരെ കാണാൻ ഒരു ചന്തവുമുണ്ടാവില്ല. ചിരിക്ക്. ബാപ്പ ചിരിക്കുന്നതുപോലെ ഉറക്കെ... ഹാ... ഹാ."

ആമി ജമാലിനെത്തന്നെ നോക്കി നിൽക്കുകയാണ്. ഇമവെട്ടാതെ. തല പകുതിയും കഷണ്ടിയായിരിക്കുന്നു. നര കയറിയിട്ടുണ്ട്. കറുത്ത ചുരുണ്ട തലമുടിയൊക്കെ എവിടെപ്പോയി. വാസ്ലീൻ പുരട്ടി കോതി വയ്ക്കാറുള്ള മുടി. മുഖത്തെ പ്രസരിപ്പ്. ആസ്പത്രി മുറിക്ക് യാർഡ്ലി പൗഡറിന്റെയും ഓൾഡ് സ്പൈസ് ആഫ്റ്റർ ഷേവ് ലോഷന്റെയും മണം...

"ആമീ ഇപ്പളെങ്ങനെ? ഒരു പുതിയാപ്ലലുക്കില്ലേ?"

അണിഞ്ഞൊരുങ്ങുന്നതിനിടയിൽ ആമിയോടു ചോദിക്കുന്നു.

"എന്നും പുതിയാപ്ലയാകാനാ പൂതി അല്ലേ? മഗ്രിബിന്റെ നേരത്ത്

എങ്ങോട്ടാ ചമഞ്ഞൊരുങ്ങി?"

"അത്യാവശ്യമായി ഒരാളെ കാണാനുണ്ട്. വേഗം വരാം."

"രണ്ടു കാലുമ്മത്തന്നെയാവുമോ മടക്കം?"

"നിന്നെക്കൊണ്ട് തോറ്റല്ലോ. എങ്ങോട്ടെങ്കിലും പോകാനിറങ്ങുമ്പം തൊടങ്ങും മുഖം വീർപ്പിക്കാൻ. ഊതിപ്പെരുപ്പിച്ച മുഖം കാണാൻ ഒരു ചേലുമില്ല കേട്ടോ. പെണ്ണുങ്ങളായാ മുഖത്ത് സന്തോഷം വേണം."

"ഇപ്പോൾ എന്നെ കാണാൻ ചേലില്ലാതായി. അല്ലേ? ചേലുള്ളവരെ ഹംസ ഒപ്പിച്ചു വെച്ചിട്ടുണ്ടാവും... എന്റെ റബ്ബേ."

"നാശം... തുടങ്ങിയല്ലോ പൂങ്കണ്ണീര്. ഒരാളെ കാണാനുണ്ടെന്ന് മലയാളത്തിലല്ലേ പറഞ്ഞത്."

"ആണോ പെണ്ണോ? ചമഞ്ഞൊരുങ്ങലും മൊഞ്ചു നോക്കലും കണ്ടിട്ട്."

"അധികം വിസ്തരിക്കാൻ വരല്ലേ. എനിക്കിഷ്ടമുള്ളിടത്ത് പോകും. കാരണം ബോധിപ്പിക്കാൻ മനസില്ലെങ്കിലോ? മടുത്തു."

"ഇപ്പോ ചണ്ടിയായില്ലേ? എങ്ങനെ മടുക്കാതിരിക്കും...?"

അത് കേൾക്കാൻ ആരുണ്ട്? ചവിട്ടിക്കുതിച്ച് പടിയിറങ്ങിപ്പോയില്ലേ... യാത്രപോലും പറയാതെ.

അവളുടെ കണ്ണീരിനെന്തു വില? ആരുണ്ടതു കാണാൻ? പേടിച്ച രണ്ട കുട്ടികളുടെ കണ്ണുകളിൽ ഭയം. ഉമ്മ കരഞ്ഞുകൊണ്ട് കട്ടിലിൽച്ചെന്നു വീഴുമ്പോൾ അവരും ഓരോ മൂലയിൽ പതുങ്ങുന്നു; തികട്ടിവന്ന തേങ്ങൽ അടക്കിക്കൊണ്ട്.

കണ്ണീരിൽ സ്നേഹം ഒലിച്ചുപോവുകയായിരുന്നില്ലേ? ഇല്ല മുഴുവനെ ഒലിച്ചുപോയില്ല. സ്നേഹത്തിന്റെ നനവ് ഇപ്പോഴും നെഞ്ചിൽ ബാക്കിയുണ്ടോ? ഉണ്ടാവാതിരിക്കില്ല.

ഉറക്കെയുള്ള ചിരി കേട്ട് ഞെട്ടി. ആരാണ് ചിരിച്ചത്? എന്തിനാണ് ചിരിക്കുന്നത്? ആമി ചിരിക്കാൻ മറന്നുപോയില്ലേ?

മുറിയിൽ ബഹളം. അട്ടഹാസം. പൊട്ടിച്ചിരി. എന്തൊക്കെയോ ഉടയുന്നു. തടയാൻ ശ്രമിക്കുന്നവരെ രണ്ടുകൈകൊണ്ടും തടുക്കുന്ന ജമാൽ. നാവിൽ പച്ചത്തെറി. റഹ്മാൻ ഡോക്ടറുടെ ആശ്വാസവാക്കുകൾ ആരുണ്ട് കേൾക്കുന്നു?

"ഇനി ഇങ്ങനെ നോക്കിനിൽക്കുന്നതിൽ അർത്ഥമില്ല. അറ്റൻഡർ രണ്ടുപേരെക്കൂടി സഹായത്തിന് വിളിച്ചോളൂ. സിസ്റ്റർ ഇഞ്ചക്ഷൻ."

ഡോക്ടർ റഹ്മാൻ പറയുന്നു.

കിടക്കാൻ കൂട്ടാക്കുന്നില്ല. എല്ലാവരും കൂടിച്ചേർന്ന് ബലം പ്രയോഗിച്ചാണ് കട്ടിലിൽ കിടത്തിയത്. എന്നിട്ടും അടങ്ങുന്നില്ല. എല്ലാവരേയും തട്ടിമാറ്റി ഓടാനുള്ള ശ്രമമാണ്. അവർ അയാളുടെ കൈയും കാലും ബെഡ്ഷീറ്റുകൊണ്ട് കെട്ടി. കട്ടിലിനോട് ചേർത്ത്. തടയണമെന്നുണ്ടായിരുന്നു ആമിക്ക്. കാലുകൾ ആരോ കെട്ടിയിട്ടിരിക്കുന്നു. ആമിനയ്ക്ക് നിന്നിടത്തുനിന്ന് അനങ്ങാൻ വയ്യ. നഴ്സുവന്ന് കുത്തിവച്ചു. സ്ട്രെച്ചറെത്തി.

“എന്നെ തൊടരുത്... ഒന്നും ചെയ്യല്ലേ എന്നെ... എന്റെ കുട്ടികൾ... ആമീ പ്ലീസ് എന്നെ ഒന്നും ചെയ്യരുതെന്ന് പറ... ഞാൻ...”

സ്വരത്തിൽ സങ്കടം. കണ്ണുകളിൽ ദൈന്യത. യാചന... സ്നേഹത്തിനുവേണ്ടി ഒതുക്കിയ തേങ്ങൽ... വിതുമ്പുന്നുണ്ടോ? വീണ്ടും മരുന്നു കുത്തിവയ്ക്കുന്നു. സ്ട്രെച്ചറിൽ എടുത്തു കിടത്തുന്നത് ആമി കാണുന്നുണ്ട്. ആമിക്ക് മിണ്ടാനാവുന്നില്ല. ആമി പാറയായി. അനങ്ങാപ്പാറ. ആ കണ്ണുകൾ കൂമ്പി. വരണ്ട ചുണ്ടുകളിൽ അപ്പോഴും പായാരം... ആമിയോട്... ആമിയോടു മാത്രം.

ആമി തളരുന്നു. അവൾക്കൊന്നും കാണണ്ട. അവൾ കണ്ണുകൾ മുറുക്കെ അടച്ചു. ഇടനാഴിയിൽക്കൂടി സ്ട്രെച്ചർ ഉരുണ്ടുപോകുന്ന ഒച്ച. ആരോ തേങ്ങിക്കരയുന്നതുപോലെ. മക്കളുടെ അലമുറ കാതിൽ. ആമിയുടെ തല പെരുത്തു. ദേഹം തളരുന്നു. കാലുകൾ നിലത്തുറയ്ക്കുന്നില്ല. ആമി ആകാശത്ത് പറക്കുകയാണ്. അതാ സ്ട്രെച്ചറും ആകാശത്തിലേക്കുയരുന്നു. അവൾ അതിനുപിറകെ... കാവലിനെന്നപോലെ... തൊട്ടുപിറകെ... എവിടെപ്പോയി? ഒന്നും കാണുന്നില്ല. കറുത്ത മേഘം വന്ന് എല്ലാം മൂടിയല്ലോ? എങ്ങും ഇരുട്ട് മാത്രം... കട്ടപിടിച്ച ഇരുട്ട്.

www.ingramcontent.com/pod-product-compliance
Lightning Source LLC
LaVergne TN
LVHW090409051026
849518LV00006B/2293

* 9 7 8 8 1 9 6 8 4 7 5 7 9 *